CHARLIE BONE AND THE RED KNIGHT

Text copyright © 2009 Jenny Nimmo

Bản tiếng Việt do Nhà xuất bản Trẻ xuất bản

theo hợp đồng nhượng quyền năm 2007

BIỂU GHI BIÊN MỤC TRƯỚC XUẤT BẢN ĐƯỢC THỰC HIỆN BỞI THƯ VIỆN KHTH TP.HCM

Nimmo, Jenny, 1944-
    Charlie Bone và hiệp sĩ đỏ / Jenny Nimmo ; Hương Lan d. - T.P. Hồ Chí Minh : Trẻ, 2010.
    364tr. ; 21cm.
    Nguyên bản : Charlie Bone and the Red Knight.
    1. Ma thuật — Tiểu thuyết. 2. Số mệnh và thuyết định mệnh — Tiểu thuyết. 3. Trường nội
trú — Tiểu thuyết. 4. Trường học — Tiểu thuyết. 5. Anh — Tiểu thuyết. I. Hương Lan d. II. Ts:
Charlie Bone and the Red Knight.

823.92 — dc 22
N713

Charlie Bone
VÀ HIỆP SĨ ĐỎ
AND THE RED KNIGHT
TẬP 8

JENNY NIMMO
HƯƠNG LAN dịch

NHÀ XUẤT BẢN TRẺ

Tặng Alice và Corwine
với tình yêu thương

Beatrice Bloor
s.n. 1835
phù thủy

Bertram Babington
s.n. 1840
Sau khi đọc "Frankenstein" của Mary Shelley, thì Bertram, một phù thủy kiêm nhà khoa học, đã cố tạo ra con người. Ông không thành công.

cưới

Donatella da Vinci
s.n. 1845
Con gái của một thầy phù thủy người Ý. Bà làm phụ tá cho Bertram, nhưng bị điện giật chết trong một thí nghiệm của chồng.

Gideon
s.n. 1875
Nhà toán học. Được phong tước hiệp sĩ vì làm gia sư cho một hoàng tử. Ngài Gideon không được ban phép thuật, cũng không thích phép thuật.

cưới

Gudrun Solensson
s.n. 1876
Ca sĩ nghiệp dư.

Ezekiel
s.n. 1902
Thầy phù thủy kém tài, ác độc, quỷ quyệt. Tiếp tục theo đuổi những thí nghiệm của ông nội.

cưới

Hilda Hansoff
s.n. 1902
Nhà thực vật học. Bị trúng độc chết vì một loại cây thân thảo hiếm.

Bartholomew
s.n. 1930
Không được ban phép thuật. Nhà leo núi. Mất tích ở dãy Hymalaya.

cưới

Mary Chance
s.n. 1930
Vũ công. Khiêu vũ một mình đến chết sau khi Bartholomew mất tích.

Masi
s.n.
Góa

Ghi chú:

Charlie Bone có khả năng nghe được tiếng nói từ các tấm ảnh, và thậm chí cả hình vẽ. Trong một số trường hợp, nó còn có thể đi vô gặp nhân vật trong hình.

Harold
s.n. 1955
Không được ban phép thuật. Nhưng rất quan tâm đến những thí nghiệm của ông cố tổ và ông nội.

cưới

Dorothy de Vere
s.n. 1957
Nghệ sĩ vĩ cầm.

Manfred
s.n. 1985
Người thôi miên.

Yorath Yewbeam
s.n. 1850
Người biến hình.

cưới

Vera Kuragina
s.n. 1862
Người thôi miên.

Grace Bloor
s.n. 1885
Họa sĩ. Không được ban phép thuật. Sống với con trai, James và cháu trai, Paton, cho đến khi mất ở tuổi 80.

cưới

Manley
s.n. 1884
Lính. Hy sinh năm 1918 trong cuộc Đại chiến thứ nhất.

Yolanda
s.n. 1900
Người biến hình. Được thừa hưởng lâu đài của cha. Không bao giờ lấy chồng.

Henry
s.n. 1905
Mất tích năm 11 tuổi. Không được ban phép thuật.

Daphne
s.n. 1908
Nhà tiên tri. Chết vì bệnh bạch hầu năm 1916.

James
s.n. 1910
Không được ban phép thuật. Nhà sử học.

cưới

Solange Sourzac
s.n. 1912
Nữ diễn viên người Pháp. Bị ngã gãy cổ trong một tình huống bí hiểm khi đi thăm lâu đài của Yolanda năm 1964.

Monty Bone
s.n. 1937
Phi công. Chết năm 1963.

cưới

Grizelda
s.n. 1937
Không được ban phép thuật.

Lucretia
s.n. 1942
Giám thị. Không được ban phép thuật.

Eustacia
s.n. 1947
Nhà tiên tri.

Venetia
s.n. 1952
Nhà thiết kế trang phục phù thủy.

Paton
s.n. 1957
Người tăng nguồn diện.

Amy Jones
s.n. 1967
Nhân viên bán hàng.

cưới

Lyell Bone
s.n. 1962
Nghệ sĩ dương cầm. Biến mất năm 1994.

Ghi chú:

Khi vợ của James Yewbeam là Solange qua đời, bốn người con gái của ông (Grizelda, Lucretia, Eustacia, Venetia) đến sống với bà cô độc ác là Yolanda Yewbeam. Bà cô này đã biến họ thành độc ác, chống lại cha mình. Yolanda cũng rắp tâm bắt cậu con trai Paton nhưng không thành.

Charlie Bone
s.n. 1992
Có khả năng nghe được tiếng nói từ các tấm ảnh, và thậm chí cả hình vẽ.

Những hậu duệ
của Vua Đỏ
Được gọi là những đứa trẻ được ban phép thuật

Manfred Bloor: Con trai ông hiệu trưởng Học viện Bloor. Một kẻ thôi miên. Manfred là hậu duệ của Borlath, con trai cả của Vua Đỏ. Borlath là một tên bạo chúa độc tài.

Naren Bloor: Con gái nuôi của Bartholomew Bloor. Naren có thể phát đi những thông điệp từ khoảng cách xa. Cô bé thuộc dòng dõi của một người cháu trai của Vua Đỏ bị bọn cướp biển bắt cóc và mang tới Trung Hoa.

Asa Pike: Asa người thú là chất của một bộ lạc sống ở những khu rừng phía Bắc có truyền thống nuôi dưỡng thú hoang dã kỳ dị. Asa có thể biến hình vào lúc trời tối.

Billy Raven: Billy có khả năng trao đổi thông tin với thú vật. Một trong những tổ tiên của nó có tài nói chuyện với lũ quạ hay đậu trên giá treo cổ, nơi treo thây tử tội. Vì tài này mà ông bị đuổi khỏi làng của mình.

Lysander Sage: Chất đích tôn của một nhà thông thái người Phi châu. Cậu có phép gọi hồn tổ tiên tâm linh của mình.

Tancred Torsson: Người gọi bão. Tổ tiên gốc Scandinavi của cậu là Thor, dựa theo tên của thần sấm. Tancred biết tạo nên gió, mưa, sấm và chớp.

Gabriel Silk: Gabriel có thể cảm nhận được ý nghĩ và cảm xúc của người khác qua áo quần của họ. Cậu xuất thân từ một dòng họ những nhà tâm linh học,

Emma Tolly: Emma có thể bay. Họ của cô có xuất xứ từ một hiệp sĩ người Tây Ban Nha. Vua Đỏ đã cưới con gái ngài, vì vậy hiệp sĩ này cũng là tổ tiên của tất cả những người được ban phép thuật.

Charlie Bone: Charlie có phép đi vô hình chụp và hình vẽ. Từ dòng họ bên cha, cậu là hậu duệ của Vua Đỏ, còn về bên dòng họ mẹ, cậu thuộc dòng dõi của Mathonwy, thầy pháp xứ Wales, bạn tâm giao của Vua Đỏ.

Dorcas Loom: Dorcas có thể ếm bùa vào quần áo. Bà tằng tổ của nó, Lola Defarge, chính là kẻ đã đan chiếc khăn choàng teo rút trong khi thích thú chứng kiến cuộc hành hình Hoàng hậu nước Pháp năm 1793.

Idith và Inez Branko: Hai chị em sinh đôi siêu năng, có họ hàng xa với Zelda Dobinski (cô này đã rời Học viện Bloor).

Joshua Tilpin: Joshua có thể phát ra từ tính. Tổ tiên của nó đến nay vẫn còn là một ẩn số. Thậm chí gia đình Bloor cũng không biết chắc nó sống ở đâu. Nó vốn tự mình đến cửa học viện và tự giới thiệu danh tánh. Học phí của nó được chi trả thông qua một ngân hàng tư.

Una Onimous: Cháu gái của ông Onimous. Una mới 5 tuổi và tài phép của cô bé được giữ bí mật cho đến chừng nào tự bừng phát.

Olivia Vertigo: Hậu duệ của Guanhamara, một người con đã chạy trốn khỏi lâu đài của Vua Đỏ, sau đó cưới hoàng tử nước Ý. Olivia là người tạo ảo ảnh. Gia đình Bloor không biết về tài phép của Olivia.

Dagbert Endless: Dagbert là con trai của Lord Grimwald, kẻ điều khiển đại dương. Mẹ nó gom góp vàng từ răng của những người chết đuối để luyện thành bùa linh báo vệ con trai mình. Dagbert có thể dìm người ta chết đuối.

Eric Shellhorn: Eric có thể làm cho những bức tượng đá sống dậy.

Tất cả những người được ban phép thuật đều là hậu duệ của mười người con của Vua Đỏ - vị vua tài phép này đã rời châu Phi vào thế kỷ thứ 12 và có ba con báo hộ tống Ngài.

PHẦN MỞ ĐẦU

Vua Đỏ đến phương Bắc cách đây chín trăm năm. Ngài là một thầy pháp người Phi châu và từng vị trong số mười người con của ngài đều được thừa hưởng tài phép nào đó từ ngài. Và rồi những tài phép này lại được truyền cho đời sau, qua các hậu duệ của những người con Vua Đỏ, tới cư dân của một thành phố cổ. Nhưng không phải tất cả những ai được ban phép thuật đều dùng tài phép của mình một cách khôn ngoan. Có những kẻ nhất quyết đi theo con đường ác độc, và Charlie Bone cố gắng không ngừng nghỉ để ngăn cản bọn chúng.

Ba mẹ của Charlie đang đi nghỉ trăng mật lần thứ hai. Họ vắng nhà đã hơn một tháng rồi. Rất nhiều bưu ảnh được gửi về cho Charlie, mô tả những chuyến phiêu du tuyệt vời của ba mẹ nó qua các vùng biển trên thế giới. Dẫu rất mừng cho ba mẹ nhưng Charlie luôn mong ngóng hai người hãy mau mau trở về. Thành phố này đang biến thành một chốn nguy hiểm cho Charlie và bạn bè. Một người bạn của nó đã suýt chết đuối, trong khi địa điểm tụ tập yêu thích của chúng, quán cà phê Thú Kiểng, lại bị đóng cửa. Charlie lo sợ kẻ thâm thù xưa của Vua Đỏ, bá tước Harken, sẽ cố trở về và xâm phạm thành

phố một lần nữa. Tên bá tước vốn là thầy bùa này đã bắt cóc thằng bé mồ côi, Billy Raven, và hiện giờ đang giam thằng bé ở xứ Badlock, một thế giới chỉ tồn tại trong quá khứ xưa xửa xừa xưa.

Giá mà Vua Đỏ trở lại để bảo vệ an toàn cho thành phố. Nhưng đó là một hy vọng quá viễn vông. Tuy nhiên, sâu trong khu đổ nát nơi lâu đài của Vua Đỏ, một trái tim vẫn còn đập bên trong một cái cây cao, lá đỏ. Nhà vua vẫn có thể nhìn bằng mắt của vô số chim chóc làm tổ trên các cành cây của ngài; ngài vẫn có thể lắng nghe bằng tai của muôn thú gặm cỏ xung quanh ngài; đôi khi ngài thậm chí còn chuyển động nữa. Nhưng ngài, một người từng có sức mạnh vô biên, giờ đây không thể giúp bọn trẻ đang cần ngài. Bùa chú cuối cùng của ngài đã linh nghiệm. Ngài chỉ còn biết hy vọng rằng tấm áo chùng và thanh gươm của mình sẽ bảo vệ người đàn ông đã chọn thay thế vị trí của ngài. Còn một điều chắc chắn nữa: bà ngựa trắng mà có thời là hoàng hậu yêu dấu của nhà vua sẽ tung hết năng lực của bà vào sứ mệnh đưa nhà vô địch tới thắng lợi sau cùng.

THANH GƯƠM MA THUẬT

Đối với người đàn ông nhỏ choắt đang vội vã đi trong thành phố đây, những tòa nhà đen lù mọc sừng sững phía trên đầu ông không bao giờ mang vẻ gì là hăm dọa cả.

"Bị đe dọa," ông Orvil Onimous lẩm bẩm. "Ấy vậy mà đó là tình thế của chúng ta đấy, những con mèo yêu quý của ta à, bị đe dọa." Ông đang nói chuyện với ba con mèo đi cùng – những sinh vật lộng lẫy có bộ lông màu lửa ấy, con màu đồng đậm thì đi đằng trước ông, con màu cam chói và con màu vàng ánh sao chạy hai bên ông.

"Các bạn là nguồn an ủi lớn lao đấy, các bạn có biết không, những con mèo lửa?" người đàn ông nhỏ bé thở dài.

Họ rời khỏi đường Đồi Cao và rẽ vô hẻm Ếch, một ngõ hẻm hẹp dẫn tới những bức tường mà thời cổ xưa đã bao quanh thành phố. Đêm nay là một đêm lạnh, trời ẩm ướt, những đường phố rải sỏi đẫm nhoét sương giá đang tan. Mỗi bước chân người đàn ông nhỏ bé lê tới lại mỗi thêm nặng nề. Ông quẹo một góc cua và lọt vô tầm nhìn của một cái quán trông khác thường, xây hẳn

vô giàn khung của những bức tường cổ. Phía trên một cửa sổ gắn lưới mắt cáo của quán là dòng chữ *Quán cà phê Thú Kiểng*, được kẻ trên tấm biển vẽ chen chúc hình thú vật.

Ông Onimous hầu như không thể nhấc nổi chân được nữa. Ông ngẩng mặt lên trời, hớp không khí. Gương mặt râu ria và mái tóc nâu bù xù làm cho ông trông giống như con chuột đồng bự trong một chiếc áo khoác vải tuýt chẳng vừa vặn tẹo nào.

Lũ mèo quây lại quanh ông, meo lên khích lệ, nhưng ông Orvil Onimous vuột ra một tiếng nấc não lòng và chỉ tờ giấy đính trên cánh cửa sơn màu xanh lá cây. Tờ thông cáo ghi:

Cơ ngơi này bị đóng cửa theo lệnh của Hội đồng Thành phố, chiếu theo Mục 238 của đạo luật Sức khỏe Cộng đồng.

Lũ mèo tuy không đọc được nội dung của bản thông cáo kia nhưng chúng cảm nhận được đầy đủ ý nghĩa của nó. Phương kế sinh nhai của bạn chúng đã bị tước đoạt. Quán cà phê Thú Kiểng, nơi mọi khách đến đều bắt buộc phải mang theo thú nuôi, bây giờ đã phải dẹp tiệm. Tiếng liếp chiếp ríu ríu, tiếng kêu be be, tiếng chó sủa, mèo ngao rộn ràng mà một thời từng đón chào mọi du khách giờ không còn nữa, chỉ còn lại bầu im lặng trống trải.

Bên trong quán, ghế bị chất đống hết lên những cái bàn trống trơn, đèn đóm trong dàn đèn lồng treo thòng từ trên trần nhà xuống hết thảy đều tắt ngúm, và trong bếp, bà Onimous vẫn không ngơi nghỉ, cứ nhét đầy vô lò bao nhiêu là bánh nướng và bánh quy nhân mà sẽ chẳng có ai ăn.

Nghĩ đến vợ, ông Onimous dấn một bước khẳng khái về phía cánh cửa màu xanh lá cây, nhưng rồi lại lần chần. Có tiếng động vọng tới từ đầu con hẻm khiến ông thận trọng ngó he hé qua khúc cua.

Một dáng người đang sải bước hùng hổn về phía ông.

"Chúng tôi đóng cửa rồi," ông kêu to. "Đến đây cũng vô ích thôi. Ngoài ra," ông rầu rĩ thêm, "anh không mang theo thú cưng... trừ phi anh đút nó trong túi quần. Đi đi."

Người lạ kia vẫn không đếm xỉa đến lời của ông. Anh ta chủ đích tiến tới gần hơn. Một thằng bé, ông Onimous nghĩ, để ý dáng người dong dỏng và những bước sải chân trẻ trung. Một chiếc khăn quàng màu vàng quấn che kín hết nửa mặt phía dưới của cậu bé, còn chiếc mũ trùm đầu liền với chiếc áo khoác xanh da trời thì kéo sụp hẳn xuống, che kín trán cậu ta.

Ông chợt dạ thụt lùi khỏi góc quẹo. Tim ông đập dồn hơn, nhưng tâm trạng thảm não trong ông đã bị thay thế bằng cơn giận bừng bừng. Cái kẻ lạ câm nín đó là ai mà hùng hổ đi về phía ông trong khi ông đã bảo hắn hãy đi đi?

Lũ mèo bình thường sẽ tức tốc triển khai thế trận bảo vệ ông, nhưng chúng vẫn đứng tại chỗ trong ngõ hẻm, đuôi nhổng cao, hít hít không khí với vẻ chờ đón.

Một luồng gió mạnh đồng hành với kẻ lạ – một cơn gió độc địa, theo như ý kiến nhận xét của ông Onimous. Không thể là gió từ con nít, ông nghĩ. Không thể là gió

của một trong những đứa được ban phép thuật. Tối hôm nay là thứ Tư. Tất cả bọn trẻ được ban phép thuật đang ở trường, và hầu hết đã lên giường ngủ. Ông chạy ù tới cánh cửa xanh lá cây, rút phăng chiếc chìa khóa từ trong túi quần ra, run rẩy tra nó vô ổ.

"Ông Onimous!" tiếng gọi đó thì thầm, khàn khàn và gấp gáp.

Người đàn ông bé nhỏ sợ hãi quay người lại và nhìn vô cặp mắt xanh thẳm trông quen quen. "Tancred Torsson!" ông reo lên.

"Suỵt!" Tancred đặt một ngón tay lên môi.

"Ôi chao, cưng, anh chàng yêu quý của ta." Ông Onimous chộp lấy cả hai bàn tay của Tancred mà bóp thật chặt. "Ối, cháu không biết cháu đã nâng tinh thần của ta lên cao biết chừng nào đâu. Bọn ta cứ tưởng cháu bị chết rồi chứ."

"Cháu chết rồi, ông Onimous à," Tancred thì thào. "Ít nhất là chết đối với BỌN CHÚNG. Cho cháu vô được không? Cháu sẽ giải thích tất cả."

"Được, được, được chứ." Ông Onimous mở khóa cửa và kéo Tancred vô quán vắng tanh. Ba con mèo nhanh chóng nhảy chồm theo sau họ và ông bấm ổ khóa, cài chốt cửa lại.

Tancred tháo khăn quàng cổ ra và ngây người nhìn trừng trừng đống ghế bị úp ngược, chổng những cái chân nhọn hoắt lên trần nhà tối thui. "Thế này thì buồn quá ạ, ông Onimous. Chúng ta phải làm gì đó về việc này thôi," cậu nói.

"Dĩ nhiên phải làm chứ, nhưng bộ óc già nua tội nghiệp của ta không kham nổi." Ông Onimous dẫn đường đi vòng qua quầy ở phía sau quán và bước vô nhà bếp sáng trưng.

Một phụ nữ cao quá khổ, có gương mặt dài sầu muộn đang phết mứt lên những chiếc bánh tạc trông hơi nhờn nhợt. Đã có năm, sáu đĩa bánh như thế bày ra khắp trên bàn bếp, và nếu không nhìn vào nét mặt rầu rĩ của bà Onimous thì chắc hẳn người ta đã nghĩ là bà đang chuẩn bị cho một bữa tiệc.

"Đừng nhắc gì nữa," bà Onimous lầm bầm, vẫn không ngẩng đầu lên. "Ai sẽ ăn hết hàng trăm chiếc bánh tạc này? Em không sao ngưng được, Orvil. Em còn biết làm gì khác nữa?"

"Onoria yêu dấu," ông Onimous không ngăn nổi tiếng rít phấn khởi trong giọng nói của mình. "Chúng ta có một vị khách đây này."

Bà ngước nhìn lên, há hốc miệng, hét lên một tiếng, lảo đảo lùi lại và đổ sụp người xuống chiếc ghế bành cũ. "Tancred Torsson!" bà thở hốc. "Cháu chết rồi mà!"

"Chưa đâu ạ, bà Onimous." Tancred kéo mũ trùm ra, để lộ món tóc dày màu vàng trái bắp. "Như bà thấy đấy, cháu vẫn còn sống nhăn."

"Tin đã truyền lan khắp thành phố. Người ta bảo cháu bị chết đuối." Hai dòng nước mắt đậm to lăn dài xuống má của bà Onimous. "Một tai nạn thương tâm, họ nói thế, nhưng bọn ta đoán rằng chính cái thằng ôn dịch Dagbert Endless đã dìm chết cháu chứ không ai."

"Đúng thế, chính nó đã làm vậy đó," Tancred công nhận. "Cháu đã mém đi đời rồi thì Emma cứu cháu. Và ngay sau khi ba cháu mang thân xác bất động của cháu về thì nhà cháu có khách." Tancred ngồi bên bàn và vuốt ve cái đầu của con mèo vàng, con Nhân Mã, nó khoái chí kêu rừ rừ sâu trong cái cổ họng mềm mịn như tơ. "Cháu nghĩ ông bà đã phái chúng tới chỗ cháu."

"Lũ mèo ư!" ông Onimous kêu lên, chập hai bàn tay lại với nhau. "Đáng lẽ ra ta phải biết chứ nhỉ. Nhưng chúng sống một cuộc đời bí ẩn lắm. Ta không bao giờ biết chúng đi đâu hết."

"Thì chúng cũng đã cứu sống ông đấy thôi, Orvil," bà vợ nói trong lúc rót trà ra cho cậu khách. "Thật kỳ diệu, không biết làm sao mà chúng luôn luôn biết khi có một đứa trẻ của Vua Đỏ gặp tai ương."

"Tôi không phải là đứa trẻ," ông Onimous cười khúc khích, bồng hẳn con Sư Tử vào lòng mình.

"Thì ông là hậu duệ của ngài – nhiêu đó là đủ cho chúng cứu ông rồi." Bà Onoria mỉm cười khi Dương Cưu, con mèo màu đồng xoắn người nó quanh chân của bà.

"Chúng đã ngồi trên giường cháu suốt đêm hôm ấy." Đôi mắt của Tancred nháng lên một tia nhìn xa xăm khi cậu bắt đầu mô tả cảm giác ấm áp và dễ chịu mà lũ mèo đã đem đến cho tứ chi đau nhức ê ẩm của cậu; rồi cậu kể tiếp tiếng meo meo của chúng đã làm dịu cơn đau đầu kinh khủng và làm bình ổn trái tim đập loạn xạ của cậu ra sao.

"Ta biết, ta biết." Ông Onimous liên tưởng đến cuộc bình phục ngoạn mục của chính mình.

Bà Onimous ngồi xuống, đẩy đĩa bánh bà vừa quết mứt xong qua cho Tancred. "Ăn hết cả đĩa đi nhé, cháu ngoan," bà bảo. "Hãy mang về nhà cho mẹ cháu nữa. Chúng tôi hiếm khi thấy bà ấy xuống đây ghê."

"Mẹ cháu không có thú cưng," Tancred nói với cái miệng đầy ứ bánh tạc. "Mẹ cháu đã thử nuôi chó, nuôi mèo, chuột lang, thỏ, thậm chí cả ngựa lùn nữa, nhưng bọn chúng đều bỏ đi hết ráo. Chúng không thể chịu nổi sấm chớp của ba cháu."

Cha của Tancred nổi tiếng với biệt danh Ông Bão Tố, do thời tiết khắc nghiệt liên tục xảy ra ở những nơi ông có mặt.

"Thế Charlie Bone có biết là cháu đã được cứu sống không?" ông Onimous hỏi, cắn một chiếc bánh tạc do vợ ông làm.

Tancred gật đầu dứt khoát. "Cả mấy đứa kia cũng biết rồi: Lysander, Gabriel, cả bọn luôn, ngoài ra thì không một ai khác được biết cả. Cháu sẽ hữu ích cho chúng nó hơn nếu Dagbert và gia đình Bloor tưởng rằng cháu đã chết."

"Chúng ta sẽ không hé răng cho một sinh linh nào." Ông Onimous hạ thấp giọng như thể gia đình Bloor đang ở ngoài cửa ngay tại khoảnh khắc này. "Ta thấy tội nghiệp cho Charlie quá. Ba mẹ nó đi xa đã hơn tháng nay rồi; và mặc dù ta không thích chỉ trích một người tốt như Lyell Bone, nhưng ta thấy chú ấy bỏ thằng con

duy nhất ở lại một mình sau khi đã chia cách nó hơn mười năm ròng như thế là quá lâu đấy."

"Cháu đồng ý ạ," Tancred nói, "Nhưng Charlie là đứa tuyệt..." Bỗng nhiên có tiếng gõ cửa rầm rầm khiến cậu ngừng nói giở chừng và gồng vai lên cảnh giác.

"Ai thế nhỉ?" ông Onimous mở cửa bếp và ngó đăm đăm qua quán tới một thân hình cao lớn hiện ra ở khung cửa sổ. "Lạy trời, Norton, để ta..."

"KHÔNG, ông Onimous!" Tancred đứng bật dậy và đẩy người đàn ông nhỏ thó trở vô nhà bếp. "Charlie bảo cháu phải cảnh báo cho ông bà. Chính vì thế mà cháu mới tới đây. Norton Cross đã phản bội ông, ông Onimous ạ."

"Cái gì?" Ông Onimous nhăn mặt với Tancred, không tin nổi. "Sao cháu lại nói như vậy? Norton? Chú ta là người gác cửa giỏi nhất mà chúng ta có."

"Ông phải tin cháu, ông à," Tancred nói bằng giọng hạ thấp. "Hắn đã bị nhìn thấy đi cùng với mụ phù thủy Tilpin và bọn khác. Chính xác là đi với một số bọn côn đồ ở đường Piminy."

"Norton?" Bấu chặt lấy cạnh bàn, ông Onimous chìm lỉm xuống chiếc ghế. "Thế giới đang biến thành cái gì thế này?"

"Ồ, ít nhất là chúng ta phải cảnh giác, Orvil," vợ của ông bảo. Bà lắc đầu. "Kẻ nào mà biến Norton dễ mến của chúng tôi thành đồi bại thế không biết?"

Không ai có thể trả lời bà.

Tiếng gõ cửa cuối cùng cũng im, ló nhìn ra khỏi quán tối om, Tancred bắt gặp hai hình thù đang đi ra khỏi con hẻm. Dáng hình của Norton thì không thể nhầm lẫn, thân người dềnh dàng của hắn bọc kín trong chiếc áo jacket độn bông màu xanh lá cây, in toàn những con voi màu vàng. Kẻ đi kèm hắn lùn hơn, mặc áo chùng đen, đội mũ có cắm một chiếc lông chim rũ oặt xuống. Chiếc mũ đó bằng vải nhung, mềm nhũn và mang hình thù quái dị. Nó gợi nhắc Tancred tới một cái mũ nào đó mà cậu đã từng trông thấy. Không biết là nó ở trong sách hay trong hình vẽ? Cậu không tài nào xác định được.

"Cháu nghĩ tốt hơn cháu phải về ngay đây," Tancred bảo ông bà Onimous.

"Cẩn thận nhe cưng," bà Onimous đi tới ôm chầm lấy cậu. "Cháu còn trẻ mà ra ngoài một mình trong một đêm tối trời như thế này."

Tancred đã mười bốn tuổi và đã quen với việc đi ra ngoài đêm hôm. Tài phép của cậu là thứ duy nhất bảo vệ cậu khi cần, hoặc là cậu nghĩ vậy. Một luồng chớp hay một cơn gió giật luôn luôn đủ để làm nhụt chí của kẻ có ý đồ tấn công cậu. "Cháu tự lo cho mình được," cậu nói, tự giải thoát mình khỏi vòng ôm của bà Onimous.

Một cơn gió cỡ cấp bảy quạt xuyên qua nhà bếp và ly tách đựng trong tủ va lách cách vào nhau, hòa thành một mớ âm thanh hoang dại.

"Được rồi, cậu bé Bão Tố, cậu không cần phải chứng minh đâu," ông Onimous cười khà khà.

Tancred lanh lẹn đi qua quán, ngoái lại chào: "Chúc ông bà ngủ ngon. Ông bà nhớ cẩn thận."

Bước ra ngõ hẻm, Tancred đóng cửa quán lại và đứng nghe ngóng một chút. Những tiếng bước chân có thể được nghe thấy quẹo phải lên đường Đồi Cao. Kéo cái mũ trùm lên, Tancred nhón chân đi lẹ trong hẻm và nhìn ra khỏi khúc quanh.

Hai bóng người đó đang vội vã đi về hướng học viện Bloor. Tancred kéo chiếc khăn quàng cho nó bọc kín phần dưới gương mặt mình rồi hối hả đi theo bọn chúng. Mới đầu Norton và tên đồng bọn hầu như không nhận biết được kẻ theo đuôi, nhưng bất thình lình cái gã áo khoác đen quay ngoắt lại. Tancred phóng vội vô một khung cửa. Lưng cậu áp sát vô cánh cửa, thở hổn hển.

Chắc chắn hắn đã thấy mình, Tancred nghĩ, bởi vì mình đã nhìn thấy hắn.

Đó là gương mặt mà Tancred nhận ra ngay lập tức. Đóng khung trong những xoắn tóc đen dài tới vai, nét mặt của kẻ lạ nổi bật với đôi mắt đen thô lố và đôi lông mày rậm rì hình vòng cung. Hắn có bộ râu quai nón ngắn, nhọn chĩa ra và hai chót ria mép tỉa cong vút lên tới tận hai bên má.

Nếu cái gã đó đã nhìn thấy Tancred thì rõ ràng gã cũng hờ hững như không, bởi vì tiếng chân của bọn chúng đã trở về những sải bước gấp gáp.

Phải mấy phút sau Tancred mới dám nhúc nhích trở lại, và đến lúc cậu ló mặt ra đường Đồi Cao thì hai bóng người kia chẳng còn thấy đâu nữa. Không nghi ngờ gì, bọn chúng đã rẽ vô con đường nhánh dẫn tới học viện.

Dấn bước tiếp đến gần cụm tòa nhà quen thuộc,

Tancred quyết định bám theo chúng. Cậu đến quảng trường phía trước học viện đúng ngay lúc thấy Norton leo lên những bậc thang dẫn vô trường.

Một cơn rùng mình chạy lạnh sống lưng Tancred. Cậu đã học ba năm tại ngôi trường này, và dẫu kết được nhiều bạn bè thân thiết ở đó, cậu vẫn luôn luôn nhận thức rằng bất kỳ giây phút nào lão già Ezekiel Bloor và đám con nít bị lão nắm đầu đều có thể thực hiện điều hiểm ác gì đó, mà sẽ để lại hậu quả không thể cứu vãn. Và Dagbert-kẻ-dìm-chết-người xuất hiện, cái ác cuối cùng cũng đã ra tay. Dagbert đinh ninh nó đã dìm chết Tancred Torsson – thật vậy, nếu không có quyền năng huyền diệu của những con mèo lửa thì Tancred đã chết rồi.

Cậu nhìn Norton leo lên tới bậc thang trên cùng, xong cậu quay lại nhìn đài phun nước nằm chính giữa quảng trường. Một bầy thiên nga quây tròn, nghếch mỏ lên trời, phun những dòng nước bạc lên bầu không trung rực ánh đèn. Tancred núp sát vô tường, chỗ ánh sáng đèn đường không thể rọi tới. Norton làm một dấu hiệu kỳ cục bằng bàn tay của hắn: một kiểu như ra dấu đồng ý bằng tất cả những ngón tay. Rồi, trước khi Tancred kịp nhận biết chuyện gì xảy ra, bàn tay Norton gập xoắn lại, ngoẩy một vòng cho ngón tay trở chĩa thẳng vô cậu. Tancred tự nguyền rủa mình sao mà ngu hết sức. Cậu đã quên phéng kẻ đi cùng Norton.

Cái gã đó bây giờ đã xộc ra từ đằng sau vòi phun nước và đang phóng về phía Tancred.

"Mài là ai? Lói tên cho bọn tau." Giọng của gã gần sâu và khàn đặc. "Lói!"

Áp sát lưng vô tường, Tancred sàng lết ngang qua, cố lỉnh trở lại ngõ hẻm.

"Đứng lại!" gã người lạ rống vang, và Tancred đông cứng cả người khi mà, từ bên dưới những nếp gấp áo chùng của mình, gã rút ra một thanh gươm sáng loáng. "Do thám! Lói tên mài!"

Tancred thấy mình không thể thở được – chân cẳng bủn rủn đến nỗi cậu sợ chúng sẽ sụm xuống bất cứ lúc nào. Cậu cố triệu hồi một cơn gió có thể mang mưa đá đến trám đầy không gian, nhưng trước sự hiện diện của kẻ lạ kia cậu chỉ đủ sức tập hợp được một luồng gió ẩm. Gã đàn ông sắp tới được chỗ cậu, thanh gươm chém loang loáng những vòng cung sáng lóa vô không khí.

"Lẽ nào mình phải chết lần thứ hai?" Tancred lẩm nhẩm một cách hoảng loạn.

Tuyệt nhiên không hề có nhân chứng. Cả thành phố tựa như hoang mạc, ngay cả tiếng xe cộ cũng đã im hẳn, âm thanh duy nhất Tancred có thể nghe được là một tiếng thịch yếu ớt, mà cậu lầm tưởng là tiếng tim mình đập. Nhưng tiếng lịch thịch đang rõ dần lên. Và giờ thì âm thanh đó nghe như tiếng vó ngựa chạy nước kiệu trên sỏi đá, thế rồi một tiếng thét cắt phăng màn đêm "ASHKELAN!"

Tay kiếm sĩ xoay ngoặt lại và Tancred chớp mắt kinh ngạc khi một hiệp sĩ cưỡi ngựa trắng phi như bay vô quảng trường. Hiệp sĩ bọc kín từ đầu đến chân trong bộ áo giáp hợp bởi những vòng thép xâu vào nhau, sáng lấp lánh, ngài đội mũ giáp kim loại sáng bóng, có cắm một chùm lông chim màu đỏ phấp phới trên chóp, và tấm áo chùng đỏ tía bay phần phật đằng sau ngài như một cánh buồm. Trong bàn tay phải, ngài nắm chắc một thanh gươm sáng chói, cán gươm khảm châu báu hào nhoáng, và tấm khiên ngài vung lên khỏi yên cương vẽ biểu tượng một mặt trời đang chiếu rực rỡ.

"Ngươi!" gã đàn ông được gọi là Ashkelan gầm thét, gươm vung cao và lao sầm sập về phía hiệp sĩ.

Chém phập thanh gươm của mình một nhát, hiệp sĩ gạt phăng thanh gươm khỏi tay kẻ tấn công, nó rớt lạch xạch xuống mặt sỏi. Đồng thời với một tiếng thét đau đớn vang lên, tiếp liền là tiếng gầm cuồng nộ khi chủ nhân của thanh gươm kia ngã oạch xuống đất, ôm chặt lấy cánh tay.

Một tràng những từ ngữ bí hiểm, không thể giải mã được tuôn ồ ạt khỏi miệng gã đàn ông khi gã nhoài tới nhặt thanh gươm của gã. Tancred đáng lẽ đã chạy trốn khỏi hiện trường nguy hiểm đó nhưng cậu cứ đứng chôn chân tại chỗ, không dám tin vô mắt mình. Bất thần thanh gươm đang nằm dưới đất tự động nhấc bổng lên không và bay về phía hiệp sĩ. Giương vũ khí của mình lên, hiệp sĩ đánh bạt cú đòn mà nếu trúng đích thì có lẽ nó đã chặt đứt cánh tay ngài, nhưng thanh gươm ma thuật lại đâm bổ tới lần nữa, và lại một lần nữa ngài gạt phăng cú đòn đi. Một trận đọ kiếm tay đôi quái lạ đang diễn ra trước mắt Tancred, và cho dù sợ kinh hồn bạt vía, cậu không sao bắt mình rời khỏi quảng trường.

Hiệp sĩ và ngựa cưỡi của ngài hầu như hòa nhập làm

một, bởi vì con ngựa chuyển động nhanh như tia chớp. Nó hết nhảy cao hơn đài phun nước lại chạy quanh quảng trường, rồi móng guốc tung hoành, bắn ra những tia lửa. Thanh gươm ma thuật, bây giờ như một luồng ánh sáng biết bay, tấn công hiệp sĩ từ mọi góc. Làm sao ngài có thể chống đỡ nổi trước ánh sét liên tục ra đòn như thế thì thật khó mà hiểu được. Thế rồi, cuối cùng, thanh gươm ma thuật cũng tung ra được đường gươm chắc chắn sẽ kết liễu ngài. Nó đáp xoẹt qua ngực, rạch đứt lớp áo giáp của hiệp sĩ và móc ra khỏi ngài một tiếng hự đau đớn. Tuy nhiên bằng một thế hất lên dũng mãnh, ngài gạt trúng thanh gươm ma thuật và gẩy nó quay tít lên trời.

Tancred không đợi cho thanh gươm đó rơi xuống đất. Quá choáng váng trước những gì mình vừa chứng kiến, Tancred chạy thục mạng qua con hẻm và rẽ vô đường Đồi Cao. Nỗi sợ hãi pha lẫn sự kích động sinh ra những cơn gió mạnh, giật ù ù trên đầu cậu; chiếc mũ trùm bị lật ra sau và không khí trên đầu cậu kêu xèo xèo vì những tia lửa điện cả trắng lẫn xanh lè phóng ra. Cậu chạy về lại hẻm Ếch và nhắm hướng quán cà phê Thú Kiểng, vừa chạy vừa gọi toáng lên, "Ông Onimous, mở cửa cho cháu vô!".

Một người đàn ông cao lớn từ trong bóng tối bước ra và Tancred tông thẳng vô người đó. Hộc lên một tiếng buông xuôi, cậu bé bão tố nhắm mắt lại và đổ gục xuống đất.

CHÚA TỂ GRIMWALD TÁI XUẤT

Charlie Bone vừa mới ngủ thiếp đi. Giờ đột nhiên nó không còn ngủ được nữa. Có tiếng người lao xao trong mảnh sân gạch bên dưới. Charlie phóng khỏi giường, băng vèo qua phòng ngủ chung tới ngó ra cửa sổ. Có hai người đàn ông đang tiến về phía cánh cổng chính của học viện. Một gã Charlie nhận ra là Norton Cross, tên gác cửa quán cà phê Thú Kiểng. Hắn đang nửa kéo, nửa khiêng một người nhỏ con hơn hắn, đội mũ rộng vành cắm một chiếc lông chim rũ quặt ra sau.

"Khiếp!" Charlie lầm bầm. Nó không thể thấy gương mặt của gã đàn ông bên dưới cái mũ sùm sụp đó, nhưng tiếng hắn rên rỉ mới kinh khủng làm sao. Charlie mở cửa sổ, chỉ hi hí, để có thể nghe ngóng xem chuyện gì đang diễn ra.

"Suỵt!" Norton rít. "Ngài đánh thức toàn trường dậy bây giờ, thưa ngài."

Hai gã đàn ông leo lên những bậc thang tới cánh cổng chính và Norton nhấn chuông. Loáng sau, có tiếng loảng xoảng ầm ĩ và một trong hai cánh cổng mở ra. Gã Weedon, gã sai vặt, đứng ở ngưỡng cửa. Đó là một gã to con bậm trợn, đầu trọc lóc, lúc nào cũng đeo bộ mặt nhăn nhó.

"Tôi tưởng ông ta không được ra ngoài chứ," gã Weedon nói.

"Ngài muốn xem thành phố." Norton kéo kẻ đồng hành của hắn qua cánh cửa.

"Ông ta bị sao vậy?" gã Weedon hỏi, quạu quọ dòm thanh gươm lượn rập rềnh qua người gã.

Cánh cửa đóng lại trước khi Charlie có cơ hội nghe lời đáp của Norton. Nhưng sau đó sự chú ý của nó liền bị lôi kéo về phía phái đoàn thứ hai đang tới. Ba người phụ nữ đi trên lối vào uốn khúc và băng qua mảnh sân gạch. Cái mũi nhọn của mụ Grizelda Bone dẫn đầu. Mụ này là bà nội của Charlie. Mấy bà em của mụ, Eustacia và Venetia, bám theo sát gót. Cả ba đều cao nhẳng, mắt đen hí rị, và lông mày đậm như chổi sể. Tóc nội Bone trắng xóa đến giật mình, tóc mụ Venetia đen, còn tóc mụ Eustacia thì pha trộn giữa hai màu.

Charlie nhìn bọn họ leo lên cầu thang, bà nội của nó hơi chệch choạc trên đôi giày ống cao gót. Khi bà ta nhấn chuông, mụ Eustacia chẳng hiểu sao lại bất giác ngó lên cửa sổ chỗ Charlie đang đứng.

Charlie thụt vô trong bóng tối. Eustacia hay khoe khoang là mụ có tài tiên tri bằng thần giao cách cảm, mặc dù Charlie chả tin tẹo nào. Tài phép của mụ thuộc loại ba hồi thịnh, ba hồi suy. Đêm nay chắc là nó đang tới hồi phát tiết.

Như thể đồng lõa với những sự kiện dưới kia, cánh cửa phòng ngủ chung đột nhiên bật mở và Charlie bị chụp gọn vô tròng ánh sáng từ hành lang rọi vô. Mụ giám thị, bà em thứ ba của nội Bone, Lucretia, đứng lù lù ở khung cửa, hạch hỏi, "Mày làm gì mà ra khỏi giường, hả?"

"È, hít thở chút không khí," Charlie lí nhí.

"Không khí? Hừ, ở đây có đủ không khí để dộng đầy buồng phổi cho cả ngàn đứa, huống hồ là mười hai thằng."

"Thế à?" Charlie ngó qua mười một thằng nhỏ đang ngủ đằng sau nó. Không đứa nào thức giấc, dẫu cho mụ giám thị chẳng mảy may cố hạ thấp giọng xuống.

"Trở lại giường!"

Không chờ Charlie tuân lệnh, mụ giám thị đã đóng ập cửa. Tiếng bước chân của mụ dời xa hấp tấp đến nỗi Charlie tưởng tượng chắc chắn mụ đang chạy trên hành lang. Suốt hai năm ở trong học viện này, nó chưa bao giờ biết là bà cô Lucretia của nó lại chạy. Đêm nay hẳn là mụ đang chạy trốn khỏi cái gì đó rất khó chịu, hoặc là mụ đã trễ một cuộc gặp vô cùng quan trọng.

Ai mà đi triệu tập họp hành vào cái giờ khuya lắc khuya lơ thế này? Chỉ có lão Ezekiel thôi, Charlie kết luận. Ở tuổi một trăm lẻ một, lão Ezekiel chẳng thèm phân biệt ngày và đêm. Buổi sáng lão hay ngủ khò trong chiếc xe lăn, buổi chiều lão đọc mấy thứ sách bùa chú gớm ghiếc. Chỉ đến ban đêm là bộ óc ác hiểm của lão mới thật sự sống dậy, và khi đó thì đau thương sẽ xảy đến với bất kỳ ai không ăn khớp với những kế hoạch của lão.

Charlie đang định đóng cửa sổ lại thì một cái mùi kỳ cục trôi đến chỗ nó: một mùi muối pha lẫn tảo biển lờm

lợm cứ lẩn vẩn nơi đầu lưỡi. Lại cái mùi kinh khủng quen thuộc. Ngó xuống mảnh sân gạch nó không ngạc nhiên khi thấy một bóng người kềnh càng hiện ra ở cổng vòm. Kẻ này mặc áo khoác vải dầu và mang ủng dài của ngư dân. Hắn di chuyển trên sỏi bằng những sải bước loay xoay quái đản, như thể hắn đang đi trên boong của một con tàu.

Charlie phóng vội trở lại giường. Tuy nhiên, trước khi nó leo lên giường, có một tiếng lầm thầm khản đặc từ chiếc giường ngoài chót, cùng hàng giường với nó.

"Cửa sổ. Đóng cửa sổ lại."

Charlie kéo khăn trải giường trùm kín đầu. Nó hầu như không chịu nổi cái việc nhìn Dagbert Endless, chứ đừng bảo là nói chuyện với thằng ấy. Dagbert vẫn chối đây đẩy về vụ nó đã dìm chết Tancred, nhất mực cho rằng đó chỉ là một tai nạn. Thậm chí cả ông hiệu trưởng cũng tin câu chuyện của nó. Cả trường đều bảo Tancred Torsson vô tình té xuống phòng Điêu khắc và bị chết đuối do nước đổ ra từ một cái vòi hỏng. Charlie thừa biết. Dagbert là kẻ dìm chết người. Thậm chí nó còn hay phô trương tài phép của mình. Thế nhưng cả thằng đó lẫn gia đình Bloor đều không hay biết rằng Tancred đã được cứu sống. Bạn bè của Tancred dự định cứ để sự việc tiến triển theo cách như thế.

"Cửa sổ. Đóng cửa sổ lại coi." Lần này giọng nói lớn hơn. Cái mùi tảo biển từ bên ngoài trộn lẫn với mùi cá tanh tưởi bên trong do Dagbert thỉnh thoảng bốc ra.

Charlie bịt mũi lại, vẫn nằm yên.

"ĐÓNG CỬA SỔ LẠI!"

Tiếng quát dựng phân nửa phòng ngủ chung dậy. Vài thằng ngáp ngái ngủ và trở mình nằm úp xuống, nhưng Bragger Brain, thằng du côn lớp trên, ngồi bật dậy, gầm gừ, "Đứa nào vừa nói đó?"

"Tao đấy," Dagbert trả lời bằng giọng ảo não. "Charlie mở cửa sổ ra mà không chịu đóng lại."

"Đóng cửa sổ lại, Charlie Bone," Bragger ra lệnh.

Thằng lâu la sốt sắng của Bragger, Rupert Small, nhai lại câu nói của đại ca nó bằng giọng lạo xạo nhớt nhầy, "Đóng cửa sổ lại, Charlie Bone."

Charlie nín thở. Nó quyết định không tuân lệnh Bragger Brain lẫn thằng bậu xậu đáng khinh kia.

"ĐÓNG CỬA SỔ LẠI!" Dagbert quát.

Tiếng quát lần này dựng cổ Fidelio Gunn đang ngủ trên chiếc giường sát bên giường Charlie dậy. "Thôi đừng lâm ly thống thiết nữa, thằng cá ươn!" cậu thét, đập đập gối cho nó phồng trở lại. "Để mấy người bình thường ngủ cái coi."

Trong vòng vài giây sự im lặng đã thống trị. Charlie mỉm cười thầm trong bóng tối và lẩm bẩm tán dương, "Giỏi lắm, Fido!"

Tiếng lẩm bẩm đó khiến Bragger điên tiết. Nếu giường của nó mà ở sát giường Charlie thì chắc hẳn nó đã uych Charlie rồi. Nhưng chúng ở cách xa nhau cả nửa phòng ngủ chung, với lại nguyên cả ngày đánh đấm người khác và làm ngôi sao trên sân bóng đá quay cho Bragger mệt

lử rồi. Giờ thằng đó chỉ muốn ngủ yên thôi. Lần tiếp theo Dagbert lặp lại đòi hỏi của nó, Bragger bảo, "Mày tự ra mà đóng lấy, thằng cá ươn!"

Charlie chờ Dagbert tuột xuống khỏi giường để ra đóng cửa sổ lại, nhưng thằng người cá không động cựa. Chẳng mấy chốc cả phòng lại chìm trong tiếng thở nhịp nhàng của bọn trẻ ngủ mê mệt. Charlie lật người lên và nhắm mắt lại.

Mấy phút trôi qua. Cố hết sức, Charlie không sao ngủ được. Một luồng ánh sáng nhẹ cứ thúc ép qua mí mắt nó. Nó mở hi hí một mắt ra. Một quầng ánh sáng xanh nhợt, chói lóa đang chiếu loang trên các bức tường – thứ ánh sáng lợn gợn dạ quang giống như nước trong hồ bơi. Charlie cố nhắm tịt mắt lại, ráng cầu cho ánh sáng ma quái kia tắt đi. Hiện tượng này thường xảy ra mỗi khi Dagbert lo sợ hoặc phấn khích. Có lẽ nó đã linh cảm biết được về cuộc viếng thăm của Lord Grimwald. Charlie biết Dagbert gườm cha nó – hai cha con nhà họ hiếm khi gặp nhau, bởi vì Lord Grimwald hãn hữu lắm mới rời khỏi lâu đài ảm đạm của y ở quần đảo Phương Nam.

Ở cuối hàng cùng bên với giường Charlie phát ra tiếng giường kêu cọt kẹt và nó nghe thấy tiếng chân bước cập rập trên nền nhà trần trụi. Ai đó đóng sập cửa sổ nhưng không đứa nào thức giấc. Charlie co người lại, chuẩn bị trôi vô giấc ngủ. Bỗng có gì nặng nề thả phịch xuống giường nó, ngay bên dưới đầu gối nó, và một giọng lào khào, "Charlie, mày còn thức không?"

Không. Tao ngủ rồi, Charlie thầm nói một mình. Nó không nhúc nhích.

"Charlie, dậy đi."

Đáng ra Charlie vẫn nằm im lìm như cũ, nhắm tịt mắt, nhưng cơn điên tiết đột ngột dấy lên khiến Charlie ngồi bật dậy, gắt gỏng "Cái gì?"

"Cha tao ở đây," Dagbert nói, giọng khản đặc và nguy cấp. "Tao có thể ngửi thấy mùi ông ta."

"Còn tao thì ngửi thấy mùi mày," Charlie ậm ừ. "Cút khỏi giường tao."

"Charlie, tao nghĩ tao cần mày giúp đỡ."

"Gì hả?" Charlie kêu rống lên. "*Tao* giúp *mày*, sau khi mày đã dìm chết bạn tao?"

"Đó là một tai nạn." tiếng thì thầm của Dagbert trở thành tiếng rên khàn đục. "Tao không cố ý."

"Ố, mày cố ý quá đi chứ," Charlie càu nhàu. "Emma Tolly đã thấy tất cả. Cút khỏi giường tao mau." Charlie đá vô lưng Dagbert.

Dagbert đứng dậy, nhưng vẫn không đi khỏi cạnh giường của Charlie. Charlie có thể thấy thân hình cứng đờ của nó in bóng trên bức tường nhấp nháy ánh sáng xanh lục. Cuối cùng một tràng làu nhàu từ Dagbert lộn xộn tuôn ra. "Mày biết bí mật của gia đình tao, lời nguyền dòng họ của tao. Mày biết định mệnh của tao là chết vào năm tao mười ba tuổi... trừ phi cha tao chết trước tao. Phải là một trong hai cha con tao, và bây giờ ông ta đã bất ngờ đến đây, ngay giữa đêm khuya, và năm nay tao mười hai tuổi, Charlie. Vậy chuyện gì sẽ xảy ra? Làm ơn tìm hiểu giùm cho tao đi. Không ai khác ngoài mày, Charlie. Không ai khác làm được điều đó."

"Tự mày tìm hiểu đi," Charlie chàu bạu. Quay lưng khỏi Dagbert, nó ngọ nguậy bên dưới tấm khăn trải giường.

Vài giây trôi qua, Dagbert lề nhề, "Tao sợ."

"Tội quá," Charlie đáp lại.

"Nhưng tao muốn biết tại sao cha tao ở đây."

"Hừ, tao thì không muốn. Chả quan tâm." Charlie kéo tấm khăn trải giường lên trùm kín đầu. Nó chờ lời đáp của Dagbert, nhưng không nghe thấy. Trước khi ngủ thiếp đi, Charlie mở hé mắt ra và thấy phòng ngủ chung đã lại chìm trong bóng tối. Hy vọng Dagbert đã mò trở về giường nó rồi.

Charlie đã không nói thật với Dagbert cho lắm. Nó *rất* quan tâm đến sự xuất hiện của Lord Grimwald. Đúng ra, nó cực kỳ tò mò muốn biết tất cả mọi việc mà nó đã mục kích từ cửa sổ lúc đêm. Có điều nó không tò mò đến nỗi liều mình bị bắt bởi kẻ nào đó trong số những vị khách trông chẳng dễ ưa của ngôi trường này.

Trong hành lang tối om nối với tiền sảnh, hai cánh cửa cổ xưa cao ngất bóng loáng mở vô một phòng khiêu vũ nguy nga tráng lệ nhưng hiếm khi sử dụng. Tối nay phòng khiêu vũ kê đầy ghế và những vị khách của lão Ezekiel Bloor ngồi thành hàng bên dưới bốn chùm đèn treo chói lóa. Ánh sáng rực rỡ từ những bóng đèn pha lê chiếu ra hình như đang làm cho một vài vị khách trông hom hem của lão Ezekiel khó chịu. Bọn chúng vốn là những kẻ khoái ở trong bóng tối: bọn trộm cắp, bọn tù nhân, lũ lừa đảo, tụi bắt cóc, tụi bịp bợm và thậm chí cả lũ sát nhân. Hầu hết bọn chúng sống ở đường Piminy, một con đường hẹp nằm ở khu cổ xưa của thành phố. Có thời nó là nơi cư ngụ của giới thầy pháp, thầy phù thủy, pháp sư và những người đại loại như thế. Quả thực, trong số bọn lưu manh đang ngồi trong phòng khiêu vũ đêm nay có những kẻ được thừa kế tài phép từ những tổ tiên khét tiếng của chúng. Nổi đình đám nhất bọn là một mụ thầy bói tên là Dolores Slingshot – sở dĩ mụ già này mang họ Slingshot là do khả năng bắn giằng ná chính xác chết người của mụ. Dolores đã tám mươi tuổi và đội một bộ tóc giả quăn tít màu đỏ như máu.

Trong một góc ở đằng cuối phòng có dựng một hình khối sừng sững màu trắng. Dẫu được dựng trong góc nhưng xem ra nó thống lĩnh cả căn phòng. Tất cả mọi người bước vô đều nghía mắt dòm cái khối ấy với vẻ sửng sốt pha lẫn tò mò. Chắc có lẽ vì bọn họ không hiểu nổi cái khối vuông màu trắng khổng lồ thế này có thể xoay xở bằng cách nào mà lách được vô đây qua dãy hành lang hẹp bên ngoài. Thật ra nó đâu có đi đường hành lang. Gã Weedon đã bị ép phải mở những cánh cửa không sử dụng ở bên hông phòng khiêu vũ để đẩy cái khối này (với sự trợ giúp của bốn công nhân khuân vác) qua vườn và vô căn phòng này. Toàn bộ quy trình đó khó khăn và tốn hao sức lực khôn cùng. Ngay cả gã Weedon cũng không biết cái gì ở bên dưới lớp vải phủ. Đám khách khứa thì cứ thắc mắc liệu mình có sắp được khám phá nó hay không.

Người cuối cùng tới, ngoài mụ tóc đỏ và gã Weedon,

là một kẻ đốt phá trông bệnh hoạn tên là Amos Byrne. Khi tên này vừa ngồi vô chỗ xong, gã Weedon đóng cửa lại và tất cả mọi cặp mắt đổ dồn lên sân khấu.

Cây đàn piano đã bị đẩy ra cuối phòng và thế vô chỗ của nó là một chiếc bàn hình ô-van trải khăn màu tím. Ở một đầu bàn có một lão già cú đế trong xe lăn ngồi cười nhăn nhở với khách khứa. Mái tóc trắng bết như sáp của lão Ezekiel Bloor đóng khung một bộ mặt hõm hốc và xương xẩu đến nỗi trông nó giống như sọ người chết hơn là mặt của một người sống. Ngồi kế bên lão, không nhếch mép mỉm cười lấy một lần, là thằng chắt nội lão, Manfred, ngồi hơi quay lưng lại người bên cạnh của hắn, một phụ nữ mặt xám như tro bếp, tóc bết từng chùm xám xịt và cái mũi xanh sẫm như một cục bầm.

Ở đầu kia chiếc bàn, ông hiệu trưởng, tiến sĩ Harold Bloor, đang thực hiện giữa chừng một bài diễn thuyết dài, tẻ nhạt chưa từng thấy thì một vị khách nữa tới. Đó là một gã cơ bắp cuồn cuộn mặc độc có cái áo ba lỗ may bằng vải lưới và quần rằn ri. Hắn kéo xoạch một chiếc ghế từ cuối phòng ra, xoay tít trong một tay rồi dằn mạnh nó xuống sàn cho nó dừng lại, nghe một tiếng rầm. Ông hiệu trưởng trừng mắt nhìn vị khách đến trễ, sau đó trở lại bài diễn văn của mình. Nó kéo dài thêm mười phút nữa trước khi từ từ ngừng lại, và những khán thính giả chưa ngủ gật có thể vỗ tay.

Tiếng vỗ tay không kéo dài lâu như ông hiệu trưởng mong muốn, tuy nhiên, đó là do bởi cánh cửa đôi thình lình mở ra cái rẹt và một mùi muối nồng nặc phả vô phòng, theo sau nó là một người đàn ông vạm vỡ.

"Lord Grimwald!" miệng tiến sĩ Bloor há xệ ra. "Chúng tôi không ngờ... nói một cách khác là chúng tôi hầu như không dám hy vọng là ngài sẽ tới vào hôm nay. Như ngài thấy đấy, cái... cái... của ngài," ông ta chỉ cái khối màu trắng.

"Quả cầu Đại Dương." Lord Grimwald mỉm cười với cái khối màu trắng một cách đắc ý. "Ừm, ta đã đến đây rồi, vì vậy, hãy phối hợp cho ăn ý." Y liểng xiểng đi vô lối đi hẹp giữa những hàng ghế như thể chân cẳng y có chiều dài không bằng nhau. Mái tóc xám quăn dúm của y nổi những vân sọc màu xanh tảo biển và mắt y màu xanh ngọc lạnh lẽo. Mùi tanh tưởi đi kèm y khiến nhiều người hắt xì và ho sặc sụa.

"Cho tới bây giờ chúng ta đã nắm vài vấn đề rồi," tiến sĩ Bloor nói, "nhưng tôi vẫn chưa giới thiệu..."

"Đúng, đúng. Tiếp đi." Lord Grimwald leo những bậc thang lên sân khấu và Manfred nhổm phắt dậy, vội vàng lôi chiếc ghế chèn giữa hắn và bà hàng xóm ra.

Lord Grimwald ngồi ịch xuống chiếc ghế trống, "Grimwald," hắn nói, chìa tay về phía người phụ nữ ở bên trái y.

Mụ bắt những ngón tay giống như lươn với vẻ ghê tởm hầu như không che giấu. "Titania Tilpin," mụ nói, rồi nhổm người đứng lên. "Tới phiên ta chuẩn bị nói."

Tất cả mọi người trong phòng xem ra đều biết Titania và tiếng vỗ tay phát rồ phát dại nổ ra. Mụ thảy cho khán giả một cái mỉm cười được xu nịnh và nói "Ta biết các người đang mong đợi điều gì và ta sẽ không làm các người thất vọng."

Thêm tiếng vỗ tay nữa. Ông hiệu trưởng nhăn mặt. Lúc nãy ông ta đã không nhận được sự tán thưởng hào phóng như vậy. "Hãy cho phép cô Titania Tilpin nói," ông ta nhắc nhở.

Người phụ nữ mỉm cười và lôi từ trong những nếp gấp của chiếc áo chùng đen nhánh ra một tấm gương hình tròn lồng trong khung vàng. Tấm gương chiếu ra ánh sáng chói đến độ vài vị khách phải che mắt lại. Rồi sau vài cơn thở hốc sung sướng, đám đông bị bỏ bùa im bặt.

"Gương Thần Amoret," mụ Tilpin tuyên bố. "Hầu hết khán thính giả của ta đã được trông thấy nó rồi, nhưng vì lợi ích của ông, Lord Grimwald à, đây là tấm gương do chính tay Vua Đỏ làm cho con gái của ngài, bà Amoret. Nó đã chín trăm năm tuổi."

"Và là một phương tiện để di chuyển," Lord Grimwald cắt ngang bằng giọng chán chường. "Phải, ta đã nghe nói về nó rồi."

"Còn hơn cả một phương tiện," mụ Tilpin căm phẫn. "Ta chỉ mới bắt đầu hiểu vô số đặc tính của nó thôi. Trước kia ta đã dùng nó để mang tổ tiên của ta, thầy bùa bá tước Harken, vô thành phố này. Cuối cùng ngài đã bị trả về thế giới của ngài – ta sẽ không nói chi tiết – nhưng ta hy vọng ngài sẽ trở lại lần nữa. Bây giờ ta có một thứ để chỉ cho tất cả các người." Mụ xoay người, hất tấm áo chùng đính đầy kim sa ra sau, và giơ tấm gương lên cho ánh sáng chói lọi của nó chiếu lên bức tường đằng sau mụ.

Một quầng sáng rừng rực xuất hiện trên bức tường.

Nó loang to dần bằng một chiếc bàn nhỏ. Sau đó, bên trong vòng tròn sáng hiện ra những đường nét lờ mờ hình cây thân thảo và cây to. Khi một khu rừng xanh ngắt lọt vô cận cảnh, một thằng bé được nhìn thấy, đang đi lơ thơ qua hàng cây cùng với một con cọp sát bên mình. Thằng bé có mái tóc trắng như tuyết và đeo mắt kính tròng dày. Rủi làm sao, có một đường lằn lởm chởm vắt chéo qua, cắt khung cảnh ấy làm đôi.

"Tấm gương của mụ bị nứt," Lord Grimwald nhận xét.

"Charlie Bone đã làm," mụ Tilpin hằn học. "Thằng khốn kiếp. Ta đã nhận được lời hứa từ lão Ezekiel đây là lão sẽ giúp ta sửa lại tấm gương. Nhưng cho đến nay, lời hứa của lão chẳng đi tới đâu."

"Ta già rồi, Titania," lão Ezekiel kháng cự. "Phép thuật của ta đang suy giảm. Ta buộc phải bảo tồn sức mạnh của ta. Ta đã bảo ngươi hãy hỏi ý kiến Dorcas Loom rồi mà. Con bé đó có thể làm được, ta chắc chắn thế."

"Cái đó không quan trọng," Lord Grimwald nói kèm một cái ngáp. "Chúng ta có thể thấy rõ thằng bé, vậy là đủ. Tiếp đi, Tilpin."

"Không quan trọng ư!" mụ Tilpin quắc mắt nhìn Lord Grimwald. Mụ lắc lắc hai vai như một con gà mái rũ lông và tấm áo chùng đen phát ra những tia sáng kêu lắc rắc. "Tấm gương của ta là quan trọng bậc nhất."

"Tất nhiên, tất nhiên rồi, Titania," ông hiệu trưởng vuốt ve. "Nói cho chúng tôi nữa đi... khán giả đang đợi."

Quẳng một cái nhìn thách thức tới Lord Grimwald, mụ Tilpin chỉ thằng bé tóc trắng và nói, "Đây là Billy Raven,

và con cọp mà không phải là cọp thật – một ảo ảnh do thầy bùa hóa ra để làm thú tiêu khiển cho thằng bé."

Lão Ezekiel bỗng tớn lên nói lảm nhảm một lèo. "Thật thú vị làm sao khi thấy thằng oắt con khốn khổ đó bị kẹt trong xứ Badlock, không bao giờ trở về được. Không bao giờ đòi hỏi quyền thừa kế của nó. Có một bản di chúc, các ngươi biết đấy, các bạn của ta." Lão tự đẩy xe lăn ra trước sân khấu và huych toẹt với khán giả. "Đó là chỗ cho các ngươi nhúng vô. Giấy tờ đã được ký bởi cụ tằng tổ Septimus Bloor của ta. Trong đó ghi, ngài để lại tất cả đất đai và tài sản của ngài, thậm chí cả tòa nhà này, cho con gái cả của ngài, bà Maybelle, và những người thừa tự của bà. Hậu duệ duy nhất còn lại của bà là Billy Raven," lão Ezekiel quay xe lăn và chỉ lên bức tường, "vẫn đang đi dạo trong khu rừng bùa phép. Billy không hề hay biết, như các ngươi thấy đấy, và duy chỉ có mình ta biết sự thật đó bởi vì ta đã được báo cho biết điều đó bởi bà cô của ta, bà Beatrice, một phù thủy, người đã đầu độc bà Maybelle và lập một bản di chúc giả để lại tất cả mọi thứ cho nhánh dòng họ của ta. Nhưng bản di chúc thật vẫn còn tồn tại." Lão Ezekiel đập vô thành xe lăn của lão một cái mạnh đến kinh ngạc. "Và ta tin rằng, Lyell Bone, thằng cha của Charlie, đã giấu nó."

Tới điểm này thì Manfred bật đứng lên và, nhoài người qua bàn, tuyên bố, "Nó tuyệt đối không bao giờ được tìm ra bởi bất kỳ ai ở bên ngoài căn phòng này, các người hiểu chứ?"

Tiếng lầm bà lầm bầm đồng loạt bùng ra. Có những

cái gật đầu hăng hái kèm tiếng thét, "Không bao giờ!" và "Chúng tôi sẽ tìm thấy nó!"

"Tìm thấy nó là điều bắt buộc cho các người," Manfred nối lời, ánh mắt đen thùi truyền điện của hắn quét khắp lượt bọn du thủ du thực đang tập hợp tại đây. "Tìm ra nó là điều bắt buộc cho các người. Hủy nó đi là điều bắt buộc cho các người. Lyell Bone đang ở ngoài biển, hy vọng sẽ không bao giờ trở về." Hắn liếc qua Lord Grimwald. "Nhưng rất có thể hắn đã bóng gió tiết lộ một manh mối, một ngụ ý cho con trai hắn, Charlie. Chúng ta sẽ đối phó với thằng nhóc này. Các người bắt buộc phải tìm thấy bản di chúc."

"Hãy suy nghĩ cẩn thận," tiến sĩ Bloor nhắc nhở. "Không được bạo động. Chúng tôi không muốn gây nghi ngờ hoặc làm manh động đến luật pháp. Quán cà phê Thú Kiểng là nơi lý tưởng để bắt đầu. Hội đồng Loom và Norton Cross," ông ta nhìn Norton đang ngồi ở hàng đầu và tên này gật đầu một cái, "họ đã giúp chúng tôi đóng cửa nơi ấy. Một khi hai vợ chồng chủ quán bị đuổi đi thì chúng ta có thể lục soát nơi đó. Hình như có một đường hầm dẫn tới khu lâu đài đổ nát. Hãy tìm nó! Hãy điều tra!"

"Để đó cho tôi," tên phá hoại Amos nói.

"Còn tôi," gã mặc áo lưới gào tướng. "Tôi rất lanh trí."

"Đừng gây nghi ngờ," tiến sĩ Bloor cảnh cáo.

"Phần thưởng?" mụ già Dolores xen vô, nguẩy những lọn tóc đỏ của mụ. "Bọn ta sẽ được gì khi giúp ông?"

"Tiền," lão Ezekiel phán. "Rất nhiều. Bà còn muốn gì nữa không?"

"Tiền thì được," mụ già Dolores nói. "Mười ngàn nếu tôi tìm ra bản di chúc."

Lão Ezekiel gãi cái mũi dài của lão, suy tính xem cuối cùng lão có thể giữ được lời hứa hay không. "Mười ngàn", lão đồng ý, có phần lưỡng lự.

"Một ngàn cho cố gắng!" một gã tóc trắng mặc com-lê tím đòi hỏi – hắn là kẻ tạo ảo ảnh tên là Wilfred Coalpaw.

Tiến sĩ Bloor lắc đầu. "Chỉ cho cố gắng thôi sao? Thà là..."

"Đồng ý!" lão Ezekiel hét lên, lão đã quyết định rằng giữ lời hứa không phải là một việc quá khó khăn đến nỗi không làm được. "Một ngàn cho mỗi người các ngươi. Sẽ có rất nhiều để vi vu nếu bọn ta tìm thấy nơi Septimus cất giấu số tài sản còn lại của ngài. Các ngươi có thể đi được rồi." Lão thô bạo phẩy bàn tay một cái đầy miệt thị.

Tiếng cạ ghế, tiếng dậm chân, tiếng lê bước vang lên rầm rầm khi đám khán giả nhổm khỏi ghế và tiến ra cửa. Vài kẻ tò mò liếc dòm cái khối màu trắng. Một tiếng động phát ra từ đó. Hình như là tiếng sóng. Loáng thoáng tiếng thủy triều chồm lên một bãi biển sỏi đá.

"Nhân thể," Manfred gọi, cố ý nhằm đánh lạc hướng bọn tọc mạch, "tiệm sách Ingledew. Hãy để mắt tới nó. Cứ xông hẳn vô nếu các người có thể. Sách cũ là nơi cất giấu tốt."

Lũ khách khứa lao nhao với nhau một hồi rồi tếch khỏi phòng.

Sáu người vẫn còn ngồi lại ở hàng ghế đầu: Grizelda Bone cùng ba bà em ngồi ở dãy bên này, Norton Cross và tay kiếm sĩ ở dãy bên kia.

"Mang cho chúng ta một ít trà!" tiến sĩ Bloor ra lệnh khi gã Weedon thò đầu vô qua cánh cửa.

"Cả bánh quy nữa," lão Ezekiel thêm. "Và bánh nướng!"

"Cho tất cả ạ?" Gã Weedon hỏi trong khi đếm đầu người.

"Tất cả," tiến sĩ Bloor nói. "Mười một, chính xác."

Càu nhàu một tiếng nóng nảy, gã Weedon rụt đầu ra khỏi phòng và đóng cửa lại.

"Cuối cùng, những người ưu tú." Lão Ezekiel cười xởi lởi với sáu vị khách nán lại. "Nào bây giờ chúng ta bàn luận một cách... toàn diện hơn. Ashkelan Kapaldi, chào mừng ngài đến đây."

Tay kiếm sĩ đứng lên và cúi đầu thật sát, trước là về phía sân khấu sau là qua nội Bone và các bà em. Tấm thân của hắn là cả một khối sắc màu sặc sỡ, với áo chẽn xanh lá cây, cổ rộng viền đăng ten, thêu màu vàng chóe. Cổ tay áo cũng được may bằng đăng ten, còn chiếc quần ống túm thì may bằng vải nhung xanh lá cây. Đôi ủng da rộng miệng cao gần tới bắp đùi cộng thêm dải khăn thắt lưng màu đỏ tía quấn quanh eo. Lại còn cả một vòng dây nịt da rộng bản vắt chéo qua ngực hắn, suốt từ vai xuống tận eo dưới, treo lủng lẳng trên đó là một bao kiếm màu xanh lá cây đậm.

"Trong thế kỷ thứ mười bảy," lão Ezekiel rao giảng, "Ashkelan Kapaldi là tay kiếm sĩ vĩ đại nhất châu Âu."

"Tay kiếm sĩ?" nội Bone thắc mắc.

"Thế kỷ mười bảy...?" bà cô Eustacia lẩm bẩm một mình.

"Ta đã làm đấy," mụ Tilpin mở mồm. "Nói cho ngay, chính ta đã làm điều đó với sự trợ giúp của tấm gương và của con trai ta, Joshua, thằng bé được ban phép từ tính. Cùng nhau," mụ ngoáy bàn tay một vòng tròn nhỏ, "bọn ta đã kéo Ashkelan Kapaldi ra khỏi bức tranh vẽ ông ấy. Và giờ, ông ấy ở đây... cùng thanh gươm của mình!"

Nghe vậy tức thì Ashkelan rút thanh gươm ra khỏi bao và buông cho nó lao về phía bốn chị em. Cả bốn bà nhất tề bật dậy, nhất tề thét la lạc giọng, và thanh gươm dừng lại, khẽ đu đưa trên mũi của nó. Cái vết rạch sâu dưới nền nhà bóng loáng dập tan mọi hồ nghi về hiệu lực của thanh gươm.

"Đừng sợ các quý bà," Ashkelan nói khi thanh gươm trôi lùi trở về với hắn. "Thấy đó, nó tuân theo mệnh lệnh của ta." Hắn chộp lấy thanh gươm và cà thọt tiến lại gần lão Ezekiel. "Ta được bảo dằng, tâu đức ngài, dằng mọi đứa trẻ được ban phép thuật ở phần thế giới lày ở trong phạm vi những bức tường lày suốt cả tuần."

"Đúng vậy," tiến sĩ Bloor thừa nhận.

"Không phải," Ashkelan tuyên bố dõng dạc. "Ta có tài nhận biết được kẻ được ban phép thuật, ta đã trông thấy một đứa, chưa tới một giờ kể từ đó, ở trong sân phía trước cơ ngơi lày của các người. Một thằng bé cao trung bình; một thằng mất dạy, do thám, phát gớm. Và nó được bảo vệ, tâu đức ngài, bởi không ai khác ngoài chính Hiệp sĩ Đỏ."

"Hiệp sĩ Đỏ," lão Ezekiel nín thở, chồm hẳn người về phía Ashkelan. "Hiệp sĩ Đỏ, ngài nói thế?"

"Đúng. Bệ cưỡi của hắn là một con ngựa trắng," tay kiếm sĩ tiếp. "Áo chùng của hắn màu đỏ, chùm lông chim bay phất phới trên mũ hắn cũng màu đỏ. Hắn đã *làm ta bị thương*, các ngài à. Hắn đã *làm ta bị thương* và ta sẽ không thể bỏ qua chuyện lày."

"Dĩ nhiên là không, thưa ngài!" lão Ezekiel nói, lúc này người lão gần như gập làm đôi, hơi thở lọc khọc trong lồng ngực. "Dù cho tên hiệp sĩ đó là kẻ nào, thì chúng ta cũng sẽ kết liễu hắn."

"Trước tiên là thằng bé," Manfred nói lanh tanh. "Chúng ta không thể để một thằng bé được ban phép thuật đi lang thang ngoài phố mà chúng ta không biết."

TỜ GIA PHẢ

Tancred đứng dậy. Phải chi cậu biết người đứng ở trong bóng tối đó chính là Ông cậu Paton của Charlie thì có lẽ cậu đã không khiếp đảm đến vậy. Cậu phủi đầu gối quần jeans, cảm thấy sượng sùng gì đâu. "Xin lỗi ông," cậu nói.

"Ngược lại mới đúng, Tancred," Ông cậu Paton thầm thì, "chính ta mới phải là người xin lỗi. Hoàn cảnh nghiệt ngã luôn bắt buộc ta phải đi lại ở những chốn tối tăm. Ta e là tối nay ta đã làm cho ít nhất ba người khác phải khổ sở."

"Có một người đàn ông với một thanh gươm... thanh gươm mà..." Tancred ngắc ngứ, không biết phải mô tả cảnh tượng vừa khiến cậu chết khiếp như thế nào.

"Ta biết, ta cũng thấy hắn rồi," Ông cậu Paton nói, "thấy cả ngài hiệp sĩ nữa."

"Cháu không biết đi đâu, làm..."

"Đi với ta." Ông cậu Paton nắm lấy cánh tay Tancred và quày quả lôi cậu đi khỏi hẻm Ếch. "Ta đang trên đường đi tới tiệm sách. Chúng ta có thể bàn luận mọi chuyện ở đó. Lẹ lên! Và bước khẽ thôi nếu cậu có thể."

"Vâng ạ."

Họ cùng nhau bước đi ngược đường Đồi Cao, bước chân họ nhanh thoăn thoắt và thật khẽ. Thỉnh thoảng Ông cậu Paton lại dừng bước và giữ chặt lấy Tancred để nghe ngóng xem có tiếng gì theo sau họ hay không. Nhưng không có gì cả. Tuy nhiên cũng có gì đó đồng hành với họ. Một tiếng thì thầm khô khốc dường như dội âm khắp con đường, một tiếng rên rỉ lờ mờ vọng đến từ nắp miệng cống bị dịch dời, có cả tiếng rít lơ mơ trong không trung phía trên đầu họ, từ những dây cáp hoặc từ những ăng-ten truyền hình trên cao. Và rồi có cái mùi mằn mặn và găn gắt bám lơ lửng vô tóc và vô mặt họ.

"Cha của thằng bé cố ý dìm chết cháu ở đây," Ông cậu Paton lầm bầm.

"Cháu biết ạ. Cháu có thể nếm thấy mùi hắn," Tancred nói.

Họ đi tới một dãy nhà cổ xây nửa gỗ núp trong bóng đổ của Nhà Thờ Lớn. Tiệm sách Ingledew là một trong hàng tá cửa tiệm xinh xắn, độc đáo trên đoạn đường lát vỉa hè cặp bên hông quảng trường nhà thờ. Có một cột đèn dựng ngay bên ngoài cửa sổ tiệm, nhưng bóng đèn trên đó không sáng. Hội đồng thành phố đã từ bỏ công cuộc thay thế những bóng đèn cứ nổ liên tục. Tất cả các hội đồng viên đều nhận biết tài phép không may của ông Paton Yewbeam và đều đoán ông là người chịu trách nhiệm cho những vụ tăng điện áp này. Nhưng không ai đề cập tới chuyện đó, e ngại bị giễu cợt. Họ giả vờ tin rằng bóng đèn bể không ngớt đó là hậu quả của bọn hu-li-gân.[1]

---

[1] Nguyên văn Hooligan: tức những người cổ vũ bóng đá một cách bạo lực

Ánh nến dìu dịu soi tỏ cửa sổ tiệm sách, nơi trưng bày những quyển sách lớn, bọc da kê trên lớp vải nhung lót. Ông cậu Paton nhấn chuông và một phụ nữ dáng cao lập tức hiện ra đằng sau tấm kính nơi cửa cái, xem ra cứ như cô đang chủ ý đợi ông. Cô rút then cửa, mở ổ khóa và mở cửa ra, nói, "Paton, vô đi."

Nghe rõ nét hiền dịu trong giọng nói của người phụ nữ và sự ân cần khiến Tancred cảm thấy đỡ căng thẳng hơn. Và rồi, khi trông thấy cậu, cô liền vuột ra một tiếng thở hốc, kinh ngạc.

"Julia, là Tancred đấy," Ông cậu Paton trấn an cô. "Anh nghĩ tốt nhất nên đưa cậu ấy tới đây."

"Xin lỗi cô Ingledew," Tancred nói khẽ. "Hy vọng cháu không đường đột."

"Không đâu." Cô nhoẻn với cậu một nụ cười ấm áp và bước xuống ba bậc thang đi vô tiệm sách.

Tancred đi theo cô trong khi Ông cậu Paton khóa cửa và cài then lại. Cô Ingledew dẫn đường vòng qua quầy, nơi có ba ngọn đèn cầy cắm trong những cái đĩa bằng đồng, ánh sáng của chúng đột nhiên bừng lên khi những vị khách khuấy động không khí.

Đằng sau quầy, một tấm rèm nhung dày che phòng khách ấm cúng của cô Ingledew. Tại đây có một lò sưởi đun gỗ đang cháy đượm, những kệ sách kê kín bốn bức tường đụng tới tận trần nhà. Tancred ngạc nhiên khi thấy cháu gái của cô Ingledew, Emma, đang ngồi quỳ trước lò. Cô bé quay lưng lại cậu, và đang mê mải chải mái tóc màu vàng nhạt. Tancred lịch sự tằng hắng một tiếng và gọi, "Emma?"

Cô bé vén lẹ mái tóc dài ra sau và trố mắt nhìn Tancred, hai má đỏ lựng lên.

"Chào anh," cô bé lắp bắp. "Em... à... bị cảm lạnh, hay là đau họng gì đó sắp thành cảm lạnh. Cho nên em không trở lại trường."

"Cả anh cũng thế," Tancred cười ngoác.

"Ờm, anh thì không thể trở lại được rồi, có đúng không?" Emma nắm một túm tóc trong tay. "Ý em là anh không bao giờ trở lại đó được, bây giờ họ nghĩ là anh đã chết rồi."

Ông cậu Paton và cô Ingledew đã biến mất qua cánh cửa dẫn vô nhà bếp, và tiếng đồ gốm sứ va vào nhau lanh canh át tiếng nói chuyện thì thào của họ.

Tancred thả mình xuống chiếc ghế sofa đằng sau Emma. "Anh định là sẽ bất thần xuất hiện để khiến cho tất cả mọi người hoảng hồn hoảng vía luôn," cậu nói.

"Đó chẳng phải là ý hay." Emma đến ngồi bên cạnh cậu, và cậu nhận thấy tóc cô bé vẫn còn ẩm. Nó là thứ tóc nhuyễn như lụa và cậu bất thần chỉ muốn chạm vô mà thôi. Ý nghĩ này đột nhiên khiến mặt cậu đỏ bừng lên vô cớ, và cậu dòm lom lom những lưỡi lửa trong lò sưởi, không biết cách phải tiếp tục cuộc chuyện trò như thế nào.

Cô Ingledew cứu nguy giùm cậu khi bưng một khay trà vô phòng. Cô đặt cái khay xuống bàn viết của cô, tất cả những mặt bằng còn kiếm được khác đều đã bị sách và giá nến chiếm giữ rồi.

"Ta đã kể hết cho Julia mọi việc mà cháu chứng kiến

hồi tối rồi." Ông cậu Paton trao cho Tancred một cốc trà.

"Cảm ơn, ông Yewbeam!" Tancred nắm chặt chiếc ca ấm. "Nhưng ông cũng thấy chúng mà," cậu lo lắng nói thêm. "Ông biết đấy, cháu không thể tưởng tượng nổi."

"Anh đã thấy gì?" Emma nói khi vươn tay ra nhận cốc trà của mình. "Có chuyện gì thế?" cô bé quay qua Tancred. "Nói cho em nghe đi, tại sao anh lại ở đây, giữa tối khuya thế này?"

Tancred giải thích rằng cậu đã đi thăm gia đình ông bà Onimous để báo việc Norton Cross, người gác cửa của họ, không còn đáng tin cậy nữa. Cậu kể tiếp luôn những sự kiện quái lạ xảy ra lúc nãy: tay kiếm sĩ ngoại quốc hình như từ quá khứ hiện về, thanh gươm tự chiến đấu và hiệp sĩ ngồi lưng ngựa trong tấm áo chùng đỏ tía. "Nếu hiệp sĩ đó không tới thì chắc chắn anh đã tiêu đời rồi," Tancred kết thúc một cách đầy kịch tính.

Đôi mắt xám của Emma trợn tròn lên. "Ôi, Tancred!"

Tancred liếc nhìn gương mặt lo lắng của cô bé và mỉm cười. "Tức cười là anh đã nhận ra tay kiếm sĩ đó. Anh chắc chắn đã nhìn thấy hắn ta ở trường... trong một bức tranh, đúng vậy."

"Cháu nói đúng," Ông cậu Paton ngồi vô chiếc ghế bành bên lò sưởi. "Ta cũng đã thấy hắn một lần, và không bao giờ quên. Hắn là một trong những tiền bối của mụ Tilpin. Ta mường tượng chính mụ đã đưa gã đàn ông đó vô thế giới này."

"Bằng chứng là tấm gương không thuộc về mụ, quả không sai," cô Ingledew nhận xét một cách quả quyết.

"Tấm gương của Charlie?" Emma nói.

"Đúng." Đôi mắt đen của Ông cậu Paton sáng quắc lên. "Gương Thần Amoret."

"Nhưng tay kiếm sĩ bí hiểm này *là ai?*" Emma tha thiết muốn biết.

"Ashkelan Kapaldi," Ông cậu Paton bảo cô bé. "Một tay kiếm sĩ tai tiếng, một dạng thầy pháp. Mặc dù, xét theo ta suy luận thì, chính thanh gươm của hắn mới điều khiển hắn phải tuân theo ý muốn của nó – tự dàn xếp việc giết chóc, tất tật một mình nó. Hắn rất xông xáo trong cuộc nội chiến nước Anh. Làm sao ta biết điều này?" Ông vẫy tay chỉ vô một kệ sách ở góc phòng. Trong đó chứa toàn các loại sách bọc da bụi mù, xưa lắc xưa lơ, bong tróc cả, những trang giấy ố vàng của chúng chở đầy những dòng chữ huyền bí, bị mờ hầu hết. Tancred đã có lần ngó sơ qua một cuốn trong số chúng, và hầu như chẳng hiểu lấy một từ nào.

"Hình như hắn có nhận ra cháu," Tancred trầm tư, "cái tay kiếm sĩ đó. Cháu cảm tưởng như hắn biết cháu được ban phép thuật."

"Đó là đặc điểm chung mà chúng ta thường có," Ông cậu Paton nhận xét. "Ta cũng hay nhận biết được một trong những hậu duệ của Vua Đỏ. Hầu hết chúng ta đều có cách để nhận biết nhau. Chắc là nó không giống như cách của cháu, Tancred nhỉ?"

Tancred không chắc. Rõ mười mươi là cậu đã không biết cô Chrystal xinh đẹp, cựu giáo viên dạy nhạc, thật ra là một mụ phù thủy có bản chất đen tối nhất. Cậu

chậm rãi lắc đầu. "Cháu đã không biết về mụ Tilpin."

"Ừ," Ông cậu Paton đồng ý. "Mụ ta là một kẻ lừa đảo."

Emma trườn khỏi ghế sofa và lại tới ngồi quỳ trước lò sưởi, khẽ xổ những lọn tóc ẩm ra. "Tại sao có rất nhiều chuyện quái gở đồng loạt xảy ra?" cô bé nhìn Ông cậu Paton, như thể ông đang nắm giữ câu trả lời.

Ông cậu Paton không vội đáp ngay. Ông nhấp trà và rồi ngó đăm đăm vô cái ca của mình, rõ hẳn là đã quên khuấy câu hỏi của Emma. Nhưng cuối cùng ông nói, "Sự hội tụ. Có hai sự việc đã xảy ra trong những tháng vừa qua. Ba của Charlie đã tỉnh ra và Titania Tilpin trở thành phù thủy đúng như định mệnh dành cho mụ. Ta tin rằng mụ là ống dẫn... kiểu như kênh dẫn, nếu con muốn nói vậy... giữa hiện tại và quá khứ xa xưa... thế giới của tổ tiên mụ, bá tước Harken của xứ Badlock. Và chính Titania là người đang gọi bọn thuộc hạ của bá tước Harken trở lại thành phố của chúng ta. Một số chúng là những tên côn đồ thời hiện tại, hậu sinh của bá tước Harken; những tên khác, lúc này đơn thuần là những cái bóng – những lời đồn đại; tiếng thì thầm, tiếng lào xào, tiếng dội âm. Nhưng nếu Titania và bá tước Harken có biện pháp của chúng, thì những bóng ma ẩn mình kia chẳng bao lâu sẽ hiện hình và trở thành thực thể, khi đó cuộc sống của chúng ta, nếu chúng ta xoay xở cố sống được, sẽ bị thay đổi vĩnh viễn."

Lời tiên liệu rợn óc của Ông cậu Paton làm mọi người choáng sốc, rơi vào im lặng một hồi lâu. Cuối cùng,

Emma, lúc này đã bò lên ngồi lại trên ghế sofa, run rẩy nói, "Billy Raven ở đó, trong thế giới của bá tước Harken, Charlie đã nói vậy."

"Ta tin chắc chắn điều đó là thật," Ông cậu Paton nói. "Và ta cũng tin không kém là Charlie sẽ cố giải cứu thằng bé."

"Thế còn ba của Charlie ạ?" Tancred hỏi.

"À, Lyell." Nét mặt nghiêm trang của Ông cậu Paton nhướng lên và ông cố mỉm ra một nụ cười. "Những chuyến đi vừa rồi của ta gặt hái được kết quả đáng giá. Thật không thể tưởng tượng được ngày nay chúng ta có thể lật ngược những điều gì."

Tancred và Emma trân trối ngó Ông cậu Paton, không hiểu ất giáp chi.

Ở đầu bên kia lò sưởi, cô Ingledew nhổm người đứng lên khỏi chiếc ghế bành mòn vẹt và bật lên một tiếng cười trong vắt. "Paton, chúng nó chả hiểu tí ti anh đang nói về cái gì."

Ông cậu Paton hắng giọng. "Để ta giải thích nhé," ông nói. Đoạn ông kể cho chúng nghe về việc ông đang tìm kiếm một cái hộp khảm xà cừ mà cha của Billy Raven, chú Rufus, đã tin cậy giao phó cho chú Lyell Bone. Chẳng bao lâu sau sự việc này, cả chú Rufus và vợ cùng chết, họ được cho là nạn nhân của một vụ tai nạn giao thông, và chú Lyell bắt đầu mười năm dài bị yểm bùa lú, một trạng thái giống như bị hôn mê bởi tài phép thôi miên chết người của Manfred Bloor.

Giọng nói trầm trầm của Ông cậu Paton run lên vì

xúc động khi ông kể về Lyell và Rufus, nhưng giọng ông trở nên cương quyết ông mô tả mối nghi ngờ ngày càng tăng của mình rằng Billy Raven bị liên lụy rất gần với những tội ác đê tiện này. Chẳng hạn, tại sao một thời gian dài lão Ezekiel Bloor giam giữ thằng bé mồ côi Billy gần như một tù nhân ở trong trường? Rồi bây giờ lại để cho thằng bé bị hút vô quá khứ bởi tên thầy bùa xứ Badlock?

"Ta cũng không có câu trả lời," Ông cậu Paton nói, nhìn những vẻ mặt chết điếng xung quanh mình.

"Làm sao ông biết được về cái hộp đó?" Tancred đánh bạo hỏi.

"À, chiếc hộp. Ta đã được dẫn dắt tới nó." Ông cậu Paton đứng dậy và bắt đầu rảo bước quanh phòng. "Những nghi ngờ đưa ta đi lùng tìm bất kỳ người bà con nào còn sống của Billy. Ta đã tìm tới được bà dì đã nuôi nó ngay sau khi cha mẹ nó chết, nhưng bà ta không nói gì cho ta cả. Chỉ vô tình bà ta mới nhắc đến Timothy Raven, ông cậu của Billy. Ta nhận thấy bà ta lập tức hối hận về sự lỡ lời của mình nên nhất định không hé cho ta biết ông này sống ở đâu. Ta đành phải tự mình khám phá điều đó. Và giờ thì ta biết rằng bà ta nằm trong bảng trả lương của lão Ezekiel. Thậm chí bà ta không nói mẹ ruột của bà ta vẫn còn sống. Chính Timothy đã nói cho ta biết tình tiết này. Ta đã tìm thấy ông ta ở Aberdeen. Khi ta đến gặp thì ông ấy đang ốm nặng, sau đó thì qua đời, nhưng ông ấy đã kịp cho ta biết địa chỉ cũ của bà cố của Billy. Và ta đã tìm gặp được bà ấy."

Khán giả của Ông cậu Paton nín thở chờ sự tiết lộ tiếp theo của ông. Ông mỉm cười với họ vẻ hài lòng, rồi tuyên bố. "Tên bà ấy là Sally Raven và bà ấy sống ở tại một nhà dưỡng lão bên bờ biển Đông Bắc. Xem ra bà ấy đã xa lánh con gái mình và không biết tí gì về số phận của Billy sau khi cha mẹ nó chết. Nhưng bà ấy nói cho ta biết về chiếc hộp, mà bà gọi nó là chiếc hộp của Maybelle, có những hoa văn khảm xà cừ tuyệt đẹp. Nó được trao cho bà từ dì Evangeline của chồng bà, và Sally trao chiếc hộp cho cháu trai của bà, Rufus, trong ngày cưới."

Emma lặng lẽ buột lên một tiếng "Á!" Dạo gần đây cô bé hay nghĩ đến đám cưới. Cô bé nhìn dì của mình, và cô Ingledew mỉm cười.

"Chìa khóa mở hộp đã bị mất," Ông cậu Paton tiếp, hơi gấp gáp. "Không có cách chi mở chiếc hộp đó. Nó chỉ là một món đồ đẹp đẽ thôi, bà Sally nói vậy. Nhưng trong lòng bà biết nó chứa đựng cái gì đó rất đặc biệt bởi vì có những người khác, bên nhánh Bloor của dòng họ, đang quyết liệt muốn có nó."

"Gia đình Bloor?" Cả Tancred và Emma cùng hỏi.

"Đúng," Ông cậu Paton đáp. Ông quay qua cô Ingledew. "Chúng ta có nên chỉ chúng nó xem không?"

"Em nghĩ là nên." cô Ingledew đi ra bàn làm việc của mình và mở khóa một ngăn kéo nhỏ ở trên cùng. Cô lấy ra một tờ giấy được gấp lại và mang ra trao cho Tancred. "Mở ra đi," cô bảo. "Cô gọi nó là Gia phả nhà Raven."

Tancred mở tờ giấy ra trải trên đùi mình, chỗ Emma có thể cùng xem.

"Một tờ gia phả!" Emma thốt lên.

"Sally Raven là một phụ nữ rất kỳ lạ," Ông cậu Paton

bảo bọn chúng. "Bà ấy có một cái thùng cất đầy ảnh, thư từ, bưu thiếp từ gia đình bà và gia đình chồng của bà. Bà ấy đã giúp ta vẽ ra một tờ gia phả trở về thẳng tới Septimus Bloor, ông tằng tổ của lão Ezekiel."

"Vậy là Billy có họ hàng với lão Ezekiel?" Tancred hỏi, với một cái nhíu mày.

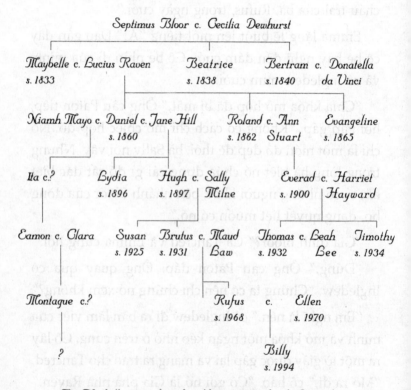

Septimus Bloor c. Cecilia Dewhurst

Maybelle c. Lucius Raven
s. 1833

Beatrice
s. 1838

Bertram c. Donatella
s. 1840   da Vinci

Niamh Mayo c. Daniel c. Jane Hill
s. 1860

Roland c. Ann
s. 1862 Stuart

Evangeline
s. 1865

Ita c. ?

Lydia
s. 1896

Hugh c. Sally
s. 1897 Milne

Everad c. Harriet
s. 1900 Hayward

Eamon c. Clara

Susan
s. 1925

Brutus c. Maud
s. 1931 Law

Thomas c. Leah
s. 1932 Bee

Timothy
s. 1934

Montague c. ?

Rufus   c.   Ellen
s. 1968   s. 1970

?

Billy
s. 1994

Bà Maybelle trao chiếc hộp khảm xà cừ cho dì Evangeline.
Dì Evangeline trao nó cho Hugh và Sally vào ngày cưới của họ.
Hugh và Sally lại trao cho Rufus và Ellen vào ngày cưới của họ.
Rufus trao cho Lyel Bone giữ cho an toàn.
Vợ đầu tiên của ông Daniel Raven là bà Niamh chết khi sinh con.
Sau đó ông cưới bà Jane Hill.

"Họ xa lắc," Ông cậu Paton công nhận. "Billy là hậu duệ trực hệ của bà Maybelle, người đã cưới một người họ Raven. Lão Ezekiel là hậu duệ từ em trai của bà Maybelle, ông Ber tram, người được thừa kế tài sản kếch xù của Septimus. Nhưng bà Sally tin rằng Septimus đã để lại tài sản của mình cho bà Maybelle và những người thừa tự của bà. Bản di chúc gốc và là bản thật của ông được giấu trong chiếc hộp xinh đẹp đó. Chiếc hộp mà bà đã trao cho Rufus. Cũng là chiếc hộp mà bà tin là Rufus đã trao cho người bạn thân nhất của chú ấy. Người bạn đó là Lyell Bone."

Tancred khẽ huýt một tiếng sáo. "Quả là rối rắm." Cậu định trao lại tờ gia phả thì Emma chặn lại. Cô bé đang nghiên cứu tờ giấy một cách tỉ mỉ.

"Có một nhánh không dẫn tới đâu," cô bé nói, chỉ vô một cái tên ở bên bìa trái của tờ gia phả. "N-I-A gì đó, sau đó là Ita, rồi sau đó là Eamon."

"Cái tên Ai-len," Ông cậu Paton nói. "Ta đã định lần theo nó đến cùng, nhưng xem ra là vô phương. Sally bảo với ta rằng chồng của bà có một người chị cùng cha khác mẹ đã chết ở Ai-len cùng với ông bà của bà ấy. Mẹ của bà ấy chết khi sinh ra bà. Nhưng chúng ta chỉ quan tâm đến nhánh mà kết thúc ở Billy thôi. Nếu bà Sally nói đúng thì Billy Raven là người thừa kế tài sản của Septimus Bloor."

Tancred tròn xoe đôi mắt. "Thảo nào mà bọn chúng muốn tống khứ thằng nhỏ đi. Charlie có biết về điều này không, thưa ông Yewbeam?"

Ông cậu Paton gật đầu. "Ta đã kịp thời kể hết cho nó nghe trước khi nó đi học vào ngày thứ Hai."

Điện thoại trên bàn làm việc của cô Ingledew thình lình rung lên một tiếng thật gắt, và mọi người giật thót mình. Cô Ingledew nhấc máy. Giọng nói từ đầu dây bên kia có thể được nghe thấy rõ mồn một và Tancred nhảy bắn khỏi ghế sofa, thét lên. "Ba cháu đó. Trời ơi, cháu quên gọi cho ba cháu rồi."

Cô Ingledew phải giữ ống nghe ra xa khi giọng nói của ông Torsson vang động khắp căn phòng, khiến bút và giấy bay tung tóe khỏi cái bàn. Ông cậu Paton nhận ống nghe từ tay cô và quát "Ông Torsson!" vô điện thoại. "Tancred ở đây, ông không có gì phải nghi ngờ cả. Nó an toàn tuyệt đối, nhưng tốt hơn nó nên ngủ lại đêm ở tiệm sách. Có rất nhiều việc xảy ra. Chúng ta sẽ nói về nó sau."

Lời đáp của ông Torsson rất lớn nhưng đã nguôi ngoai hơn. Ông cố kìm nén tiếng gầm của mình trong tầm kiểm soát. Tancred nhận ống nghe từ Ông cậu Paton và nói với cha rằng sáng mai cậu sẽ về nhà. Cậu đặt ống nghe xuống với một tiếng thở dài mệt phờ.

"Cháu ngủ đêm ở đây có ổn không ạ?" cậu hỏi cô Ingledew, khẽ liếc một cái tới Emma.

"Chúng ta sẽ dọn ghế sofa thành một cái giường," cô Ingledew mỉm cười nói.

Ông cậu Paton quyết định đã tới lúc ra về. Ông chúc mọi người ngủ ngon và nhắc cô Ingledew khóa và cài cửa ngay khi ông rời khỏi. Ông chờ ngoài cửa tiệm trong khi cô khóa cửa, và khi cô vẫy chào ông qua tấm kính trên cửa thì ông mới bước đi.

Khi ông rời quảng trường Nhà Thờ Lớn, ông nghe thấy tiếng lầm rà lầm rầm, và những tiếng đó càng lúc càng rõ hơn khi ông tới khúc rẽ vô đường Piminy. Một toán người trên đường đang băm bổ tiến về phía ông. Đó là một đám người kệch cỡm, mặc áo bành tô lùm xùm, áo lông thú, áo da và đội những kiểu mũ quái chiêu lỗi thời. Một tên trong bọn mặc áo lưới. Ông cậu Paton lùi lại vài bước và lỉnh vô bóng tối đằng sau một mái hiên hẹp. Ông nhìn cả bọn quẹo vô đường Piminy. Ít nhất cả thảy phải hàng chục đứa. Khi chúng đi qua vài ngôi nhà đầu tiên, ông mới cảm thấy an tâm mà bước rón rén ra đường, nhưng một tên trong bọn bỗng quay phắt lại và nhìn chằm chặp vào ông, mắt mụ ta nhoe nhóe trong bóng tối – dáng người mụ loắt choắt, bộ mặt già cóc cáy chường ra dưới ánh đèn đường, tóc mụ đỏ như máu. Ông cậu Paton vội ngoảnh nhìn đi chỗ khác và vội vã rảo chân bước.

Đây không phải là lần đầu tiên ông ước gì Julia Ingledew đừng sống sát nách đường Piminy như vậy. "Ngay ngưỡng cửa sang thế giới khác," ông lầm bầm một mình khi bước lẹ làng qua thành phố, tránh những cột đèn nơi nào có thể. Mùi muối khăm khẳm trên môi nhắc ông rằng Lord Grimwald đã lại ở trong thành phố. Theo lời mời của lão Ezekiel, không nghi ngờ. Và Ông cậu Paton nghĩ tới Lyell Bone, đang ở ngoài biển khơi sóng dữ.

Khi Ông cậu Paton đi vô đường Filbert, một chiếc xe hơi đen xì vù vù ngang qua ông và dừng lại bên ngoài nhà số 9. Mụ Grizelda Bone bước ra khỏi xe và bước lên các bậc cấp tới cửa.

"Mình cá là bà chị mình đã bị cuốn sa đà thái quá vô phi vụ lừa đảo này rồi," Ông cậu Paton lẩm bẩm một mình.

BÍ MẬT CỦA GABRIEL

Gabriel Silk có một bí mật. Cậu muốn kể cho Charlie nghe về bí mật đó, nhưng không bao giờ có cơ hội. Bây giờ chúng đã ngủ khác phòng và học khác lớp. Trong căn-tin thì quá xô bồ, ngoài sân chơi thì chúng chẳng bao giờ được ở một mình. Tuy nhiên, có thể có một cơ hội là khi Charlie đang trên đường tới lớp học nhạc.

Gabriel chờ sẵn ở Hành lang Chân dung, hy vọng sẽ chặn đầu Charlie khi thằng nhỏ băng qua đây. Cậu dự định đứng tại chỗ nhưng lại thấy mình đi lơ ngơ trong hành lang, nghiên cứu những bức chân dung treo trên tường. Hàng ngày cậu đều đi ngang qua nhưng không bao giờ ngó ngàng tới chúng. Trong tranh là những người đàn ông và phụ nữ mặt lạnh như tiền, mặc dù thi thoảng ta cũng gặp một người hơi cười. Nếu bạn rành lịch sử thì bạn có thể dựa theo trang phục họ mặc mà biết họ đã sống ở thế kỷ nào. Gabriel được bảo rằng tất cả họ đều là con cháu của Vua Đỏ. Thậm chí còn có cả chân dung của một người tên là Silvio Silk, mặc com-lê nhung đen và đội tóc giả màu trắng quăn lọn. Đó rất có thể là tổ tiên của Gabriel, nhưng cậu chẳng có chút xíu nào giống ông ấy.

Nếu Gabriel mặc đồ của người khác, cậu sẽ lập tức biết ngay trước đó loại người nào đã mặc bộ đồ ấy. Đôi khi cậu còn mường tượng ra diện mạo của họ, thấy những gì họ đã làm và thậm chí còn nghe được giọng nói của họ. Nhưng chân dung nói chung chẳng mách bảo cậu được điều gì. "Nếu cháu là Charlie, thì rất có thể cháu sẽ đi thẳng vô trong đó để nói chuyện với ngài," Gabriel thì thào với Silvio Silk. "Và ngài có thể nói chuyện với cháu."

Ngài Silvio Silk không hề chớp mắt lấy một cái. Ngài vẫn giữ nguyên vẻ mặt cam chịu mà ngài đã mang kể từ khi họa sĩ vẽ ngài, cách đây hai trăm năm.

Gabriel tha thẩn đi tiếp trên hành lang. Cậu đi qua những người đàn ông mặc com-lê đen thanh nhã, áo jacket đỏ đậm hoặc áo gi-lê vàng rực rỡ. Cậu đi qua những phụ nữ cổ đeo nặng trĩu kim cương và ngọc trai, tóc cài vòng hoa và vai độn dày nhung và lông thú. Sau đó cậu dừng lại trước một bức chân dung vẽ một ky sĩ to bằng người thật. Mắt Gabriel bị kéo tuột tới thanh gươm ông ta đeo bên hông. Cán gươm vàng được rèn cực kỳ tinh xảo, và những ngón tay đeo găng của người đàn ông tì lên đó một cách trìu mến. Khi Gabriel đang trố mắt dòm những đường cong ánh vàng cầu kỳ, thì bất thình lình chúng sáng nhóe lên như thể có nắng mặt trời chiếu vô. Tiếp theo Gabriel thấy mắt mình hướng lên tới gương mặt ngự bên trên cái cổ áo đăng ten rộng xù. Người đàn ông này để tóc đen dài chấm vai, và giữa bộ ria mép đen nhánh và bộ râu quai nón nhọn, đôi môi dày toét ra một nụ cười gượng gạo.

Gabriel lùi lại một bước để nhìn cho rõ hơn, và giờ thì cậu nhận thấy đôi mắt ông này hình như kỳ kỳ. Không có nét tinh anh trong đó. Cứ như thể linh hồn của người đàn ông đã rời khỏi gương mặt trong bức vẽ.

Một cơn rùng mình lạnh toát chạy dọc sống lưng Gabriel. Hành lang này tối lù mù. Không có đèn, không có cửa sổ cho ánh mặt trời lọt vô. Có khi nào cậu tưởng tượng ra tia sáng lóe lên trên cái cán gươm vàng chóa kia không? Trong mắt người đàn ông bị thiếu thần sắc? Hay đó chẳng qua là do bóng của chính Gabriel đổ xuống che khuất? Không. Có gì đó rất lạ về bức chân dung này. Trên bản đồng ở đáy khung tranh đề cái tên: Ashkelan Kapaldi. Tấm đồng đã lỏng ra, xộc xệch chéo góc và có những dấu vân tay trên bề mặt láng bóng của bức chân dung. Chắc chắn chỉ mới đây thôi đã có ai đó chạm vô bức chân dung, không chỉ chạm, mà thậm chí còn ấn và chọc nó nhiều lần.

"Gabriel Silk, mày đang làm gì đó?" giọng của Manfred khoan xoáy khắp Hành lang Chân dung.

Gabriel quay lại với vẻ tội đồ, mặc dù, theo như cậu biết, cậu chẳng việc gì phải cảm thấy tội lỗi cả. Cậu phải bảo đảm làm cho Manfred không đoán được những ý nghĩ trong đầu cậu. Dạo này thầy Giám sát Tài phép rất hay dùng phép thôi miên.

"Mày làm gì ở đây?" Manfred tiến lại gần Gabriel và nhìn trừng trừng vô cậu.

"Không làm gì cả, thưa ngài." Gabriel tránh nhìn đôi mắt đen sì. Bên dưới áo chùng đen, Manfred điệu một

chiếc áo gi-lê màu xanh lá cây đậm. Một hiện tượng đáng sửng sốt ở cái kẻ vốn không ưa ăn mặc lòe loẹt.

"Không à?" thầy Giám sát Tài phép nhìn như muốn chọc thủng Gabriel, bắt cậu phải ngước mặt lên. "Không à?"

Gabriel cảm thấy xây sẩm mặt mày. "Tôi đang trên đường đến lớp học nhạc, thưa ngài," cậu lắp bắp.

"Thì đi đi! Và cấm được láng cháng!"

Gabriel định quay đầu bước đi thì chợt trông thấy có hai người lướt trên hành lang đằng sau Manfred.

Một kẻ đi cà thọt, kẻ kia đi liễng xiểng. Mắt Gabriel trợn ngược kinh ngạc, bởi vì cái gã cà thọt kia quá giống với người đàn ông trong bức chân dung: Ashkelan Kapaldi.

Vẻ choáng sốc trong mắt Gabriel khiến Manfred quay gấp ra sau: "Đi!" hắn quát Gabriel. "Ngay!"

Gabriel lật đật bước đi, nhưng vẫn còn kịp nghe thầy Giám sát Tài phép ca cẩm, "Vậy là không khôn ngoan, thưa ngài, khi ngài rời chái phía Tây vào ban ngày. Tụi học trò sẽ nhận ra ngài... và thắc mắc."

"Cứ để chúng thách mách," giọng nói của người lạ mang âm điệu nước ngoài. "Mặc cho chúng choáng ngất..."

"Đây không phải lúc, ngài Ashkelan." Giọng nói của người thứ hai nghe dội âm như ở trong hang động. Có gì đó trong cách vuốt đuôi và mạch nhả chữ khiến Gabriel liên tưởng đến Dagbert Endless. Cậu học tốc chạy vô tiền sảnh, nơi đầy ắp bọn trẻ đang trên đường tỏa đi các lớp học khác nhau. Thỉnh thoảng có đứa thì thầm với đứa bạn đi cùng với mình, trong khi mắt lấm lét canh chừng một huynh trưởng nào đó đang theo dõi. Im lặng trong tiền sảnh là luật.

Gabriel phát hiện ra mái đầu chôm bôm của Charlie. Mặt nó nhăn như khỉ và rõ ràng trí óc nó đang ở tận đẩu tận đâu cả nhiều dặm. Gabriel vẫy tay rối rít, cố ra hiệu cho Charlie chú ý, nhưng Charlie không trông thấy cậu. Sau đó Dagbert Endless bước chen vô chặn giữa chúng. Thằng này kiên quyết bám theo Charlie qua tiền sảnh, vô hành lang dẫn tới lớp nhạc của xê-nho Alvaro. Gabriel truy sát bọn chúng.

Khi đã an toàn ra khỏi tiền sảnh, Gabriel gọi, "Charlie!"

Dagbert quay lại, đốp chát, "Mày muốn gì?"

Gabriel thoáng sững người vì giọng điệu gay gắt của Dagbert. "Tao muốn nói chuyện với Charlie," cậu đáp.

"Chào, Gabe!' Charlie cuối cùng đã nhận thấy Gabriel. "Có chuyện gì vậy?"

Thấy coi bộ Dagbert sẽ không rời bọn chúng, Gabriel lầm bầm, "Không có chi. Để lát nữa tôi lại tìm gặp cậu."

Charlie nhìn Gabriel tiu nghỉu bỏ đi, vai thõng xuống, hai bàn tay đút trong túi quần. Rõ ràng anh ấy không muốn Dagbert nghe thấy những gì anh phải nói với mình.

"Sao mày đeo bám theo tao dữ vậy?" Charlie hỏi. "Mày không phải vô lớp sao?"

Dagbert nhún vai. "Tao đánh mất cây sáo của tao rồi. Tao nghĩ chắc xê-nho Alvaro đang giữ nó."

"Sao kỳ vậy? Thầy Paltry dạy sáo mà." Charlie bước lẹ hơn, cố rũ bỏ Dagbert đi.

Dagbert bắt kịp nó. "Thế này. Sự thật là... cha tao đang ở đây."

"Tao biết," Charlie cấm cẳn. "Tao với mày đã nói xong chuyện này rồi. Mày còn muốn tao làm gì về việc đó nữa?"

"Tao muốn mày giữ giùm tao những linh vật biển một thời gian."

"Cái gì?" Charlie dừng sựng lại giữa đường. Nó hầu như không tin vô tai mình. "Mày có nghiêm túc không đó mà bảo tao giữ những thứ mà mày dùng để giê..." nó vội chỉnh lại, "những thứ mà mày đã dùng để dìm chết Tancred vì anh ấy đã cầm nó?"

"Tao đã bảo với mày rồi," Dagbert tuyệt vọng. "Tao không cố ý dìm chết anh ta. Đó là một tai nạn." Nó thọc tay vô túi quần và lôi ra một nắm bùa linh nhỏ xíu: năm con cua, một con cá và một con nhím biển nhỏ xíu, tất cả đều bằng vàng. "Làm ơn giữ nó giùm tao." Nó chìa đống linh vật ra cho Charlie. "Cha tao đang tìm chúng."

"Tại sao?"

"Tao không thể giải thích vào lúc này." Dagbert dúi đám bùa vô Charlie.

Charlie lùi lại. "Tại sao lại đưa tao?"

"Mày là người duy nhất tao có thể tin cậy."

Charlie thấy không sao tin được. "Thế còn tụi bạn mày đâu: Joshua, Dorcas chị em sinh đôi? Lại còn Manfred nữa?"

Dagbert lắc đầu nguầy nguậy. "Không, không, không." Nó chộp lấy cổ tay Charlie và cố ấn đống bùa vô đó. "*Làm ơn đi!*"

"Không." Charlie giật tay đi và những sinh vật biển rớt tóe xuống sàn. Con nhím biển lăn về phía cửa lớp của xê-nho Alvaro, đúng lúc nó bật mở ra.

Xê-nho Alvaro đứng ở khung cửa nhìn con nhím biển dưới chân thầy một cách lạ lẫm. Rồi thầy khẽ đá nó một cái.

"Không!" Dagbert lao tới vồ lấy miếng bùa khi nó lăn dưới sàn. "Ông đã mém làm gãy nó." Đoạn thằng này quýnh quáng thu lượm năm con cua và con cá vàng, đút hết vô túi quần.

"Chuyện gì thế kia?" xê-nho Alvaro nhíu mày nhìn bức tường đằng sau hai thằng bé. Lúc này đã biến thành một mảng màu xanh lá cây nhợt, gợn sóng, với những bong bóng bạc sủi lên từ chiếc vỏ sò trôi lềnh bềnh ngay phía sau tai của Charlie, và với những lá tảo biển trôi lều bều dính vô một tấm ván trượt.

Charlie liếc nhìn Dagbert đang cầu cạu. "Nó tự nhiên thế đó, thưa thầy," Charlie bảo với thầy giáo dạy nhạc. "Nó không cưỡng lại được."

"Không cưỡng được?" xê-nho Alvaro nhướng một bên lông mày đen, sắc gọn lên. Tuổi thầy còn khá trẻ đối với một giáo viên, quần áo thầy mặc luôn vui mắt

và đủ sắc màu. Thầy có đôi mắt nâu luôn luôn tươi cười, cái mũi nhọn và tóc đen bóng. Xem ra thầy không ngạc nhiên về hình ảnh sóng nước in trên tường cho lắm.

Khi Dagbert thất thểu đi khỏi, tảo biển, vỏ sò và bọt khí mờ dần, bức tường trở lại màu xám bình thường của nó.

"Vô đi, Charlie," xê-nho Alvaro bảo.

Charlie dạo này luôn yêu thích giờ học nhạc. Nó biết mình không tài năng gì, nhưng xê-nho Alvaro luôn thuyết phục nó rằng âm nhạc là niềm vui, miễn là nó thổi dứt khoát và đạt tới những nốt thích hợp, không ít thì nhiều. Charlie thậm chí còn cố tập luyện được nửa tiếng vào tối hôm trước giờ học, khiến xê-nho Alvaro ngạc nhiên và hài lòng vô kể.

"Xuất sắc đó, Charlie!" giọng Tây Ban Nha của ông thầy dạy nhạc vừa khẽ vừa rấm rứt. "Thầy sửng sốt vì sự tiến bộ của em. Thêm một chút luyện tập nữa là bản nhạc này sẽ hoàn hảo ngay đấy mà."

Bài học kết thúc và Charlie vẫn bịn rịn chưa muốn rời đi. Xê-nho Alvaro là một trong một số ít thầy giáo ở học viện Bloor mà Charlie có thể tin cậy. Nó cảm thấy niềm thôi thúc phải tâm sự với thầy.

"Thầy có hiểu về Dagbert không ạ?" nó hỏi khi cất cây kèn trumpet vô hộp.

"Thầy biết về cha của thằng bé đó, nếu đó là ý trò muốn hỏi, Charlie. Thầy cũng biết lời nguyền truyền tụng qua các triều đại Grimwald và thầy biết Dagbert tin rằng những thứ bùa hộ mệnh do mẹ nó làm cho nó sẽ có thể bảo vệ nó." Giọng xê-nho Alvaro rất thản nhiên. Charlie ngạc nhiên vì sao thầy lại biết nhiều như vậy.

"Thầy có biết về... về... tài phép của em?" Charlie không tin tưởng lắm khi đặt câu hỏi này và nó thấy mình bị cà lăm.

"Biết chứ!" xê-nho Alvaro nở nụ cười nhiệt thành. "Gặp lại em vào thứ Sáu nhé, Charlie. Vào giờ thường lệ."

"Dạ, thưa thầy." Charlie rời phòng học.

Khi vừa đóng cánh cửa lớp của xê-nho Alvaro lại, nó bỗng cảm thấy hơi choáng váng. Chắc là do cái tối tăm của hành lang ập đến đột ngột ngay sau khi nó từ nơi sáng trưng ánh đèn trong phòng học nhạc ra. Nó nhắm mắt lại một thoáng, không ngờ một màng xam xám ồ ạt lọt qua mí mắt nó – đó là biển cả và giữa cơn sóng nhồi màu xám có một chiếc thuyền nhỏ bập bềnh giữa những bọt sóng. Charlie hay thấy chiếc thuyền này trong tâm trí bất cứ khi nào nó nhớ đến ba mẹ, đang xem cá voi ở đâu đó ngoài biển. Nhưng hôm nay nó có thể nhận ra tên của chiếc thuyền ghi bên hông: *Cánh Xám*.

Charlie mở choàng mắt ra. Tại sao cái tên đó lại bất ngờ nảy ra trong đầu nó vậy? Có ai khác biết về nó? Ngoại Maisie của nó? Ông cậu Paton? Công ty xếp chuyến đi nghỉ xem cá voi cho ba mẹ nó?

"Charlie!"

Gabriel chạy băng băng trên hành lang ngay khi có chuông báo giờ ăn trưa. "Tụi mình nói chuyện bên ngoài, sau bữa trưa nha Charlie?"

"Sao không nói bây giờ?" Charlie hỏi.

"Tôi không thể giải thích. Quá phức tạp."

"Thì cứ hé một chút đi!"

"Là chuyện về Hiệp sĩ Đỏ."

"Vậy thì em quan tâm thật sự rồi." Charlie vội bươn vô tiền sảnh nơi thường ngày đông nghẹt học trò chạy tới các phòng để áo khoác: phòng xanh da trời dành cho bọn học trò khoa Nhạc, phòng màu tím cho tụi khoa Kịch và phòng màu xanh lá cây cho đám Mỹ thuật. Gabriel lượn lờ bên cạnh Charlie trong khi Charlie rửa tay, và cả hai cùng đi qua tiền sảnh tới Hành lang Chân dung về hướng căn-tin xanh da trời. Khi chúng đi qua Ashkelan Kapaldi, Gabriel hất đầu vô bức chân dung và thì thào, "Hôm nay anh đã trông thấy hắn."

"Em nghĩ em thấy hắn vào lúc đêm hôm qua," Charlie nói thầm lại.

Gabriel tròn mắt. "Chuyện gì xảy ra?"

Charlie nhún vai.

Fidelio đã xí hai chỗ dành cho chúng ở góc bàn. Trong khi chúng xơi mì ống macaroni với phó mát, Charlie cúi sát vô anh bạn và nói khẽ hết sức, mô tả tay kiếm sĩ mà cả nó lẫn Gabriel đã gặp *bên ngoài bức chân dung*.

"Đúng là tớ không nên ở vào tình cảnh mọi người," Fidelio nhận xét, cười toét.

"Em nói như vậy nghĩa là sao?" Gabriel hỏi với giọng như bị xúc phạm. "Người đàn ông này không chủ đích đuổi theo tôi hay đuổi theo Charlie."

"Xin lỗi," Fidelio thường hay quên mất là Gabriel Silk

rất dễ giận hờn. "Nhưng cả hai người đều được ban phép thuật, Gabe à. Những bọn lập dị đó luôn theo đuổi những người như anh và Charlie, cho nên ít nhiều gì bọn chúng cũng để yên cho những người bình thường như em."

Gabriel đành phải thừa nhận rằng điều ấy là đúng. Cậu nhận ra mình sẽ phải thổ lộ chuyện riêng với thằng bé này cũng như với Charlie. Chúng là bạn thân luôn luôn cặp kè nhau trong giờ nghỉ giải lao mà.

Sau bữa trưa ba thằng bé chạy bộ quanh sân. Tiết trời một ngày tháng Ba ảm đạm, bầu trời chỉ là một bức màn xám xịt, phả không khí lạnh thấm trộm vô tận trong xương người ta. Bọn học sinh lớp sáu được phép ở trong nhà, nhưng số còn lại, gần ba trăm đứa trẻ từ tám đến mười sáu tuổi đang cố làm đủ mọi cách để giữ ấm.

Vài đứa con trai đang uể oải chơi trò hơi giống như trò đá bóng, những đứa khác tích cực vận động theo phong cách thể thao hạng nặng, tuy nhiên cũng có nhiều đứa đang tập thể dục kiểu thông thường, dưới sự điều khiển của một thủ lĩnh sân chơi giàu nhiệt huyết tên là Simon Hawke.

Hầu hết bọn con gái đi thành từng cặp hoặc từng nhóm đông. Đứa nào đó giương cao cây dù, cho dù trời mưa không hơn một màn sương ẩm là bao. Cánh dù sặc sỡ, in những con bướm màu đỏ và màu vàng. Đứa con gái ở bên dưới cây dù nhuộm mái đầu gần như trắng toát và mặc áo khoác đỏ chói. Con nhỏ giơ cây dù lên cao đủ che được cái đầu của một anh người Phi châu cao thật cao.

"Phải đó là Lysander?" Gabriel chỉ cái anh ở bên dưới tán dù.

"Chắc chắn," Fidelio nói. "Còn cô bé kia là ai?"

"Chưa gặp cô ấy bao giờ," Charlie nói.

Đứa con gái quay mặt về phía chúng và Charlie nhận ra đó là Olivia Vertigo. Trước đây nó chưa bao giờ thấy con nhỏ nhuộm tóc màu nhạt. Màu tóc con nhỏ thay đổi xoành xoạch từ tím sang xanh lá cây rồi xanh dương – con nhỏ thậm chí đã nhuộm tóc sọc vằn rồi, nhưng màu trắng thì chưa hề. Nó lấy làm lạ tại sao con nhỏ và Lysander lại đi chung với nhau. Cả hai cùng được ban phép thuật nhưng lại có rất ít điểm chung. Sau rồi nó sực nhớ ra cả hai người bạn thân nhất của họ đều không ở trường. Lysander hiếm khi đi tách rời Tancred Torsson trong khi Olivia và Emma hầu như lúc nào cũng như hình với bóng.

Charlie vẫy Olivia và con nhỏ đâm bổ tới liền, làm vướng cái đầu của Lysander vô cây dù. "Ối!" anh thét lên. Olivia vỗ vỗ bàn tay vào người anh với ý xin lỗi rồi chạy huỳnh huỵch qua bãi cỏ trong đôi giày ống đỏ chói, mũi gắn lông chim. Lysander đứng ngó quanh một thoáng tìm bạn đồng hành khác, nhưng không thấy ai, anh bèn đi theo Olivia tới nhập bọn với đám tụi Charlie.

Gabriel rên rỉ. Bây giờ cậu phải kể chuyện cho những bốn người, thay vì một. Câu chuyện đó chỉ là một sự việc rất nhỏ thôi, có thể chẳng có nghĩa gì mà cũng có thể là tất cả. Cậu không muốn khoa trương kiểu như thế này, thật ra cậu quyết định sẽ không kể cho ai nghe nữa, bởi vì sự việc cậu đã trông thấy xem ra chả quan trọng. Chắc tại tâm trí cậu đã phóng đại tầm quan trọng của nó đấy thôi.

"Tụi này đang bàn luận về quán cà phê Thú Kiểng," Olivia nói, sốt sắng cụp cái dù của nó lại, "Và anh... biết... ai." Con nhỏ liếc nhìn Lysander.

"Suỵt!" Lysander ngoái nhìn qua vai khi chị em sinh đôi nhà Branko từ đằng sau sắp đi ngang qua bọn chúng.

Chị em sinh đôi nhà Branko giờ đang lởn vởn trong tầm nghe. Bộ mặt chúng mang vẻ nhợt nhạt, vô hồn, với mảng tóc đen bóng, ngang xoẹt chạm tới lớp lông mi đen, rậm. Và đôi mắt bên dưới lớp lông mi đen đó thì thật tối tăm và bí hiểm. Nếu chị em sinh đôi này chỉ cần đánh hơi phong phanh rằng Tancred còn sống, tức thì chúng sẽ tâu thẳng cái tin này tới tai Manfred, như thế không chừng sẽ có tai họa xảy ra chứ chẳng chơi. Gia đình Bloor sẽ điên cuồng về sự sống sót của anh được giữ bí mật, và biết đâu, rất có thể Dagbert sẽ cố gắng kết liễu mạng sống của Tancred lần thứ hai.

"Tụi mình tới kia đi," Lysander đề nghị, gật đầu tới bức tường cổ ở cuối sân chơi.

Những bức tường đỏ cao sừng sững bao quanh lâu đài được chính Vua Đỏ xây dựng từ chín trăm năm trước. Có thời nó đã là một tòa nhà nguy nga tráng lệ, nhưng ngày nay nó phơi mình trong đống hoang tàn, bên những bức tường dày, bị sụp phần lớn, sàn nhà lát đá phiến mọc đầy rêu và cỏ dại, mái nhà nghiêng đổ và những thanh rầm vững chắc một thời giờ bị nấm mốc

mục rữa. Nhưng ở bên trong lối vào thênh thang hình vòng cung là một cái sân gạch có hàng rào dày đặc bao quanh, nhìn ra lối vào đó là năm ô cổng tò vò nhỏ hơn, cổng nào cũng dẫn vô lâu đài. Bốn cổng trông như miệng của những đường hầm tối. Chỉ có một cái ngó ra ngọn đồi xanh ngắt đằng xa.

"Ở đây đầy mùi hôi mốc," Olivia phàn nàn. Con nhỏ ngồi xuống một trong những băng ghế đá đặt giữa các cổng vòm.

Bọn còn lại túm tụm quanh con nhỏ, nhưng Fidelio thình lình bật dậy, chạy ù ra lối đi. Nó đứng bên dưới cổng vòm, chỗ có thể nhìn rõ toàn cảnh ngôi trường. "Không muốn có kẻ rình mò," nó giải thích.

Bỗng một tiếng khịt, đục ngầu phọt từ dưới gầm chiếc ghế đá bên cạnh chúng. Tất cả trố mắt dòm cho tới khi một cái cẳng thò ra, tiếp đến là một con chó mũi dài, béo ị, chân ngắn ngủn.

"May Phúc!" chúng đồng thanh kêu lên.

Olivia bịt mũi. "Đáng ra tớ phải biết chứ."

"Nó không thể tránh bốc mùi mà," Gabriel trách cứ con nhỏ.

"Trông nó thảm não chưa kìa," Charlie nói. "Em chắc chắn là nó nhớ Billy đó."

Nghe nhắc đến tên Billy, May Phúc lạch bạch đi về phía Charlie, ngúng ngoẩng vẫy cái đuôi trụi lủi. Charlie vuốt cái đầu tròn ủm của con chó, bảo, "Billy sẽ trở về, May Phúc à, tao hứa với mày đó."

Con chó ư ử vài tiếng rồi núng nính đi qua cổng vòm, biến mất.

"Em sẽ làm thế nào để giữ được lời hứa, hả Charlie?" Gabriel nói. "Billy thậm chí còn *không muốn* trở về."

"Nó sẽ về." Charlie nhìn thẳng vô Gabriel, nói với vẻ châm chọc. "Anh muốn nói cho tụi này điều gì đó mà, Gabe."

Gabriel nhăn mặt. "Tôi nói cho *cậu*, Charlie, không phải tất cả mọi người."

"Bọn này đâu phải tất cả mọi người, Gabe." Olivia thúc cùi chỏ vô hông Gabriel. "Hay là một chuyện rất, rất riêng tư?"

Gabriel khổ sở ngọ nguậy trên băng ghế đá lạnh ngắt. "Không riêng tư. Tôi nghĩ nó làm cho ta, cũng như bất cứ ai được ban phép thuật, phải lo lắng."

"Kể đi, Gabe. Anh không thể chịu nổi sự lấp lửng," Lysander giục.

Gabriel nhìn chằm chặp vô hai bàn tay nó hơn là nhìn vô mắt ai. "Đó là về Hiệp sĩ Đỏ," cậu lầm bầm.

Không đứa nào nói gì. Cứ như Gabriel vừa tung một nhát bùa vô làn không khí giá lạnh. Cậu ngước lên và thấy cả bọn đang nhìn mình rất nghiêm túc.

"Ông ấy thì sao?" Charlie hỏi, với vẻ cố kìm nén trong giọng nói.

"Tôi nghĩ chỉ có em là người duy nhất đã nhìn thấy ngài ấy," Gabriel nói, kéo dài thời gian.

"Em đã trông thấy ngài rồi," Olivia lẳng lặng bảo.

"Ố, à, tôi quên mất." Gabriel hiếm khi thấy vẻ háo hức như vậy trên mặt Olivia. Điều đó khuyến khích cậu. "Như mọi người biết đấy," cậu tiếp, "gia đình tôi được thừa kế tấm áo chùng của Vua Đỏ. Nó được giữ trong chiếc rương dưới giường ngủ của ba tôi, như trước kia tôi đã kể cho mọi người rồi, tấm áo chùng đó đã biến mất trước khi hiệp sĩ được trông thấy."

Charlie gật đầu. "Ngài đã ở trên cây cầu sắt, cứu Liv và em khỏi chết đuối. Ngài đã cứu em những hai lần."

"Tấm áo chùng đó bay quanh người của ngài như là một đám mây màu đỏ," Olivia nói, điệu đàng ra bộ bằng cánh tay, "nhưng tụi em không thể trông thấy mặt ngài bởi vì ngài đội mũ giáp và đeo kính bảo vệ. Tụi em đã tưởng đó chính là Vua Đỏ, hoặc hồn ma của ngài."

"Không phải," Gabriel nói. "Không phải đâu. Tôi đã suy đi nghĩ lại hoài về điều đó. Nó cứ lấn cấn trong tâm trí tôi, buộc tôi phải cố nhớ từng chi tiết nhỏ..."

"Lẹ lên, Gabe," Fidelio giục giã. "Có vài đứa rời sân chơi rồi. Sắp hết giờ giải lao bây giờ."

Lời can thiệp của Fidelio khiến Gabriel đỏ chín mặt. Cậu nhăn mặt tập trung trong khi tụi kia chờ cậu nói tiếp.

"Vào một buổi sáng," Gabriel bắt đầu. "Rất sớm, hầu như vẫn còn đêm khuya bởi vì mặt trăng vẫn còn trên cao. Có gì đó đánh thức tôi dậy, tôi không biết đó là cái gì. Tôi đi ra cửa sổ xem có phải một con cáo mò lên vô và bắt gà nhà tôi đi không. Thế là tôi thấy bóng người đó ở trong sân nhà chúng tôi, dưới ánh trăng. Ông ấy mặc áo khoác ngắn có mũ trùm đầu, vì vậy tôi không trông rõ mặt ông. Tức cười là ba tôi cũng ở đó, đang nói chuyện với ông ấy, hạ thấp giọng, thật ra là nói thầm. Sau đó ba tôi trao cho người đàn ông đó một cái gói. Cái gói khá to, buộc dây cẩn thận. Và rồi người đó rời đi. Ông băng qua sân và khi ra tới cổng, ông vẫy tay với ba tôi lần nữa rồi đi khỏi. Ngày hôm sau tôi phát hiện tấm áo chùng đã biến mất, tôi nghĩ chắc chắn người đàn ông mặc áo khoác có mũ trùm đầu đã mang nó đi. Và nếu ba tôi *trao nó* cho ông ấy thì hẳn là ba tôi rất tin cậy ông."

"Hoặc là ba của anh bị yểm một loại bùa nào đó," Charlie lầu bầu.

"Chưa chắc đó là tấm áo chùng của nhà vua, Gabe à," Lysander nói, đứng lên và phủi cái mông lạnh giá của mình. "Ý anh muốn nói là, chúng ta biết rằng ba của em chuyên viết truyện giật gân. Rất có thể đấy là một chồng bản thảo hay một bộ sách gì đó."

Gabriel lắc đầu. "Đó là tấm áo chùng."

"Điều gì khiến em chắc chắn vậy?" Lysander hỏi.

"Bởi vì có bà ngựa ở đó," Gabriel nói, "Bà ngựa trắng. Hoàng hậu Berenice. Bà đang đứng bên kia hàng rào, chờ người đàn ông, cho dù ông ấy là ai."

Cả bọn nhìn trao tráo vào Gabriel một hồi, sau đó Lysander bảo. "Đi thôi, tụi mình trở về thì hơn."

Chúng rời mảnh sân gạch của lâu đài và bắt đầu chạy qua bãi cỏ về phía cửa trường. Ngay trước khi cả bọn vô tiền sảnh, Charlie hỏi, "Anh có hỏi ba anh về người lạ đó không, Gabe?"

"Ba tôi bảo là tôi đang mơ," Gabriel đáp.

LỬA CHÁY TRONG ĐƯỜNG HẦM

Charlie thường hay thắc mắc về chị em sinh đôi nhà Branko. Nó biết nơi ở của tất cả những đứa được ban phép thuật khác – thậm chí nó còn biết về ba mẹ chúng nó nữa, mặc dù nó chưa gặp tất cả họ. Nhưng gia đình Branko là một bí ẩn. Điều này là do họ điều hành một cửa hàng mang tên *Bánh và Lạ* – một loại tiệm bán buôn mà Charlie luôn cố tránh xa.

Vợ chồng Branko luôn tự kiêu rằng hầu như bất cứ món đồ gì đều có thể được bán ở cửa hàng nhà họ, miễn đó không phải là thú vật còn sống, và miễn là bạn không phiền đồ ăn của bạn đựng trong hộp thiếc. Gia đình Branko không ưa thú vật.

Mụ Branko trông hệt như một phiên bản phóng to của mấy đứa con gái mụ. Trước khi lấy chồng, tên mụ là Natalia Dobinsky, một phụ nữ nổi như cồn về uy lực siêu năng và những tài lẻ khác, toàn những tài thuộc loại quái chiêu. Mụ không chỉ di chuyển được đồ đạc bằng ý nghĩ, mà mụ còn có thể sản xuất ra bất cứ thứ gì – từ thịt vịt Bắc Kinh đóng hộp đến trái sa kê, từ súp lơ luộc đến nhện nấu cà ri.

Mụ Branko thích rảo quanh tiệm, dụ dỗ khách hàng tiêu tiền nhiều hơn khả năng họ có thể, trong khi ông chồng ngồi lì một chỗ đằng sau cái quầy lớn bằng gỗ sồi.

Ông Bogdan Branko thường tự hỏi làm thế nào mà mình lại cưới được Natalia Dobinsky. Ông ta đã quên mất họ đã gặp nhau như thế nào rồi. Ông ta là một người bé nhỏ, đãng trí với cái mặt hay hếch ngửa ra sau, cái cằm lẹm lẩn vô trong cái mũi tẹt, và vầng trán bèn bẹt nhăn nhúm giấu biệt bên dưới mảng tóc mỏng màu hung đỏ. Ông Bogdan sững sờ khi cô nàng Natalia người ngoại quốc chọn ông trong số tất cả những kẻ theo đuổi ả. Dạo gần đây ông bắt đầu tự hỏi đó có phải là do trí nhớ trời đánh kinh hoàng của ông ta hay không. Nếu ta không thể nhớ nổi tại sao mình cưới vợ thì ta nên có khuynh hướng tự trách bản thân thì đúng hơn là trách bà vợ. Xem ra ta cũng đã quên sạch sành sanh tất cả những gì cô nàng đã làm từ trước tới nay.

Bên dưới cái quầy ông Bogdan ngồi là những cái thùng chứa tất cả mọi thứ, từ những bộ váy dạ hội cỡ 20 đến những đôi ủng cao su viền lông thú. Nếu có một khách hàng hỏi ông Branko để mua món gì đó bất thường, chẳng hạn như một cặp cà kheo sọc cầu vồng, ông Bogdan sẽ sục sạo bên dưới quầy trong khi mụ Branko nhìn chằm chằm vô đấy, từ bất kỳ địa điểm nào đó mụ ngẫu nhiên đang đứng trong cửa hàng, và cặp cà kheo ấy sẽ bắt buộc hiện hình trong phạm vi vài xăng-ti-mét so với đôi bàn tay đào bới cật lực của ông Branko.

Mỗi sáng thứ Bảy gia đình Branko sẽ đón một cuộc viếng thăm của mạnh thường quân nhà họ. Nói cách khác, đó là người đã cho gia đình Branko vay số tiền để mở cái tiệm này nhà họ, và là người mà, thỉnh thoảng,

tặng cho họ hơi nhiều tiền hơn để tân trang nơi này bằng các loại đèn lạ mắt, những ghế ngồi bọc gấm thêu kim tuyến và những cái kệ bổ sung.

Thứ Bảy tuần này, Natalia thậm chí còn bồn chồn hơn lệ thường. Mạnh thường quân sẽ tới thẩm định cái quán cà phê nhỏ mà ông ta đã đề nghị gia đình Branko nên mở ở đằng sau tiệm. "Chỉ sắm vài cái ghế cái bàn thôi," ông ta nói, "thêm cái máy pha cà phê loại tốt và vài loại trà thảo mộc thơm ngon; tôi sẽ để toàn quyền lựa chọn thức ăn lại cho cô, Natalia à." Ông ta nháy mắt với mụ Branko một cái ra điều biết cả rồi.

Mạnh thường quân đó cũng đề nghị gia đình Branko nên thay tên tiệm của họ đi. Từ *Bánh và Lạ* đổi thành quán *Cà phê Không Thú Kiểng*.

Xem ra Natalia và vị mạnh thường quân này thấy lời đề nghị đó vô cùng hài hước, mặc dù ông Branko chẳng thấy có gì đáng để bật cười phá lên như thế. Tuy nhiên, trước khi quên mất cái tên mới đó, ông đã xoay xở điện thoại cho người thiết kế và kẻ bảng hiệu, để rồi hôm nay tấm biển mới sẽ được trưng lên.

Lúc này là 8.30 sáng. Cửa hàng thường mở cửa lúc 9.00 sáng. Mụ Branko đã chỉ thị cho chị em sinh đôi, Idith và Inez, dọn dẹp các kệ, và giờ chúng đang ngồi trên quầy dùng siêu năng của mình để sắp xếp lại các loại đồ hộp. Hai chị em sinh đôi không phải lúc nào cũng hòa thuận với nhau, và hôm nay cả hai đứa đang càng lúc càng nổi tam bành, bởi vì số hộp mà Idith đã dọn ở kệ cuối cùng đã bị đứa sinh đôi với nó cho bay tuốt lên kệ trên cùng.

Ông Branko ngồi ở góc quầy đọc báo, trong khi ở bên ngoài, hai người đàn ông leo trên thang đang đóng đinh gắn tấm biển mới vô.

Đúng khoảnh khắc đó, Benjamin Brown, bạn thân của Charlie đang đi dạo trên đường Spectral cùng với con Hạt Đậu của nó. Chúng đang đi vòng vo về hướng công viên.

Benjamin sống ở nhà đối diện với Charlie ở trên đường Filbert. Chúng là bạn từ hồi bốn tuổi, nhưng Benjamin không được ban phép thuật, cũng chẳng có tài xuất chúng về bất kỳ phương diện nào, cho nên nó không được vô trong học viện Bloor, một điều mà nó biết ơn thật lòng.

Benjamin đi gần hết đường Spectral thì trông thấy hai người đàn ông đứng trên thang đang gắn một tấm biển hiệu lên trên một cửa tiệm. Nó dừng lại xem bọn họ và nhớ ra rằng cái tiệm này đã từng có tên là *Bánh và Lạ*. Benjamin đọc tấm biển mới và miệng nó há hốc ra. Nó dụi mắt, dường như không tin vô những gì mình đang nhìn đây.

"Quán *Cà phê Không Thú Kiểng*?" nó đọc to lên bằng cái giọng bị sốc. Xong, nó lặp lại một mình thậm chí còn to hơn và bị sốc hơn nữa, "Quán CÀ PHÊ KHÔNG THÚ KIỂNG?"

Hạt Đậu hộc ra ba tiếng sủa nhiệt thành, ra chiều rất đồng cảm với Benjamin.

"Mày bị mắc toi gì vậy?" Người đàn ông trên cái thang bên tay trái nói.

"Không... không... không..." Benjamin vừa lắp bắp vừa chỉ lên tấm biển.

"Cút đi!" gã kia quát, hắn vừa đóng xong cái đinh cuối cùng vô tấm biển. "Mày nói làm cho nơi này mang cái tên xấu."

"Cái tên đó xấu òm rồi," Benjamin hét to và Hạt Đậu sủa lên đồng tình.

"Con chó đó biết đọc," gã đầu tiên nói và phá lên cười ha hả. "*Cà phê Không Thú Kiểng!* Ha! Ha!"

Cả hai gã leo xuống, gấp thang lại và bắt đầu cất thang vô trong xe thùng của họ.

Benjamin nhìn chòng chọc, chòng chọc vô tấm biển, rồi bỗng nhiên nó để ý thấy hai đứa con gái đang nhìn nó lom lom qua cửa sổ tiệm. Một trong hai đứa thè lưỡi ra chọc quê Benjamin. Hành động này khuấy một trận sủa tưng bừng bão tố từ Hạt Đậu. Một người phụ nữ từ trong tiệm hiện ra ở khung cửa. Trông mụ giống như đúc với hai đứa con gái kia, ngoại trừ mụ to lớn hơn và già hơn.

"Đến 9 giờ chúng tôi mới mở cửa," người phụ nữ lạnh lùng nói. "Nếu cậu muốn vô thì phải đợi. Và phải dẹp con chó kia đi."

"Tôi không muốn vô!" Benjamin quay lưng đi. Nó chỉ tấm biển. "Tại sao nó lại là *Cà phê Không Thú Kiểng*?"

"Đó là việc của tao," người phụ nữ đáp.

Benjamin tự dưng nổi hứng muốn phải nhìn mặt hai đứa con gái. Ở tụi nó có nét gì đó rất quái đản. Benjamin có thể cảm nhận sự tập trung căng thẳng trong mắt bọn chúng. Lông của Hạt Đậu dựng xù lên như cây chổi. Benjamin lắc đầu và rùng mình. Hai đứa kia đang nhìn trừng trừng vô một trong những cái thang và chiếc thang đó đang trượt ra khỏi xe tải. Cái thang lơ lửng một thoáng thì bắt đầu di chuyển về phía Benjamin.

"THÔI!" người phụ nữ tóc đen gầm vang, lườm lườm nhìn bọn con gái bên cửa sổ. "Không phải lúc."

Chiếc thang rung lên một cái và trượt lùi về chỗ cũ.

Hai người thợ nhìn nhau không tin nổi. "Gì vậy?" một người lầm bầm.

"Gió," mụ Branko nạt và đùng đùng trở vô trong tiệm.

Benjamin đã chứng kiến đủ. Nó chạy thục mạng trên đường cùng với Hạt Đậu vừa chạy chồm chồm vừa sủa bên cạnh. Chúng chạy một mạch tới tận khi về tới nhà số 9 đường Filbert.

Benjamin phóng vù lên những bậc cấp và nhấn chuông, gọi ầm ĩ, "Charlie! Charlie!"

Cửa được mở bởi ngoại Maisie. "Lạy trời, Benjamin Brown, có gì rắc rối vậy?" bà hỏi.

"Có một quán cà phê khác, bà Jones ạ," Benjamin nói và thở không ra hơi. "Chỉ có điều nó là quán *Cà phê Không Thú Kiểng.*"

Ngoại Maisie nhíu mày. "Có rất nhiều quán cà phê khác, Benjamin cưng," bà nói dịu dàng.

"Nhưng không phải là quán *Cà phê Thú Kiểng.*"

Ngoại Maisie không biết phải hiểu câu này ra sao.

Benjamin là một thằng bé dễ thương nhưng đôi khi nó hay có ý nghĩ lầm lẫn cực kỳ. "Bà nghĩ là con cần gặp Charlie," bà bảo. "Nó đi thăm ông Onimous rồi."

"Quán cà phê Thú Kiểng!" Benjamin thốt lên. "Đó mới đúng là quán ấy." Nói xong nó nhảy tót xuống vỉa hè và lao vùn vụt trên phố với con chó cẳng dài phóng đằng trước.

Ngoại Maisie nhìn theo chúng một lát, lắc đầu rồi đóng cửa lại.

"Ai đó?" một giọng gióng giả vọng ra từ phòng khách. "Thư từ hả? Ta đang đợi đây."

"Không phải thư từ, Grizelda," ngoại Maisie nói.

"Thế thì ai?" nội Bone đi vô hành lang. "Ta ghét bọn thám tử."

"Không phải thám tử," ngoại Maisie bảo mụ. "Đó chỉ là Benjamin Brown. Nó nói linh tinh về một quán cà phê mà không phải dành cho thú kiểng."

Thật ngạc nhiên đối với ngoại Maisie, nội Bone phá ra cười. "Ha, ha, ha! Thế thì ta sẽ dạy cho bọn chúng."

Mỗi khi giọng cười của nội Bone trở nên cay độc là lại khiến ngoại Maisie lo lắng. Có lẽ Benjamin không hề lú lẫn tí nào.

Benjamin và Hạt Đậu lúc này đang chạy hết tốc lực, cạnh bên nhau, dọc theo đường Đồi Cao. Giờ vẫn còn sớm và chỉ có vài người đi mua sắm. Chúng quẹo khúc quanh vô hẻm Ếch và bất chợt gặp một cảnh tượng kinh hoàng. Chiếc xe tải cũ của gia đình Silk đang đậu ở quãng giữa con hẻm hẹp, với Charlie, Gabriel và bác Silk trai đang chất những cái thùng và đồ đạc vô xe. Cái sân nhỏ đằng trước quán cà phê để ngổn ngang ghế, bàn, tủ, thùng và một cái khung giường sắt to tướng. Có hai người ngồi thiểu não trên chiếc giường: ông và bà Onimous. Bà Onimous đang khóc sướt mướt, trong khi ông chồng cầm tay bà và ngó trơ trơ ra trước mặt.

"Có chuyện gì xảy ra thế?" Benjamin thét hỏi.

"Cơ quan thi hành án lại," Charlie hét trả lời khi nó cùng Gabriel khiêng một cuộn thảm thảy vô xe tải.

"Thi hành án? Nhưng mình tưởng..." Benjamin nhìn gia đình Onimous.

"Phải đó, Ben," ông Onimous chua chát. "Cơ quan đó có quyền đuổi người ta nếu người ta chưa trả tiền thuê nhà. Nhưng chúng tôi làm chủ quán cà phê Thú Kiểng và đóng thuế đầy đủ. Chúng tôi đâu làm gì để đáng bị như thế này. Đâu có làm gì."

"Vậy thì tại sao?" Benjamin đi đến bên Charlie và Gabriel.

"Hội đồng thành phố," Charlie nói. "Họ nói quán cà phê này không an toàn cho cộng đồng. Và gia đình Onimous không thể sống ở đây nữa bởi vì bức tường đằng sau quán sắp bị đổ."

"Nó không hề đổ," bác Silk nói, thảy tia nhìn giận dữ về phía gã thi hành án, một sinh vật trông bệnh hoạn, tóc xơ xác màu nâu đỏ. Hắn đang quẳng những cái bao từ khung cửa ra ngoài đường sỏi đá bùn lầy. Một cái bao vỡ bục và một đống tất cùng vớ da toài ra ngoài.

Ông Onimous bật dậy khỏi giường, chạy bay tới chỗ tên thi hành án, quát lớn, "Cẩn thận, đồ vô lại! Đó là tài sản của bọn tao."

Tên thừa phát lại cười khẩy và trở vô khoảng tối thui của quán cà phê trống trơn.

"Trông hắn không giống nhân viên thi hành án gì cả," Benjamin nhận xét.

Charlie đồng ý cái rụp. Mặc dù nó chưa bao giờ từng trông thấy người thi hành án nhưng nó chắc chắn rằng những người cả đời chuyên dọn dẹp đồ đạc nhà người ta thì phải cường tráng hơn cái gã lẻo khẻo đang vứt những bao tải ra hẻm kia. Tuy nhiên, tay trợ lý của hắn lại hộ pháp như một đấu sĩ quyền Anh hạng nặng. Hắn mặc độc chiếc áo lưới và quần rằn ri, vai hắn rộng bằng cái bàn mà giờ hắn đang khiêng qua khung cửa.

"Mình có một chuyện kinh khủng muốn nói với bồ," Benjamin thủ thỉ với Charlie.

"Chuyện này kinh khủng rồi," Charlie bảo.

Bác Silk đóng cửa sau của chiếc xe thùng lại và nói, "Xin lỗi, Orvil, chúng tôi không thể chất thêm được nữa. Để tôi chở mớ này lên khu Đồi Cao trước đã rồi quay lại chở nốt những thứ còn lại."

"Ôi, để tôi đi với." Bà Onimous tuột khỏi giường và chạy tới chiếc xe thùng. "Làm ơn đi Cyrus. Tôi muốn bảo đảm chắc chắn là có một nơi cho tất cả mọi thứ ở trong chuồng gia súc nhà ông. Ông có chắc chắn là sẽ không có sự bất tiện?"

"Không sao đâu, Onoria. Lên đi!" Bác Silk mở cánh

cửa phía bên hành khách ra. "Cả anh nữa, Orvil. Có đủ chỗ cho ba người trong cabin đấy. Bọn trẻ sẽ trông chừng đồ đạc của anh ở đây, được không các cháu?"

"Dạ được!" cả ba thằng cùng nói.

"Anh tốt quá, Cyrus," ông Onimous nói to và nhảy tới chiếc xe. "Tôi không biết chúng tôi sẽ làm thế nào..."

"Rất vui lòng mà, Orvil." Bác Silk đi vô chỗ ngồi bên tay lái và đóng cửa lại trong khi ông Onimous leo lên ngồi cạnh vợ.

Bất thình lình, người đàn ông nhỏ bé lại nhảy ra khỏi xe và chạy đến chỗ Charlie. "Giữ cái này giùm ta," ông nói, ấn một chiếc chìa khóa nhỏ bằng vàng vô lòng bàn tay Charlie. "Cháu biết nó dùng để làm gì rồi." Ông nháy mắt với Charlie và chạy chở lại chiếc xe. Bác Silk nhấn còi một tiếng, chiếc xe lạch xạch lăn bánh trên con hẻm rồi quẹo vô đường Đồi Cao.

"Cái đó để làm gì vậy?" Gabriel hỏi khi Charlie đút chiếc chìa khóa vô túi quần.

"Nó dùng để mở cánh cửa đi vô đường hầm lâu đài," Charlie nói khẽ.

Gabriel và Benjamin nhìn nó như thể chúng mong chờ nó nói thêm nữa.

"Nó sẽ có ích vào lúc nào đó," Charlie nhún vai.

"Gia đình Onimous sẽ đến sống với nhà anh à?" Benjamin hỏi Gabriel.

Gabriel gật đầu. "Sẽ phải chen chúc một tí vậy, các chị của tôi sẽ không vui về việc này đâu, bởi vì tất cả họ phải ngủ chung. Nhưng gia đình ông Onimous đáng

thương còn biết đi về đâu nữa? Nhà tôi có một khu chuồng gia súc khô ráo để chất đồ đạc của họ, còn lại một số sẽ cất trong nhà chuột của tôi, một lượng nhỏ thôi. Nhưng nhà tôi không thể chứa hết cả bàn và ghế của quán cà phê. Chúng đã bị mang đi rồi."

"Em ước gì em có thể mời gia đình Onimous đến sống với em," Benjamin rầu rĩ nói. "Bà Onimous làm đồ ăn cho thú cưng mê ly luôn."

Vừa lúc đó tên thi hành án và trợ tá của hắn bước ra khỏi quán, đóng sầm cửa lại đằng sau chúng. Tên thi hành án rút ra một chùm chìa khóa, cẩn thận chọn ra một chiếc và khóa cửa lại. Hắn xoa hai bàn tay vào nhau, tuyên bố, "Xong!"

Khi hai gã đàn ông đi sượt qua chỗ bọn con trai đang đứng, tên áo lưới nói, "Coi bộ trời sắp mưa, bọn nhóc. Hy vọng cái đồ này không ướt!" Hắn xỉa ngón tay cái tới chiếc giường. "Có thể bị hư."

Lũ con trai giương mắt nhìn hắn và sau đó, khi hai gã đàn ông bước ngược con hẻm, Charlie lẩm bẩm. "Nghĩ coi, trông tưởng hắn nam tính trong cái áo lưới đó chứ, nhưng em có thể nhìn thấy da gà nổi hột trên cánh tay hắn."

Gã áo lưới dừng bước, quay nhìn lại với vẻ hầm hè trên nét mặt. Hạt Đậu phọt ra một tiếng sủa gần trong cổ họng nổi đình đám của chú và gã đàn ông vội tếch theo đồng bọn của hắn.

"Hôm nay là một ngày kinh khủng, kinh khủng," Benjamin rên rỉ ngay khi bọn kia đi khuất mắt.

"Bồ nói ngay chóc đấy," Charlie tán thành.

"Ý mình còn tệ hơn cả kinh khủng nữa," Benjamin la to, và nó kể cho cả bọn nghe về quán *Cà phê Không Thú Kiểng*, về hai chị em sinh đôi ớn lạnh và cái thang biết bay.

"Tụi Branko đó!" Charlie thốt lên. "Thì ra đó là chỗ bọn chúng sống!"

"Branko?" Benjamin chả hiểu gì.

"Chúng là những kẻ siêu năng," Charlie giải thích, "Mình chắc chắn mình đã kể cho bồ nghe về chúng rồi mà. Chúng hay chơi trò di chuyển đồ khi tụi này đang chăm chú làm bài tập về nhà: sách, viết chì, đồ đạc. Có lần chúng đã kéo đổ một bức tường và suýt nữa thì chôn vùi tớ. Chúng là nô lệ của Manfred."

Benjamin lại càng sung sướng hơn là nó không phải đi học ở trường của Charlie.

"Tôi cá là Manfred đã sắp đặt cho gia đình Branko phải làm như vậy," Gabriel bực bội. "Ý tôi là, khi gọi là quán *Cà phê Không Thú Kiểng* thì giống như một cái tát vô mặt vậy, đúng không, khi mà hắn biết quán cà phê Thú Kiểng là quán yêu thích của tụi mình?"

"Coi kìa!" Charlie bất thần chỉ lên mái ngói xô nghiêng của quán cà phê. Ba con mèo sáng rực đã xuất hiện trên nóc. Sư Tử, con mèo cam đứng trên đỉnh chóp, hai con kia đứng hai bên nó.

"Chúng mất nhà của chúng rồi," Gabriel âu sầu.

"Không phải, chúng là những kẻ lang thang," Charlie bảo. "Nhà của chúng là khắp mọi nơi, không nơi nào cả. Em nghĩ chúng đang canh gác nơi này."

"Còn gì nữa mà canh gác," Gabriel nói.

"Có một đường hầm bí mật ở bên dưới bức tường dẫn tới lâu đài," Charlie nhắc nhở cậu. "Và em cá là chút xíu nữa bọn thi hành án sẽ trở lại đây để tìm nó cho mà xem. Gia đình Bloor luôn muốn tìm ra nó, và bây giờ là cơ hội của chúng. Ba em giấu một vật rất, rất quý, một vật mà lão Ezekiel thèm muốn, và giờ em tự hỏi ba có giấu nó ở cuối đường hầm đó không."

Gabriel và Benjamin nhìn chằm chặp vô Charlie với vẻ khó hiểu hằn trên trán và Charlie nhận ra mình phải kể nhiều hơn một chút. "Có một cái hộp," nó tiếp. "Ông cậu của em kể cho em về nó. Ông nghĩ rằng có một bản di chúc ở trong đó, một bản di chúc chứng mình rằng Billy Raven đáng lý ra phải được thừa kế Học viện Bloor và tất cả số tiền mà gia đình Bloor đã tẩu tán."

"Wow!" Benjamin đổ sụp xuống cái khung giường khiến đống lò xo nảy lưng tưng, rên xiết.

Tuy nhiên, Gabriel vẫn nhìn chòng chọc Charlie với cái trán hằn sâu hơn sau mỗi giây.

"Cái gì?" Charlie nói. "Anh không tin em à?"

"Tại sao ngay từ đầu ba của em phải giấu nó đi," Gabriel hỏi với giọng từ tốn cố ý, "Nếu ba em biết trong đó có một món quan trọng đến vậy?"

"Ba em đã không biết," Charlie kiên nhẫn. "Chiếc hộp không thể mở được. Chìa khóa đã bị mất. Trước khi cha của Billy chết, chú ấy nhờ ba của em giữ gìn chiếc hộp. Chú ấy không nói trong đó có gì bởi vì *chính chú ấy* cũng không biết. Sau đó ba của em bị thôi miên, như mọi người đều biết và..." Charlie nhăn nhó – thật khó cho Charlie thừa nhận rằng ba nó vẫn chưa hoàn toàn hồi phục khỏi thử thách lâu dài ba đã phải chịu, và trí nhớ của ba nó vẫn chưa trở lại. Điều đó có nghĩa là Lyell Bone sẽ không bao giờ trở lại là người đàn ông dũng cảm mà một thời đã đối đầu với gia đình Bloor. Charlie thấy điều đó thật khó chấp nhận.

"Và cái gì?" Benjamin nhẹ nhàng thúc ép.

"Ba mình vẫn chưa nhớ hết tất cả mọi thứ đã xảy ra trước đây," Charlie nói. "Nhưng ba mình sẽ nhớ cho coi," nó tự tin nói thêm, "khi ba mình đi nghỉ trở về."

"Dĩ nhiên rồi," Benjamin nói.

"Nhưng gia đình Bloor không muốn chú ấy nhớ lại," Gabriel tư lự. "Phải không, Charlie?"

"Đúng," Charlie công nhận.

Bác Silk phải đi mất hai chuyến mới chở hết đồ đạc của gia đình Onimous lên khu Đồi Cao. Gabriel đi về cùng với ba của anh trong chuyến cuối, Benjamin và Charlie bị bỏ lại trong con hẻm vắng hoe. Chúng buồn bã nhìn quán cà phê im lìm, và khi chúng đi tới đường Đồi Cao, cả hai tha thiết hy vọng sẽ không lâu nữa quán cà phê Thú Kiểng sẽ lại đầy ắp những con thú nhai, nuốt, kêu tóp tép và những người chủ hạnh phúc không kém của chúng.

Ba mẹ Benjamin là những thám tử tư và thường làm việc vào ngày thứ Bảy. Nhưng hôm nay cả hai cô chú đều ở nhà và cô Brown đã hứa với Benjamin là nó sẽ có món thịt cừu với sốt thịt trong bữa trưa. Ngay khi

chúng về tới đường Filbert, Benjamin hớn hở chạy về nhà số 12, trong khi Hạt Đậu, kẻ đã ngửi thấy mùi xương hấp dẫn, chạy tong tả bên cạnh cậu chủ.

Bữa trưa của Charlie có món súp cà rốt và phó mát. Nội Bone thậm thụt cả ngày với mấy bà em, Ông cậu Paton đã lại lên đường rong ruổi cho một cuộc hành trình khám phá mới.

"Thu thập tin tức, đó là những gì ông cậu của con nói," ngoại Maisie bảo Charlie. "Ăn xong con có qua nhà Benjamin không?"

"Có," Charlie nói dối, mặc dù, đồng thời đó không hẳn là nói dối bởi vì rất có thể nó sẽ tới nhà Benjamin. Chỉ là càng suy nghĩ thêm về việc đó, thì nó càng ngứa ngáy muốn trở lại quán cà phê Thú Kiểng.

Khi giúp ngoại Maisie rửa chén xong, Charlie đi vô phòng nó và làm bài tập về nhà. Đến lúc ba giờ rưỡi, hét um nhà lên "Tạm biệt ngoại Maisie", nó rời nhà và đi trở lại quán cà phê vắng tanh. Áp sát mặt vô cửa sổ, nó tìm ánh đèn có thể còn sáng bên trong nhà bếp. Nhưng nơi đó tối om và im lặng. Không có gì chuyển động. Charlie khao khát cháy bỏng muốn vô trong quán cà phê, nhưng nó không có chìa khóa và nó đã thấy tên thừa phát lại khóa cửa rồi. Tuy vậy nó vẫn cố thử. Tay nắm cửa có xoay nhưng cánh cửa không nhúc nhích. Charlie tự nhủ mình là thằng ngu – bất cứ ai muốn lục lọi nơi này họ phải đợi cho đến khi đêm xuống. Nhưng đúng lúc đó nó bỗng nghe thấy tiếng những bước chân trong hẻm.

Charlie vọt lẹ ra bên hông quán và ép mình vô trong góc, nơi bức tường quán giáp ranh với bức tường thành cổ. Nó nghe thấy tiếng chìa khóa va vào nhau lách cách. Cánh cửa mở ra rồi đóng lại, Charlie nín thở chờ, và rồi nhón chân đi vòng ra cửa trước của tòa nhà. Nó nhìn qua cửa sổ, nhưng chẳng thấy gì. Thật khẽ hết sức, nó xoay nắm cửa và đẩy. Cánh cửa mở ra. Charlie lẻn vô.

Tiếng những bước chân cọt kẹt phía trên đầu nó. Bất cứ kẻ nào vô quán cà phê đều đang bắt đầu lục soát trên lầu. Charlie có cơ hội đến được chỗ nó muốn trước khi bị ai đó trông thấy. Nó lẻn đi qua nhà bếp và vô hành lang dài. Nó càng đi sâu thì càng tối và hẹp. Chẳng bao lâu sau sàn nhà lát đá nhường chỗ cho một lối đi bằng đất nện. Và mái trần ốp gạch thấp đến nỗi Charlie có thể sờ những ngón tay vô. Cuối cùng nó tới một căn phòng nhỏ hình tròn nơi ông Onimous trữ thực phẩm cho quán. Những sọt táo, cùng với những bao tải, những cái thùng đựng trà kê tựa vô các bức tường. Có lẽ không bao giờ có kẻ nào tìm thấy nơi này, Charlie nghĩ. Tuy nhiên nó không hy vọng nhiều lắm về điều đó. Kẻ nào nhà họ Bloor đã quyết định lục lọi quán cà phê Thú Kiểng, thì kẻ đó nhất định không từ bỏ cho tới khi chúng đã khám xong từng căn phòng và từng lối đi. Chúng sẽ xê xịch từng bao hàng, từng cái hòm gỗ và cuối cùng chúng sẽ tìm thấy cánh cửa mà Charlie sắp sửa mở đây.

Hự lên một tiếng gắng sức, Charlie bắt đầu đẩy hai cái thùng đựng trà nặng trĩu ra khỏi tường cho tới khi nó làm lộ ra một cánh cửa cổ xưa, cao chưa tới một mét. Ép mình ra sau những thùng đựng trà, Charlie tra chiếc

chìa khóa của ông Onimous vô ổ. Tiếng khóa xoay một cái tách nhẹ và cánh cửa kẹt mở ra. Đằng sau cánh cửa là bóng tối đen đặc đến nỗi Charlie chùn lòng. Nó đã vô đường hầm này hai lần rồi, nhưng chưa bao giờ vô đây một mình. Đây là thời gian cho tài phép từ tổ tiên người xứ Wales của nó phát huy tác dụng.

Charlie được thừa hưởng hai dòng phép thuật. Tài đi vô tranh ảnh của nó là hưởng từ Vua Đỏ; và cây đũa phép là từ thầy pháp xứ Wales, Mathonwy. Cây đũa phép giờ là một con bướm trắng – một con bướm có đôi cánh bạc, có thể phát sáng tại nơi tối đen như mực.

"Claerwen!" Charlie nói khẽ.

Nghe gọi tên mình, con bướm bò ra từ dưới cổ áo Charlie, nơi cô nàng đang ngủ. Dịch sang tiếng Anh, tên của Claerwen có nghĩa là "ánh sáng trắng". Cô nàng đã chín trăm tuổi.

Con bướm trắng bay lướt vô đường hầm và Charlie đi theo, cúi đầu khi nó bước qua ô cửa thấp. Trước khi đi sâu vô tiếp, nó đóng cửa lại, hy vọng nó không bị nhìn thấy đằng sau hai thùng đựng trà. Phải chi Charlie khóa cửa luôn, thì chắc hẳn mọi sự sẽ khác đi. Nhưng nó đã quên mất.

Đường hầm nhớp nháp và yếm khí. Mấy lần Charlie trơn té vì mặt đất ướt. Ánh sáng của Claerwen khiến những bức tường ẩm sáng mờ hơi sương. Đường hầm bắt đầu cong quẹo và Charlie phải tì một tay lên tường để giữ thăng bằng. Đi xuống được nửa đường hầm, có một khe nứt dài hiện ra trong tường. Charlie ép người chui qua đó, vô một đường hầm khác, cái này hẹp đến nỗi nó phải lách đi theo chiều ngang. Con bướm nhỏ chao liệng phía trên làm cho nó vững bụng hơn, và sau năm phút dài lê bước nữa, Charlie đi vô một căn phòng kỳ lạ.

Bên ngoài, bầu trời xám đìu hiu, nhưng ở đây tất cả mọi thứ đều tắm đẫm trong ánh nắng mặt trời. Nền nhà lát những ô vuông màu, nhỏ li ti: màu vàng, đỏ và cam; một bức tranh ghép hình mặt trời tỏa sáng. Những bức tường khoe kiến trúc hình vòm màu vàng kim, vẽ những đám mây bạc và những lùm cây lá xum xuê, nơi có những người mặc áo thụng đi dạo cùng nhau, hoặc ngồi nghỉ trên những băng ghế dài bằng đá hoa cương. Và trên trần nhà hình vòm lại có một mặt trời vẽ xuất hiện, nhưng ở chính tâm lại là một vòng tròn mở thẳng ra bầu trời.

Charlie bước quanh chu vi của sàn nhà hình tròn, chạm vô những cây cột chống tại những quãng nghỉ giữa các bức tường vẽ tranh. Nó mong đợi sẽ tìm thấy gì? Một cái hộp gỗ để ngay ngắn đằng sau một cây cột, hay nhét vô giữa những kẽ nứt trong tường? Bởi vì căn phòng này rất đặc biệt. Trước kia nó từng là phòng của Vua Đỏ, biệt lập với thế giới. Bây giờ chỉ một số ít người biết về nó, và Charlie chắc chắn gia đình Bloor không ở trong số đó. Đây quả là một địa điểm cất giấu hoàn hảo.

Charlie sờ vô mặt tường láng; nó quỳ xuống và nghiên cứu kỹ sàn nhà lát gạch, rà bàn tay khắp những ô vuông màu. Nó nheo mắt nhìn lên trần nhà vòng cung và chọc chọc những viên gạch ở chân từng cây cột. Nhưng không có dấu hiệu nào của chiếc hộp. Hay là ba nó đã cất chiếc hộp ở trong lâu đài? Giờ này đã quá trễ để mà lùng sục

trong khu đổ nát. Charlie quyết định bỏ cuộc vào lúc này, nhưng khi nó ngó chăm chặp quanh căn phòng sáng rực, nó cảm thấy dấy lên tia hy vọng. Nó tin chắc là nó sẽ tìm thấy chiếc hộp. Có lẽ không phải hôm nay, mà lúc nào đó rất gần thôi. Và Billy sẽ có quyền thừa kế của nó – nếu thằng bé được cứu khỏi xứ Badlock.

Charlie lần trở lại dọc theo lối đi hẹp và bước vô đường hầm. Nó cần phải trở lại lối nó đã đi qua. Nếu nó đi tiếp vô khu đổ nát, nó sẽ bị kẹt ở trong sân trường.

Có ánh sáng của bướm Claerwen dẫn đường, Charlie bắt đầu bước trở lại cánh cửa nhỏ, hy vọng chưa có ai tìm thấy nó. Rẽ một khúc quành trong đường hầm, Charlie đột nhiên thấy mình bị chộp vô vòng sáng của một quầng lửa nhảy nhót.

"À ha!" một giọng móc mỉa. "Chúng ông có cái gì ở đây? Một thằng bé với một chiếc hộp, không sai."

Charlie đứng ngây như phỗng tại chỗ. "Tôi không có chiếc hộp," giọng nó đặc lại vì sợ hãi.

"Không á? Tao thì nghĩ là mày có!" Cái đốm lửa nhún nhảy tiến đến gần hơn, và Charlie có thể thấy bộ mặt nhơn nhơn của gã thi hành án trong quầng sáng lòe nhòe của một cây gậy dài tẩm nhựa.

"Ông đang cầm... cầm... cái gì đó?" Charlie hỏi lạc cả giọng.

"Lửa! Chứ còn cái gì," gã thi hành án cười lục cục. "Amos Byrne tới sưởi ấm cho mày đây, Charlie Bone."

CHARLIE THOÁT HIỂM

Charlie nhận ra mình không còn cơ hội trở lại lối mình vừa đi qua nữa. Nhảy né khỏi quầng sáng, nó chạy về phía lối vô lâu đài. Quá tệ nếu nó bị tóm ở trong sân học viện, nhưng như thế ít nhất nó sẽ không bị chết cháy ra than. Không nghi ngờ gì nữa, tên Amos Byrne này đang hăng tiết muốn làm điều đó đến chết đi được.

Charlie ước gì mình đã báo cho ai đó biết mình đi đâu. Nó cảm thấy hơi lửa nóng rực sau lưng. Tên kia đang thu hẹp khoảng cách. Hắn giơ cao cây đuốc hết cỡ; Charlie hít phải mùi khói cay sè. Đầu nó cảm tưởng như đang bốc hỏa, và sờ tay ra sau gáy nó thấy tóc mình đã cháy sém bởi than hồng táp phải.

Kêu ré lên khiếp vía, Charlie lao về phía ánh sáng đằng cuối đường hầm. Nhưng tia hy vọng đột ngột lóe lên cũng lập tức tiêu tan khi nó nhận ra lâu đài đổ chắc chắn sẽ không bảo vệ được nó khỏi thằng lưu manh hung tợn đang lăm le cây đuốc kia.

Mình biết chạy đâu đây? Mắt Charlie mở to nhưng tâm trí nó đóng ập lại với cảnh vật xung quanh, bởi vì nó đang tuyệt vọng tìm một đường thoát. Nó không bao giờ dám mong là hiệp sĩ xuất hiện. Có lẽ ngài đã túc trực

ở cuối đường hầm từ trước, ngồi trên bà ngựa trắng, khí giới sáng nhấp nhoáng trong trời nhá nhem.

Hình như Charlie bị chựng giữa đà chạy. Nhưng không. Nó thấy, ngạc nhiên hết sức, mình vẫn đang phóng thục mạng. Nhanh hơn, nhanh hơn nữa. Khi nó đến gần nơi người ngựa đang đứng, Hiệp sĩ Đỏ bất thần vung gươm lên, và một lần nữa Charlie lại nghẹt thở vì sợ, suýt dừng chân. Nhưng một giọng nói xuyên vô đầu nó, lặng lẽ và dứt khoát.

"Chạy, cậu bé. Chạy!"

Và Charlie chạy. Sợ mất hồn trước thanh gươm, nó dấn người tăng tốc đến mức mà có mơ nó cũng không dám nghĩ là mình làm được. Nhưng gã thi hành án không hề nao núng trước cảnh thanh gươm lấp lánh. Hắn quá tin vào cây đuốc hắn đang cầm. Đó là công cụ kiếm sống của hắn, và nó chưa bao giờ làm hắn thất bại. Hắn vẫn đuổi rát và xông tới bà ngựa trắng, tưởng bở sẽ khiến cho sinh vật đó sợ mà ném người cưỡi xuống đất.

Charlie băm bổ vượt qua con ngựa và lao vô rừng cây mọc bên trong khu đổ nát. Quăng thân ra phía sau một bức tường đổ, nó nằm bẹp xuống, hớp không khí, trong khi tiếng nguyền rủa tuôn xối xả trong không trung.

Bà ngựa trắng sợ hãi hí lên một tiếng váng óc, thêm một tiếng thét làm sôi máu Charlie. Sau đó là khoảnh khắc im lặng tuyệt đối, rồi tới tiếng vó ngựa được nghe thấy đang lùi xa dần.

Phải vài phút sau Charlie mới hoàn hồn đủ để ngóc đầu lên khỏi bức tường. Bóng tối ập xuống thình lình, nhưng nó có thể nhận ra một thân hình đen thù lù nằm sát gốc cái cây xòe tán phủ trên lối vô đường hầm.

Amos Byrne nằm bất động, trong tư thế một tay với ra tìm cây đuốc dài bị văng đi, ánh lửa đã tắt ngúm. Charlie bị kẹp vô giữa cảm giác thở phào nhẹ nhõm lẫn cái rùng mình khiếp đảm. Giờ nó phải tìm đường ra khỏi khu đổ nát, sau đó ra khỏi sân học viện. Bỗng nhiên nó cảm thấy kiệt quệ. Những phút tiếp theo đòi hỏi nó phải rất tinh tường.

Charlie rất thường hay thám hiểm lâu đài cổ. Nó biết nếu nó tiếp tục đi dọc theo lối đi có hàng rào sau lưng, cuối cùng nó sẽ tới trảng trống nơi nó đã có lần thấy Vua Đỏ, hay đúng hơn, thấy cái cây thần mà Vua Đỏ trở thành. Nhưng sau đó thì nó sẽ đi đâu? Nó chưa bao giờ tới khoảnh trống ấy từ trong khuôn viên học viện. Đó là một nơi bí mật, không thể tìm được, ngoại trừ đi qua đường hầm.

"Claerwen!" Charlie gọi.

Con bướm trắng bò ra khỏi ống tay áo nó và đậu lên bàn tay nó. Charlie mừng quýnh khi thấy cô nàng. Trong tích tắc nó tự hỏi lúc nãy cô nàng có bay vô trong lửa không, bởi vì loài bướm đêm thường có khuynh hướng lao vô chỗ sáng. "Nhưng bồ quá tinh khôn nên chẳng thế đâu, Claerwen nhỉ?" Charlie tươi tỉnh lên. "Vấn đề là làm sao tụi mình ra khỏi đây?"

Claerwen không có câu trả lời cho nó. Cô nàng bay lên một cành cây và cụp cánh lại cho tới khi chúng chỉ còn là một đốm sáng tí xíu hình tam giác.

Có gì đó quệt vô cẳng Charlie. Mới đầu ở bên này sau ở phía bên kia. Nó nhìn xuống thì thấy mình được vây quanh bởi những con mèo. Ba con cả thảy. Charlie liền với cả hai tay xuống mà xoa đầu chúng, Sư Tử trước tiên, rồi đến hai con kia. Chúng bắt đầu kêu rừ rừ khoái chí.

Tiếng cười của Charlie sảng khoái tuy có pha chút sợ sệt. "Các bạn đưa tớ ra khỏi đây chứ?" nó nói.

Lũ mèo chĩa những đôi mắt sáng rực rỡ vô nhìn nó và rồi phóng đi. Chúng lướt êm lẹ, lúc thì nhảy qua bức tường đổ, lúc lại nhoay nhoáy chui lòn dưới lòng đất, và hễ khi nào Charlie bị tụt lại quá xa thì một con sẽ chờ cho tới khi nó bắt kịp bọn chúng.

Cả đám đi như thế, cho mãi cuối cùng, tới một bãi cỏ rộng bạt ngàn nằm giữa trường và khu rừng bao quanh lâu đài. Tới đây lũ mèo thận trọng hơn. Chúng đánh hơi không khí và rón rén đi qua những tàng cây trụi lá, thỉnh thoảng quay lại dòm chừng Charlie. Thằng nhỏ đi nặng nề hơn lũ mèo, cành cây gãy lắc rắc dưới chân nó và mặt đất xao động khi nó gạt văng cành khô qua bên.

Gia đình Bloor ở xa lắm, không nghe thấy mình đâu, Charlie nhủ thầm. Nhưng bất ngờ có vài luồng sáng từ trường rọi tới, cùng những giọng nói đằng xa, "Có ai ở đó không? Ra ngay đồ khốn, đồ ghê tởm."

Charlie nhận ra giọng của gã Weedon. *Đừng hòng gã trông thấy mình,* Charlie nghĩ. Tên sai vặt xấu tính này không có phép thần giao cách cảm. Nhưng có thể một kẻ khác thì có. Mụ Tilpin chăng? Ai biết được loại phù thủy như mụ có thể làm được gì. Nhưng rồi nó bắt đầu tự hỏi hay là tên thi hành án đã hồi tỉnh và trở về báo cho gia đình Bloor biết rằng Charlie đã chạy vô sân trường? Đứng chôn chân tại chỗ sẽ chẳng đưa mình tới đâu, Charlie lập luận như vậy. Lúc này lũ mèo đang gầm gừ, lo lắng thúc giục Charlie đi tiếp. Nó dợm cẳng đi theo chúng, mắt dòm chừng tòa nhà trường học. Hên là nó nhìn ra đó. Bởi vì nó thấy cánh cửa mở và hai bóng người bước ra – chúng đứng bên dưới ngọn đèn bên trên cửa và ngó trừng trừng qua sân chơi. Charlie có thể thấy chúng rõ rành rành. Một tên là Lord Grimwald, và tên kia là tay kiếm sĩ từ quá khứ, Ashkelan Kapaldi. Bọn chúng bắt đầu sấn sổ qua bãi cỏ. Lord Grimwald giơ cao cây đèn lồng đu đưa dữ dội theo dáng đi liểng xiểng của hắn. Thanh gươm của Ashkelan múa vung vít trên không bên cạnh chủ nhân của nó.

Tiếng gừ của lũ mèo biến thành tiếng rít khe khẽ và chúng chạy băng qua khu rừng. Lần này Charlie chạy miết theo chúng. Trong khi chạy nó không thể không nghĩ về bức tường chúng đang hướng tới – đó là bức tường cao xấp xỉ ba mét chặn ngăn học viện Bloor với thế giới bên ngoài. Làm sao nó leo qua được? Nó đâu phải là mèo!

Bức tường cổ bám đầy dây leo, và hầu như không thể nhìn ra trong bóng tối.

Chỉ khi thân hình rực sáng của Sư Tử leo thoát lên đỉnh bức tường thì Charlie mới nhận ra nó. Dương Cưu leo tiếp theo sau, nhưng Nhân Mã còn chờ. Trong trời chạng vạng, chú ta sáng rực nhất trong ba con mèo, với

bộ lông lấp lánh như một ngôi sao. Hình như chú chàng đang đợi Charlie leo lên tường.

Charlie nheo mắt nhìn lên mảng dây leo tối thui; nó thấy một cuống dây dày lòng thòng từ bức tường cao phía trên đầu nó chừng ba tấc bèn nhướn lên với lấy. Dùng cả hai tay, nó hích người lên, bàn chân tung ra sau. Lá cây trơn tuột khiến nó phải vung mấy lần mới bám được chân vô một chỗ mấu. Sư Tử và Dương Cưu từ bờ tường ngó xuống, và theo ánh mắt của chúng, Charlie thấy một cuống dây. Cái này xem ra ngoài tầm với của Charlie, Nhân Mã lập tức leo thoắt lên bên cạnh nó, cào lá để thòi ra một vòng dây mập chắc ở chỗ thấp hơn. Charlie hích người tì lên chân kia. Trời lạnh tê tái nhưng nó cảm thấy mồ hôi nhỏ ròng ròng trên trán.

Có tiếng thét ầm ĩ vọng tới từ hướng khu đổ nát. Chắc hẳn Lord Grimwald và Ashkelan đã phát hiện ra tên thi hành án. Chúng vẫn chưa nhận ra Charlie đang ở trên bức tường. Nó thở phào hú hồn, buông tay khỏi dây leo trong chớp mắt, lau trán và... tuột chỗ bám. Nó rơi bịch xuống đất cùng với một tiếng hự.

"Xin lỗi," Charlie lí nhí với lũ mèo. Chúng sốt ruột nhìn nó, vẻ thất vọng, mất kiên nhẫn thể hiện rõ ở những cái đuôi và những bộ ria cụp xuống.

Ít nhất Charlie vẫn còn nhớ những mấu bám chân của nó ở đâu, nó chóng vánh leo trở lên chỗ mà từ đó nó vừa rơi xuống. Với sự hỗ trợ của lũ mèo, Charlie hích người lên thêm được vài tấc nữa. Khi chỉ còn một xíu nữa thì tới bờ tường, nó lại nghe thấy tiếng người. Hai kẻ truy sát nó đang phóng vèo vèo qua rừng cây trực chỉ bức tường.

Bằng một cố gắng siêu phàm, Charlie hích người lên, nằm chèm bẹp trên mặt đá mấp mô của bờ tường và, bắt chước lũ mèo, nó thả mình rơi xuống đất. Nó rớt phạch xuống lớp cỏ thô sát cạnh bức tường, đứt hơi, run bắn và u bầm, trong khi những con mèo lửa tru rít và meo meo vô tai nó.

"Cho tớ một giây đi," Charlie thều thào. "Giờ tớ an toàn rồi."

Nhưng nó chẳng có được giây nào. Liếc ngang qua, nó thấy một lưỡi gươm sáng loáng cắm dựng đứng dưới đất. Thanh gươm của Ashkelan đã bay vèo qua tường.

"Không!" Charlie thét. Trong nháy mắt nó lại đứng bật dậy và cắm cổ chạy.

Thanh gươm nhảy tưng tưng đằng sau nó, hết chém không khí phầm phập lại chém keng, keng xuống mặt đường trải nhựa cứng chắc. Những con mèo lửa phóng như phi tiêu vòng quanh thanh gươm, rít rú, phun khè khè, phẫn nộ với đoạn thép hình như có đời sống của riêng nó.

Cuối cùng chắc hẳn Ashkelan bị mất quyền điều khiển thanh gươm chết chóc của hắn. Dường như cái vật này chỉ có thể tự múa may khi ở gần gần với chủ nhân. Cho nên khi Charlie đến đường Đồi Cao, thanh gươm không còn đuổi theo nó nữa. Charlie chạy chậm lại. Hông nó đau xóc, chân nhũn như rau câu, nhưng ít ra nó vẫn còn sống. Những con mèo lửa hộ tống nó tới nhà số 9,

để nó ở đó rồi hòa tan vào hoàng hôn mà không phát ra một tiếng động nào.

Charlie khó nhọc leo lên bậc cấp tới cửa trước. Khi bước vô trong nhà, điều đầu tiên nó để ý là cái nhà bếp tối om. Ngoại Maisie luôn luôn ở nhà bếp vào giờ này trong ngày. Ngoại đâu rồi? Charlie nghe có tiếng léo nhéo từ phía kia của hành lang. Lẽ nào bà ở trong phòng khách? Nó thò đầu qua khung cửa.

Nội Bone và ba bà em đang ngồi quanh lò sưởi, cắn bánh xốp. Một đĩa bánh nướng dùng để uống trà ở trên bàn cà phê.

"Ối!" Charlie thốt lên và vội thụt đầu lại.

"Vô đi, Charlie!" nội Bone gọi.

"Không, không sao." Charlie nhón chân băng qua nhà bếp tối hù.

"Sao lại KHÔNG SAO!" bà cô Lucretia quát. "Vô đây, ngay!"

Charlie nghiến răng lại. "Gì nữa đây?" nó càm ràm. Nó trở lại phòng khách và ngó vô. "Cháu chỉ thắc mắc ngoại Maisie đi đâu thôi," nó nói.

"Đi sắm đồ!" nội Bone bảo nó.

"Nhưng trễ rồi mà." Charlie nhìn đồng hồ đeo tay của nó. Chỉ mới có năm giờ rưỡi. Thế mà nó cảm thấy như cả một ngày và một đêm đã trôi qua kể từ khi nó rời nhà đi.

Nội Bone cười khẩy. "Bảo đảm bà ta ghé thăm con mụ ấm."

"Ồ!" Charlie ngẫm nghĩ chả biết nó sẽ ăn gì cho bữa trà. Mắt nó đảo tới đống bánh nướng.

"Bà Maisie phần gì đó cho mày trong tủ lạnh," nội Bone bảo.

Tim Charlie chìm nghỉm. Nó ước ao có món gì nóng nóng.

"Mày vừa ở đâu vậy?" bà cô Eustacia hất hàm hỏi. "Người mày bốc toàn mùi khói."

Rõ ràng hôm nay tài phép của bà cô Eustacia không linh rồi, Charlie nghĩ. Bất chợt nó hiểu ra là mụ đang mắng nhiếc nó. Mụ thừa biết nó đã ở đâu. Nhưng liệu mụ có biết về tên thi hành án với cây đuốc hung tợn?

"Cháu đi kiếm gì ăn đây," Charlie nói, bắt đầu lùi ra.

"Bà Eustacia hỏi mày đã ở đâu," nội Bone nạt.

Charlie ngần ngừ. Nếu họ biết nó đã ở đâu, thì nói dối phỏng ích gì? "Nếu bà phải biết thì, cháu đã tới quán cà phê Thú Kiểng. Nhưng như các bà cũng biết đó, nó bị đóng cửa vĩnh viễn rồi. Nhưng có người ở trong đó, đang tìm một chiếc hộp. Cho nên cháu cũng đi vô luôn. Nhưng cháu chẳng tìm thấy gì cả; kẻ kia cũng chẳng thấy."

Cả bốn bà già trân mắt dòm nó, miệng họ mím chặt, những đôi mắt đen trơ ra. Cứ như tất cả họ bỗng bị câm tạm thời. Chợt, giật thót mình hoảng hồn, Charlie biết là mình đã nói quá nhiều. Đúng ra nó không được mong đợi phải biết về chiếc hộp.

Bây giờ cuộc săn lùng sẽ quyết liệt thực sự. Gia đình Bloor buộc phải tìm ra chiếc hộp trước khi ba của Charlie về nhà. Cuộc tìm kiếm đã trở thành một trò đấu chết người, và tương lai của Billy Raven bị treo đầu sợi tóc; cả cuộc đời của ba Lyell Bone cũng vậy.

OLIVIA VÀ BỨC TƯỢNG PHÙ ĐIÊU

Bầu im lặng chỉ kéo dài vài giây, nhưng trong khoảng thời gian đó bao nhiêu ý nghĩ quét qua đầu Charlie đến nỗi nó bắt đầu cảm thấy chóng mặt. Trong hình dung của mình, nó thấy Billy đang đi vô định trong khu rừng của gã thầy bùa; và nó thấy một chiếc hộp bằng gỗ, khảm xà cừ – một chiếc hộp nắm giữ bí mật có thể thay đổi cuộc đời của tất cả những người mà nó biết.

Tiếng nói của nội Bone chạm đến Charlie hình như từ ở rất xa. "Mày bị sao thế hả, thằng kia? Tỉnh lại coi."

"Cháu, cháu," Charlie lắp bắp, cố sức tập trung vô cái bộ mặt nhờn nhợt đang lù lù phía trên nó.

"Trong đầu mày có cái gì?" nội Bone hỏi.

"Không có gì," Charlie đáp.

"Sao, Eustacia?" nội Bone ngoảnh qua hỏi bà em.

"Nó đang nghĩ tới Billy và chiếc hộp," bà cô Eustacia nói.

Charlie điếng hồn. Hôm nay bà cô Eustacia đang phát huy tối đa công lực. "Cháu chưa bao giờ trông thấy chiếc hộp đó," nó gào. "Ờ, không phải là chiếc hộp mà các bà ngụ ý tới," nó vớt thêm một câu ngô nghê.

"Charlie, ba mày đâu?" bà cô Eustacia hỏi, đến đứng bên cạnh bà chị.

"Cháu không biết, đúng không? Cháu không biết gì hơn các bà. Ba cháu đang đi xem cá voi."

"Nhưng khi mày nghĩ về thằng cha mày, mày thấy gì?" bà cô Eustacia cúi sát rạt xuống Charlie, và nó rúm người lại trước hơi thở tanh hôi của mụ.

"Không thấy gì," nó nói.

"Bọn tao biết mày có tài phép, Charlie." Bà nội nó quát lên điên tiết. "Bọn tao biết, mày có thể gặp thằng cha mày trong tâm trí khi mày tập trung suy nghĩ. Dẹp vờ vịt đi."

"Cháu không biết ý bà muốn gì," Charlie nói. Bọn họ nhất định không được biết về chiếc thuyền đó, nó nghĩ. Đoạn đổ đầy tâm trí nó hình ảnh của những bạn bè: Benjamin và Hạt Đậu, Fidelio, Olivia và Lysander...

"Hả?" nội Bone nhìn bà cô Eustacia.

"Rác rưởi," bà cô Eustacia nói. "Trong đầu nó chứa toàn rác rưởi."

Nội Bone chộp cánh tay Charlie, lôi tuột nó vô nhà bếp, ở đó mụ ấn nó ngồi xuống và pha cho nó một ly sữa lạnh ngắt. Một đĩa phó mát và bánh quy giòn được chìa ra trước mặt nó và nội Bone hằn học, "Nuốt đi. Để tất cả còn đi."

"Nhưng..." Charlie mở mồm.

"Không nhưng nhiếc gì," mụ quát.

Ba bà em của nội Bone ập vô bếp. Bọn họ tỏa quanh

chiếc bàn và ngó Charlie chằm chặp. Bà cô Eustacia không bao giờ rời mắt khỏi nó lấy một chớp. Có lẽ mụ vẫn đang cố đọc ý nghĩ của nó. Nó phải giấu biệt mụ ta tên của chiếc thuyền; cái tên đề bên hông chiếc thuyền đang cưỡi sóng dữ. Bởi vì nếu cái tên đó mà đến tai Lord Grimwald thì ai mà biết hắn sẽ làm những gì.

"Ngoại Maisie chưa về," Charlie nói, với cái miệng phồng căng bánh quy khô khốc, lạm xạm. "Nếu cháu lại đi nữa thì bà ngoại sẽ không biết cháu ở đâu."

"Bọn tao sẽ để lại thư nhắn," bà nội nó bảo.

"Ông cậu Paton không có ở nhà," Charlie gào lên tuyệt vọng. "Ba mẹ cháu bảo ông cậu mới chịu trách nhiệm trông nom cháu."

"Ba má mày sai lè," bà cô Lucretia nói lạnh tanh. "Giờ bọn tao là những người giám hộ mày."

"Không phải!" Charlie cãi lại.

"Mày sẽ đi tới Ngách Tối với bọn tao, chấm hết." Bà cô Venetia tịch thu đĩa bánh quy Charlie đang ăn dở. "Và bọn ta phải đi ngay tức khắc. Con trai bé nhỏ của ta cần ta."

Con trai chồng của bà cô Venetia, cái thằng oắt Eric ác độc, chẳng bao giờ cần đến ai, theo như Charlie biết. Thời giờ của nó tiêu pha hết vào việc làm cho tượng đá sống dậy, một tài phép nguy hiểm, thường kết cục bằng tai họa cho những nạn nhân sơ hở của nó.

"Cháu không hiểu tại sao cháu phải đi tới Ngách Tối," Charlie lo lắng ngọ ngoạy trên ghế khi nội Bone giật cái cốc của nó và đổ chỗ sữa còn lại xuống lỗ cống.

"Tụi tao muốn hỏi mày một số câu hỏi," bà cô Eustacia nói.

"Các bà không hỏi cháu ở đây được à?" Charlie biết câu trả lời ngay khi nó nhìn vô bộ mặt đanh đúc, lạnh lùng dí sát mặt nó của nội Bone. Bọn họ không muốn rủi ro bị cắt ngang vì ngoại Maisie hoặc Ông cậu Paton về đột ngột. Và điều đó có nghĩa là bọn họ sẽ tra khảo nó một trận ra trò.

Charlie biết có phản kháng cũng vô ích. Nó có thể đấm đá và gào thét om xòm lên nhưng thể nào rồi bọn họ cũng điệu được nó tới Ngách Tối, như thế nó chỉ tổ phung phí sức lực mà thôi. Nó cần tất cả sức mạnh để đấu tranh với khả năng thần giao cách cảm của bà cô Eustacia. Và giờ nghĩ về điều đó, nó gần như mong ngóng sự thách thức.

Bốn bà cô khênh ngửa Charlie ra khỏi nhà, mỗi bà tóm lấy một tay một chân nó căng ra như căng một con ếch, và đi xuống các bậc cấp. Nó bị thảy tòm vô sau xe của bà cô Eustacia, và nó phải ngồi bó rọ bất tiện giữa những cặp giò khẳng khiu của bà cô Lucretia và bà cô Venetia.

Bà cô Eustacia lái xe như say rượu. Luân phiên lao phập phập lên những vỉa hè và lạng không thương tiếc qua những khúc cua. Sau khi lái bạt mạng qua một con hẻm hẹp, mụ thắng xe, kêu đánh kít, trong một cái sân dài rải sỏi. Bọn họ đã tới Ngách Tối.

Ba ngôi nhà cao quây thành hình vòng cung ở cuối mảnh sân. Những tháp nhỏ dựng đứng và những ban công sắt rèn, cửa sổ mái cong hẹp bề ngang, được viền những sinh vật bằng đá: tượng thần lùn, tượng phù điêu[1] và những loài thú kỳ dị. Tất cả ba ngôi nhà đều đánh số 13.

Những căn nhà nhỏ hơn ở hai bên rìa sân hình như đều không có người – cửa sổ nơi đó bị đóng ván kín mít, những bậc cấp đầy rêu mọc. Đâu như có một thế lực ngang ngược nào đó đã đuổi chủ nhân của những ngôi nhà đó đi – mà cái thế lực này rõ ràng chẳng đủ mạnh để trục xuất chị em nhà Yewbeam, trừ phi chính mấy bà này mới là nguyên nhân gây ra tình trạng sơ tán của cư dân tại đây.

Nhà của bà cô Venetia, ở phía bên phải, trông ra dáng hơn hai nhà kia. Kể từ sau khi nhà mụ bị hỏa hoạn cách đây một năm, mái ngói nghiêng dốc đã được thay mới và cánh cửa trước cũng đã được sơn lại.

Ở bậc cấp trên cùng dựng một bức tượng quỷ lùn. Charlie dòm nó trân trân khi đi ngang qua. Eric rất khoái làm cái vật này sống dậy, và Charlie không muốn bị khủng bố bẹp dí xuống đất trước khi cuộc hỏi cung bắt đầu.

Bà cô Venetia mở cửa và dẫn đường đi vô hành lang ám khí. Mùi hăng hắc, cay mắt xộc lên. Bên này tường treo một tấm gương lớn, phản chiếu cái giá treo áo khoác bên kia tường. Trên giá lộn xộn trang phục đủ các loại và đủ kích cỡ, và Charlie không cần được nhắc cũng nhớ rằng bà cô Venetia có thể yểm bùa nạn nhân của mụ bằng quần áo. Những cổ áo và cổ tay áo, những loại nút

[1] Tượng điêu khắc, thường là hình người hoặc hình thú, gắn lên tường bên ngoài một tòa nhà để trang trí. (ND)

và dây nịt cùng những phụ trang của đống quần áo trông quái gở kia rất có thể đã bị tẩm độc. Charlie bất giác rùng mình và né khỏi chúng càng xa càng tốt.

Đám rước đi hàng một vô một hành lang dài bên cạnh cầu thang. Vẫn là bà cô Venetia dẫn đầu, theo sau bởi Charlie, nó bị những cái móng tay sắc nhọn của nội Bone chọc vô lưng mỗi khi hơi lần chần.

Charlie chưa bao giờ vô bên trong bất cứ căn nhà số 13 nào. Trước giờ nó chỉ dòm chúng qua cửa sổ và có một lần lén chui vô vườn sau nhà họ, nhưng chưa bao giờ các bà cô của nó mời nó vô trong nhà. Mà Charlie chắc chắn chẳng bao giờ muốn có lời mời ấy.

"Đến rồi đó!" Bà cô Venetia mở cánh cửa bên trái hành lang và nội Bone chọc Charlie vô trong một căn phòng âm u, rộng rinh. Một chiếc bàn hình ô-van kê giữa phòng, những cái tủ khổng lồ, mặt trước gắn kính phủ toàn bộ bức tường đối diện cửa ra vào. Charlie không kìm nổi một tiếng kêu thảng thốt khi thấy cái người đang đứng bên ô cửa sổ chìa ra đường.

Manfred Bloor đeo một vẻ mặt hí hửng độc địa. "Mày không ngờ hả, Charlie?" hắn nói.

Thì ra đây là lý do bọn họ lôi mình tới đây, Charlie nghĩ. Bọn họ cần Manfred hỗ trợ. Và nó tự hỏi Manfred thường tới nhà mấy bà cô Yewbeam này bao lâu một lần. Nội Bone lại chọc nó cái nữa. Lưng nó bây giờ chắc trở thành lưng chó đốm rồi quá, với nhiêu đó nốt bầm đen cơ mà. Bất chấp tình thế hiểm nghèo của mình, không dưng Charlie toét miệng cười.

"Mày cười cái gì hả?" Manfred hỏi lạnh tanh.

"Không phải cười, mà là nhăn mặt," Charlie đáp.

Sau khi chọc cho thằng cháu ngồi vô một chiếc ghế ở bên bàn xong, nội Bone và mấy bà em bắt đầu tranh cãi nhặng xị về việc sắp xếp chỗ ngồi. Bà cô Eustacia sẽ ra tay hành sự cho nên mụ có nhu cầu được ưu tiên. Thành thử Charlie thấy mình ngồi đối diện Manfred và bên cạnh bà cô Eustacia, bà này ngồi ở đầu bàn quay lưng ra cửa sổ. Nội Bone ngồi phía bên kia Charlie, với bà cô Venetia ngồi đâu hẳn mặt vô. Bà cô Lucretia không ngồi bởi vì mụ không giành được cái ghế mụ muốn. Mụ ra đứng cạnh tủ kính, săm soi dòm ngó những cái kệ linh kỉnh chai lọ có dán nhãn và lẩm bẩm gì đó một mình.

"Eric đâu?" Charlie hỏi, hy vọng làm chậm quy trình tra khảo.

Một hy vọng hão huyền.

"Ở ngoài," bà cô Venetia cộc lốc.

Charlie nghển cổ qua bên, làm nhổng chân ghế lên và ngó ra khu vườn sáng đèn. Điều trông thấy khiến nó bị choáng thêm một cú sốc nữa.

Di chuyển cà giật qua những bụi cây quả mọng mùa đông rực rỡ là những tượng đá, lờ phờ như những bóng ma: những sinh vật gớm ghiếc mang dùi cùi, những hiệp sĩ mặc áo giáp cưỡi ngựa, rồi cả ngựa, yêu tinh, quỷ lùn, những con chó khổng lồ, tất cả túc tắc chuyển động bằng những bước chân đủng đỉnh. Và Eric kia kìa, ngồi trên một bức tượng đầu thú bằng đá – một thằng bé da bọc xương, téo tẹo, trông ốm o. Đầu nó vặn qua bên này bên

kia, bàn tay phải vung tới trước lại khoát về sau, như thể nó đang chỉ huy nhịp chuyển động của một đội quân.

"Ngồi thẳng lên!" bà cô Eustacia ra lệnh, Charlie chòng chành ngồi lại, tí xíu nữa thì nghiêng chân ghế qua hẳn hướng bên kia.

"Ấn tượng đấy chứ?" Manfred nhếch mép cười. "Eric bé nhỏ của bọn ta đang chơi ngoài trời."

Charlie không thèm đáp lại. Đôi mắt đen của Manfred kìm giữ tia nhìn băng giá, và Charlie biết rằng trong những phút tiếp theo tất cả ý chí mà bộ óc của nó sở hữu phải được vận dụng. Nó nhướng ánh mắt tới cái kệ tủ trên cùng và bắt đầu đếm số chai lọ trên đó.

"Nhìn tao," Manfred ra lệnh.

Charlie dán chặt mắt vô hàng chai lọ ám muội – cái thì xanh lá cây, cái thì xanh da trời, có cái màu đỏ, có cái màu nâu. Bà cô Venetia tích trữ bao nhiêu loại thuốc độc chết người? Một, hai, ba...

"Nhìn tao đây." Giọng Manfred thét ra âm điệu ớn thấu óc. Dù cố hết sức, Charlie không sao chống chọi lại được. Nó thấy ánh mắt mình lại hạ xuống Manfred lần nữa, và nó nhớ lại cái lần đầu tiên Manfred cố thôi miên nó. Hồi ấy Charlie đã đấu được với hắn. Nó đã nhìn qua khỏi đôi mắt đen xảo trá kia và nhìn xuyên vô tâm trí hắn.

Charlie đụng phải tia nhìn của Manfred. Charlie nhìn chòng chọc vô mắt hắn và cố đọc ý nghĩ của hắn.

"Thôi ngay!" Manfred gầm.

"Cái gì?" Charlie nói.

"Mày đang cố chặn tao. Hừ, lần này mày đừng hòng lấy đó mà thoát." Manfred chồm hẳn người qua bàn. Mặt hắn tiến gần, tiến gần tới. Gần sát đến nỗi Charlie thấy cả đốm sáng chết chóc ở chính giữa hai con mắt đen ấy. Nó cảm thấy hình như mình đang rơi vô trong đấy. Tất cả những gì nó muốn là thoát ra, là nhắm mắt lại, ngủ một giấc. Tuyệt vọng, nó cố tránh những hình ảnh đang chen lấn đòi len vô đầu nó. Mình cấm không được, không được, nó nghĩ. Nhưng vô ích. Nó thấy chiếc thuyền *Cánh Xám*. Nó thấy mặt biển nổi bọt sóng và một bầu trời đêm chi chít những vì sao.

"Nó thấy gì?" giọng nội Bone lờ mờ đâu đó.

Câu trả lời của bà cô Eustacia thậm chí càng lờ mờ hơn. "Một chiếc thuyền được gọi là *Cánh Xám*... mặt trời mọc... cá voi kêu... một bầu trời đêm, nhưng... à ha... những chòm sao úp ngược."

Cái giọng nhẽo nhẹt, vo vo ve ve, khiến Charlie bất lực. Nó chẳng cục cựa được mà cũng chẳng thể mở mắt lên. Giờ bọn chúng đang hỏi nó một câu khác. Một câu nó không thể trả lời.

"Ai là Hiệp sĩ Đỏ, Charlie?"

"Tôi không biết."

"Bọn tao nghĩ mày biết."

"Không biết."

"Hắn là ai?"

"Vua Đỏ."

"Không phải. Tập trung, Charlie."

Đầu Charlie oặt xuống. Nó cố ngóc lên, nhưng cái đầu nó nặng chịch. Nó thấy mình nghĩ đến người lạ đã đến mảnh sân sáng trăng nhà Gabriel; người lạ mặc áo khoác ngắn có mũ trùm đến mang áo chùng của Vua Đỏ đi. Charlie có biết ai mặc áo khoác ngắn liền mũ? Không, không ai hết, ngoại trừ... ngoại trừ... ông nội của Manfred, ông Bartholomew Bloor. Ông là người khác một trời một vực với những người trong họ nhà Bloor. Chính ông đã giúp Charlie tìm được cha. Trước khi Charlie kháng cự được, một hình ảnh ùa vô óc nó. Lần cuối cùng nó gặp ông Bartholomew Bloor, ông đang mặc áo khoác ngắn có mũ trùm màu xanh sẫm.

Giọng bà cô Eustacia nghẹt ứ. "A ha!"

Chợt một tiếng sủa lớn xộc vô những ý nghĩ của Charlie. Nó ngẩng đầu lên. Con chó này chắc chắn đang ở đằng trước ngôi nhà, nhưng tiếng sủa của nó khoan xoáy vô hành lang. Charlie không biết là Benjamin đã nhấc cái nắp thùng thư lên và Hạt Đậu đang sủa thẳng qua cái lỗ đó.

Mắt Charlie mở bừng ra. Manfred đã thẳng người lên nhưng bà cô Eustacia ngồi im thít, ngơ ngác, dòm chàu bạu xuống mặt bàn.

"Tỉnh lại đi, Stace[1]!" Nội Bone bật ngón tay lách tách kề ngay mũi bà cô Eustacia, và bà cô Eustacia ngẩng phất lên lườm bà chị. "Giỏi lắm, bọn ta đã đạt được những gì bọn ta muốn."

---

[1] Stace là tên thường gọi của bà cô Eustacia. (ND)

"Còn nữa," bà cô Eustacia làu bàu.

"Có một con chó chết dẫm ngoài cửa," bà cô Venetia hét om sòm. "Bọn ta phải ra tính sổ nó." Đoạn mụ phóng ra, theo sau là bà cô Lucretia và nội Bone.

"Tôi nghĩ Eric lo liệu nó rồi," Manfred tỉnh bơ.

Charlie bật dậy, co giò chạy bừa ra cửa trước. Nó phải chớp mắt mấy lần mới định hướng được đàng hoàng, nhưng khi trạng thái lơ ngơ do bị thôi miên tan đi, nó thấy ngay Eric đang đứng choán khung cửa để mở, với bà cô Venetia kè sát bên.

Một tiếng bịch thật lớn, rồi một tiếng nữa. Tiếp liền bằng tiếng người thét và tiếng chó rú. Khi Charlie vượt lách được qua bà cô Venetia, nó trông thấy Benjamin, Hạt Đậu và Olivia đang cố né những bức tượng phù điêu từ trên tường bứng ra, bay vèo vèo tới chúng nó. Eric đang khoái chí đùa cợt. Nó nhảy cẳng lên sung sướng mỗi lần một bức tượng phù điêu long ra khỏi tường và bay chíu tới vỉa hè.

"Đủ rồi, Eric," bà cô Venetia mắng. "Mày phá tan nhà bây giờ."

"Charlie, ra khỏi đó mau!" Olivia thét hết cỡ.

Charlie băm bổ xuống những bậc cấp. "Chạy, Liv! Tớ chạy ngay sau đằng ấy rồi!" nó thét.

Một bức tượng phù điêu bắn theo sau, trúng gót chân Charlie. Hạt Đậu nhảy dựng quanh nó, sủa như điên.

"Eric, đủ rồi!" bà cô Venetia ra lệnh.

"Tụi mình ra khỏi đây!" Benjamin gào. "Hạt Đậu! Lại đây, bạn. Lẹ!"

Ba đứa trẻ chạy vắt giò ra khỏi cụm nhà số 13. Nếu cả bọn cứ cắm đầu chạy thì có lẽ chúng sẽ thoát thân với vài cục u bầm, nhưng bất ngờ, có một chuyện xảy ra. Và đối với một đứa trong bọn chúng, không cái gì còn giống như trước kia được nữa.

Olivia bất thần quay phắt lại. Con nhỏ nhặt cái thân không đầu của một bức tượng phù điêu bể lên, định ném trả lại Eric thì, hồn siêu phách lạc, bức tượng vươn cánh tay lẻo khẻo ra tóm chặt lấy cổ tay con nhỏ. Olivia thét lên một tiếng thất thanh khiến hai thằng con trai dừng kít lại. Chúng quành lại giúp con bé, giật tấm thân ngo ngoe, lôi cẳng, cố cậy những ngón tay cứng chắc ra khỏi cổ tay Olivia. Eric bật cười sằng sặc.

Lúc này tất cả bốn chị em nhà kia đã đứng chùm nhum ở bậc cấp trên cùng, sau lưng Eric. Bà cô Venetia đang cười đắc chí. Bà cô Eustacia và bà cô Lucretia hùa theo và rồi, nhịn không nổi, nội Bone cũng buột ra một cơn cười rũ rượi.

Olivia trợn mắt dòm lên Eric và bốn bà già. Con bé nghĩ thầm xem cái gì có thể khiến bọn họ hoảng sợ. Cái gì có thể quét sạch những vẻ nhúm nhó lố bịch khỏi bộ mặt họ và dập tắt tiếng cười cay độc của bọn họ? Nó tưởng tượng ra một bộ xương cao nghều nghệu, đội nón đen và áo chùng đen, vung vẩy một lưỡi kiếm cong, dài sọc.

Và lão hiện ra! Đứng ngay trước bậc cấp, vung lưỡi hái lên chuẩn bị chém.

Tiếng cười méo thành những tiếng thét kinh hồn. Eric và mấy bà cô biến mất, đóng sầm cửa lại sau lưng.

"Ố, Liv! Sao bồ làm được vậy?" Charlie hỏi.

"Mình không thể cưỡng được," Olivia đáp khi cái thân không đầu buông tay ra và rơi phịch xuống đất. "Vả lại, nó thành công trong lúc nguy ngập mà. Rõ ràng Eric sẽ mất tập trung khi hoảng sợ."

"Cái đó ấn tượng quá chừng chừng!" Benjamin thất vọng khi thấy bộ xương mờ dần đi. Nó vỗ về Hạt Đậu trong khi chân cẳng con chó vẫn còn run như cầy sấy. "Đó chỉ là một ảo ảnh thôi, Hạt Đậu à."

Cả bọn cấp tốc chuồn khỏi Ngách Tối, Charlie cứ thảy ánh mắt lo lắng về phía Olivia. Con nhỏ đã tự lộ mình. Đến giờ gia đình Bloor vốn chưa biết nó được ban phép thuật, nhưng chẳng lâu nữa đâu mấy bà Yewbeam sẽ hoàn hồn sau cú choáng, và các mụ sẽ biết. Rồi thể nào mấy mụ đó cũng sẽ phao cái tin mới này đi.

Olivia quăng cục lơ với Charlie một hồi. Con bé cố ý tránh chạm phải mắt Charlie, nhưng cuối cùng nó tru tréo, "Thôi đừng nhìn đây kiểu đó nữa, Charlie. Bọn này đã cứu đằng ấy mà!"

"Nhưng bồ đã để lộ mình, Liv!" Charlie nói. "Bà nội mình với mấy bà em của bà ta sẽ biết chính bồ đã làm hiện bộ xương đó ra và bọn họ sẽ rêu rao cho tất cả mọi người cùng biết. Sau đó thì sao?"

"Sau đó thì sao?" Olivia nhại lại Charlie. "Thì tụi mình sẽ biết chứ sao?" Con bé chà chà cái cổ tay chỗ bức tượng phù điêu để lại những vết bầm thấy ghê trên da nó.

"Xin lỗi," Charlie nói, cảm thấy tội đồ. "Cảm ơn bồ đã cứu mình. Việc xảy ra thế nào vậy?"

Benjamin giải thích rằng nó đã tới nhà số 9 tìm Charlie và thấy ngoại Maisie đang "hớt hơ hớt hải", theo như lời nó kể. Bà đã tìm thấy mẩu thư nhắn mà nội Bone viết, nhưng bà không thích nghĩ đến việc Charlie đang ở một trong những ngôi nhà Ngách Tối. Cho nên Benjamin xung phong đi tìm Charlie. "Cùng với Hạt Đậu, dĩ nhiên," Benjamin thêm vô. "Mình không thể đi nếu không có nó. Và mình đã gặp Olivia đang trên đường đi tới tiệm sách, và bạn ấy bảo sẽ cùng đi với mình. Đông người an toàn hơn mà."

"Cảm ơn," Charlie nói. "Xin lỗi mình đã cần nhằn bồ, Liv."

"Đáng ra mình nên suy nghĩ kỹ!" con bé hất mái tóc nhuộm lên, cười toe.

"Có Manfred ở đó," Charlie lẳng lặng nói. "Hắn đã thôi miên mình."

Olivia và Benjamin dừng khựng lại. Hai đứa dòm Charlie cho tới khi Charlie thấy lúng túng.

"Rắc rối là, mình không biết mình đã nói gì không nên nói với chúng chưa. Mình đã cố đừng nói, nhưng mình không thể nhớ được." Nó vuốt vuốt cái đầu bờm xờm của con Hạt Đậu. "Hạt Đậu đã báo động cho mình tỉnh dậy."

Bọn chúng đã về tới đường Filbert và Charlie thở phào khi thấy chiếc xe thùng của Ông cậu Paton đậu bên ngoài nhà số 9.

Olivia, Benjamin và Hạt Đậu theo Charlie xông vô nhà, ở đó nó thấy ngoại Maisie và Ông cậu Paton đang thưởng thức bữa ăn dưới ánh nến với bánh hấp cá hồi và khoai tây chiên. Có ê hề cho tất cả mọi người, và trong khi ai nấy ăn mải mê, Charlie kể lại ngày hôm nay của nó, hồi tưởng lại vụ thoát khỏi Amos Byrne bằng những điệu bộ kịch tính đến nổi hai lần nó suýt gạt bay hũ tiêu ra khỏi bàn.

"Trời ơi!" ngoại Maisie kêu lên. "Tóc con cháy xém cả rồi, Charlie. Bà có thể ngửi thấy mùi khét. Con cấm không được chạy đi đâu mà không báo cho bà biết đấy. Đáng ra con phải... Ối, chỉ nghĩ tới thôi bà đã không chịu nổi."

Ông cậu Paton gật đầu. Mặc dù vẻ mặt ông nghiêm nghị, và mặc dù ông biểu lộ tất cả sự hoảng hốt và lo lắng rất đúng mực, Charlie vẫn cảm thấy còn có điều gì khác nữa đang làm ông cậu nó bất an. Hình như ông không toàn tâm chú ý đến cuộc chuyện trò quanh bàn. Ánh mắt ông cứ lướt xa xăm ra khỏi mọi người.

"Ông cậu Paton, ông đã đi đâu vậy?" Charlie hỏi.

Ông cậu nhìn nó đăm chiêu. Trông không sai là ông vừa mới kéo tâm trí trở về từ nơi nào đó, rất xa. "Ta đã ở đâu không quan trọng," ông nói. "Bây giờ hãy nói ta biết coi, các bà chị của ta đã hỏi con về Hiệp sĩ Đỏ phải không?"

Đầu óc Charlie chợt sang sáng ra chút ít. Bức màn thôi miên gây khó chịu đang vén lên. "Dạ, họ đã hỏi đích xác về hiệp sĩ, và mặc dù con không nói thành lời nhưng con nhớ mình đã nghĩ rằng đó có thể là ông Bartholomew."

"Bartholomew?" Ông cậu Paton lộ vẻ ngờ vực.

"Wow! Tuyệt cú mèo." Olivia ụp hai bàn tay chống dưới cằm. Con bé đeo bao tay hở ngón đính rua băng vàng óng và bạc. "Tớ hy vọng bồ không nói gì với chúng về Tancred," con nhỏ nói.

Charlie lắc đầu. "Đừng nghĩ thế. Không đâu. Bọn chúng không chạy lòng vòng để hỏi về Tancred."

"Phù! Vậy tốt." Olivia ngẩng đầu lên và chập hai bàn tay đeo găng hở ngón lại với nhau. "Thế thì anh ấy an toàn."

"Đúng. Nhưng bồ thì không, Liv à," Charlie nói.

QUẢ CẦU ĐẠI DƯƠNG

Quả cầu Đại Dương khổng lồ giờ dựng ở chính giữa phòng khiêu vũ. Tấm màn phủ màu trắng đã được bỏ ra nhưng quả cầu vẫn bao kín ở trong một chiếc hộp thủy tinh lớn. Đằng sau lớp kính có thể thấy nước xanh lục, sóng sánh trào ra khỏi bề mặt của khối cầu sáng lóa: thế giới, được hiển thị thành bản đồ những đại dương và lục địa. Đất liền nổi rõ là màu nâu xỉn, trong khi biển cả nhấp nhóa vô số bóng màu xanh da trời và xanh lá cây, xám và bạc.

Tuy đèn trong phòng khiêu vũ đã tắt hết, nhưng chùm đèn pha lê treo phía trên quả cầu phản chiếu ánh sáng chói lọi của sóng biển, tỏa tràn trề những tia sáng rực rỡ đi khắp phòng.

Tất cả mọi âm thanh được nghe thấy là tiếng ì oạp mơ hồ của sóng và tiếng thì thầm khe khẽ của những đại dương mênh mông trên thế giới.

Lord Grimwald đứng trước bảo bối của y, và bộ mặt khắc nghiệt của y mềm đi khi ánh mắt y đảo khắp các đại dương – lên phía bắc tới Bắc Cực, cao hơn đầu y sáu tấc, rồi dò xuống qua Đại Tây Dương tới Nam Cực và lại đảo qua Thái Bình Dương.

"Bao la biển," y lẩm bẩm và nụ cười quệt qua mặt khiến cho y gần như mang vẻ nhã nhặn. Nếu Lord Grimwald mà có trái tim thì chắc chắn nó được giữ trong khối cầu chiếu sáng trước mặt y đây. Y yêu nó hơn hết thảy mọi thứ trên đời. Cô độc trên hòn đảo lởm chởm đá của mình, chỉ với khối cầu này làm bạn, là y rất sung sướng rồi. Đôi khi ký ức về giọng hát mượt mà của vợ thôi thúc y ngó xuống vùng sóng, nơi bà đã bị chết ngạt trong một tấm lưới, bị đè bẹp bởi hàng tấn cá. Tiện đà y lại nghĩ tới những bùa linh mà bà ta và làm cho con trai, để thằng đó có thể sống sót qua được lời nguyền giáng xuống gia đình.

Thật đáng tiếc, Lord Grimwald ngẫm ngợi, rằng nếu y muốn sống tiếp thì y phải diệt trừ đứa con trai duy nhất của y, lúc này đã mười hai tuổi. Dagbert đã chứng tỏ là một tay dìm chết người tài ba, không nghi ngờ sau này sẽ trở thành một Chúa tể Đại Dương uy dũng, nếu nó sống được.

Lý do cho lời nguyền của dòng họ Grimwald đã bị thất truyền qua thời gian. Nhưng lời nguyền thì vẫn bạo liệt như thuở nào. Khi Lord Grimwald mười hai tuổi, y đã gây ra cái chết của chính cha của y, bởi vì cha của y trước kia cũng vậy. Nhưng, thỉnh thoảng, một người cha vẫn sống sót được với người con, Chúa tể Đại Dương hiện tại không hề dự định chết – còn lâu, lâu, rất lâu y mới nghĩ tới chuyện chết.

Cái thằng ranh sẽ giấu biệt những linh vật đó, cái thằng con ta ấy, nhưng nhất định ta sẽ tìm ra chúng. Lord Grimwald buột cười lớn. Y đã lên một kế hoạch có sự can dự của con trai mụ Tilpin, Joshua. Thanh Nam Châm. Y chờ đợi thằng đó sẽ chịu nhúng tay vô mưu đồ này.

Chúa tể Đại Dương đặt bàn tay như vảy cá vô mặt thủy tinh, tức thì một luồng nước trắng sáng ụn lên bên dưới những ngón tay y. Khi luồng nước rơi xuống trở lại, những vòng tròn lấp lánh loang từ chỗ đó lan ra vùng biển lân cận, tựa những gợn sóng trong một cái ao. Có điều những vòng tròn sủi bọt này sẽ hiển hiện trong đại dương thật là một núi nước. Lord Grimwald mê mẩn với công việc của mình đến mức y không nghe thấy tiếng Manfred bước vô phòng khiêu vũ.

"Thì ra đây là Quả cầu Đại Dương!" Manfred thốt lên với giọng bàng hoàng. "Nó thật là," hắn xòe rộng một bàn tay ra, "bao la!"

Lord Grimwald quay lại, hơi thấy sượng sùng, như thể vừa bị bắt quả tang đang tự nịnh nọt mình trong gương. "Quả cầu Đại Dương, đúng. Ta hài lòng là nó đã được di chuyển êm thấm tới đây, bất chấp kích cỡ của nó. Không một con sóng hay một đại dương nào bị trệch chỗ cả."

Manfred cúi sát xuống lớp kính. "Nó chống lại trọng lực," hắn nói cùng với một cái nhíu mày. "Tại sao mà nước không bị rơi nhào xuống phía trái đất? Làm sao, làm thế nào nó có thể phun lên được như thế? Sóng..." hắn ghé vô sát hơn, "vài nơi sóng sôi lên cuồn cuộn."

Lord Grimwald mỉm cười kênh kiệu. "Nó vốn là như thế. Và nó sẽ luôn luôn như thế. Ta không biết gì về lịch

sử của nó. Cha của ta đã có lần kể cho ta nghe rằng một tổ tiên từ quá khứ xa xưa của dòng họ ta được ban phép tạo ra lực từ trường. Ngài thu phục nước, có thể nói vậy. Ngài thu gọn nước vô vòng tay ngài, ở vùng Biển Bắc và, trông lạ chưa kìa, một quả cầu sóng nước hiện ra trong vòng ôm của ngài, điểm xuyết những mảng lục địa."

"Chính vì nhờ quả cầu này mà dòng họ ông đã điều khiển đại dương?" giọng Manfred phảng phất mối nghi ngờ.

"Trong suốt tám trăm năm," Lord Grimwald đáp. "Nó được lồng trong tủ kính như vầy từ thế kỷ mười chín, để bảo vệ nó khỏi sự ô nhiễm, mi hiểu chứ."

Manfred gật đầu. "Đương nhiên."

"Mi có moi được gì từ thằng bé đó không?" Lord Grimwald hỏi.

"Ố, rất nhiều," Manfred đáp, nhếch cười. "Chiếc thuyền ở trong tâm trí nó, có một cái tên là *Cánh Xám*. Mụ già Eustacia đã thấy nó rõ ràng – biển, bầu trời đêm và những chòm sao úp ngược."

"Úp ngược?" Chúa tể Đại Dương xoa cằm. "Vậy là bọn chúng, cha mẹ thằng bé, ở bán cầu Nam." Y chấm một ngón tay vô mặt kính và sóng bên dưới chỗ đó sủi lên thành những bong bóng màu bạc. "Có cơ man nào cá voi ở những bờ biển nước Úc. Ta đánh cược là con mồi của chúng ta luẩn quẩn ở quanh vùng này." Y lướt ngón tay lên bờ biển phía đông nước Úc, và một dải bọt trắng nổi cộm theo lộ trình y vẽ ra.

Manfred dòm cái ngón tay dài trông như con cá đó

với một cái khẽ nhíu mày ghê tởm. "Tôi tưởng tượng rằng ngài vừa mới gây ra vài vụ đắm tàu ở đó" hắn nói.

"Tuyệt đối không được để nó thoát trước khi ta đi." Lord Grimwald quay qua Manfred. "Thế, mụ thầy bói đó còn nói gì khác nữa với mi?"

"Nhân dạng của Hiệp sĩ Đỏ. Bọn tôi tin rằng đó phải là ông nội của tôi, ông Bartholomew Bloor, một con cừu đen của gia đình."

"Sao mi tin vậy?" Lord Grimwald hỏi sẵng.

"Bởi vì lão ta đã quay lưng lại bọn tôi, đi ra nước ngoài. Trở thành kẻ thám hiểm, chẳng liên hệ dính líu gì đến gia đình nữa."

Lord Grimwald thở dài nôn nóng. "Không. Tại sao mi tin rằng Hiệp sĩ Đỏ chính là cái lão Bartholomew này?"

"Ố, vì lão ở trong tâm trí của Charlie."

"Chẳng chứng minh được gì. Thằng bé không biết. Nó chỉ đang đoán thôi."

"Hừ, đó là khởi điểm," Manfred bực bội. "Dạo này mụ Eustacia linh lắm. Tôi cá là mụ ta có thể nói cho tôi biết cái gì có ở trong đầu ngài."

"Ta thì nghi ngờ," Lord Grimwald làu bàu. "Thế còn đứa trẻ được ban phép thuật vô danh đang còn bị thả rông thì sao?"

Manfred bực bội. "Charlie đã tẩu thoát trước khi tụi tôi hỏi tiếp. Con chó chết dẫm của bạn nó đến sủa qua thùng thư. Nó phá vỡ sự tập trung của bọn tôi."

"Chậc!" Lord Grimwald thọc hai tay vô hai bên túi quần. "Ta chẳng lưu tâm chuyện đó, nhưng Ashkelan thì muốn biết. Hắn luôn luôn ở trạng thái nhấp nha nhấp nhổm."

"Bọn tôi đã phát hiện về một trong những đứa trẻ khác," Manfred nói, giọng có chút tự mãn. "Một trong những đứa con gái – Olivia Vertigo. Hóa ra con này là người tạo ảo ảnh, khá là giỏi. Bọn tôi đã không biết về nó. Thật là táo tợn."

"Quả là thật," Lord Grimwald đồng tình. "Phải kiểm soát con bé và nó có thể có ích đấy."

Một trong những cánh cửa lớn của phòng khiêu vũ đột nhiên bật mở và mụ Tilpin lệt bệt bước vô, kéo theo Joshua đằng sau.

"Gã Weedon bảo ngài muốn gặp bọn ta," mụ gầm gừ. "Ta đang nghỉ trưa. Cả đêm không thể chợp mắt lấy một cái. Cái nơi bị ám."

"Cái gì kia?" Joshua thét lên, chỉ vô Quả cầu Đại Dương.

Lord Grimwald trân mắt nhìn thằng bé vàng vọt một cách khinh miệt. Bộ tóc xơ xác của Joshua bám đầy vụn giấy, áo lạnh thì tòn teng vụn bánh và vỏ bút chì, còn giày lại bám kín lá khô và bùn.

"Ta nhìn thì biết ngay mày là thằng nam châm," Lord Grimwald nhận xét.

"Nhưng cái gì kia?" Joshua chất vấn, mắt nó không rời Quả cầu Đại Dương.

Lord Grimwald nhăn mũi. "Ta nghĩ ngươi sẽ làm," y lẩm bẩm.

"Nếu ngài muốn nó làm gì cho ngài, tốt nhất ngài hãy tỏ ra biết điều hơn," mụ Tilpin nói, tập tễnh đi về phía quả cầu. "Hãy nói cho nó biết cái này là cái gì."

"Đó là Quả cầu Đại Dương." Lord Grimwald phun những từ đó ra như thể mẹ con mụ Tilpin không xứng đáng có câu trả lời.

"WOW!" Joshua lao bổ tới quả cầu, hai tay giang ra.

"CẤM SỜ!" Chủ nhân của quả cầu rống lên.

Joshua dừng sựng lại cách lớp kính chắn vài phân. "Sai rồi," nó tuyên bố, ngước lên ngó trân trân khối cầu khổng lồ. "Không thể nào thế được. Sóng dựng lên. Nước làm thế bằng cách nào? Sao trái đất có thể giữ nước đứng yên?" nó chỉ đáy quả cầu. "Sao cái này không bị rơi xuống?"

"Bởi vì nó không rơi," Lord Grimwald gằn giọng.

Joshua nín bặt. Nó nhìn nước nhào ngụp ở biển Bắc Cực xa phía trên đầu nó. Gương mặt xanh mét của nó rọi đẫm ánh sáng xanh lục, lay động của quả cầu to lớn, và mái tóc phủ đầy giấy của nó lốm đốm sắc cầu vồng từ những bóng đèn pha lê trong chùm đèn treo chiếu xuống. Nó nhìn mẹ nó và kết luận là bà ta gần gần xinh đẹp trong ánh sáng của biển. Dĩ nhiên ánh sáng này cũng cải thiện diện mạo của Manfred.

Cuối cùng Joshua quay đầu lại và ngước lên nhìn Lord Grimwald chằm chằm. "Ông là ai?" nó hỏi.

Gã đàn ông bên cạnh nó nhìn xuống từ chiều cao ngất ngưởng, và Joshua để ý mái tóc gãy gấp, gần như màu xanh lá cây, đôi mắt băng giá phát ớn, và làn da phát sáng xam xám. "Trông ông như một con cá," nó nói.

Mẹ nó thụi cho nó một cái vô be sườn. "Cư xử đàng hoàng coi, Josh. Người đàn ông này điều khiển đại dương – ông ta rất giống Dagbert, có điều tinh khôn hơn." Mụ liếc nhìn Chúa tể Đại Dương. "Ngài muốn con làm gì đó cho ngài."

"Hả?" Joshua dòm sựng vô bộ mặt đanh sắc.

Lord Grimwald đút hai tay vô túi quần. "Mày có quen biết Dagbert Endless không?"

"Nó học trên tôi một năm, nhưng tôi biết nó," Joshua nói. "Nó suýt nữa là bạn thân nhất của tôi."

"A. Vậy á? Hừ, Joshua, Dagbert là con trai của ta và, có lẽ ngươi không tin điều này, nhưng nó đã đánh cắp mấy món đồ của ta."

"Tôi tin ông. Dagbert và tôi vẫn thường hay chôm đồ." Joshua thảy cho gã đàn ông một cái cười méo xệch. "Nó đã lấy cắp cái gì của ông?"

"Bảy món bùa linh bằng vàng, Joshua: một con cá, năm con cua và một con nhím biển."

Joshua nhíu mày. "Nhưng đó là linh vật của nó mà. Ông Grimwald..."

"Chúa tể Grimwald," Manfred vội vàng chỉnh lại cách xưng hô của nó.

"Lord Grimwald," Joshua nói. "Dagbert nói mẹ nó đã làm những món bùa ấy cho nó, để nó được bảo vệ."

"Khỏi *ta*," Chúa tể Đại Dương nói. "Ta biết câu chuyện bịa của nó. Tất cả là láo toét, Joshua."

Joshua đá sục mũi giày xuống sàn và Manfred mắng nhiếc nó về cái sự bùn đất văng đầy ván sàn bóng loáng.

Lord Grimwald thở dài thườn thượt, vừa bước vòng quanh quả cầu vừa nói, "Ta nghĩ là ngươi muốn phần thưởng cho những phần việc của ngươi, đúng không Joshua?"

Joshua dòm mẹ nó, mụ ta bảo, "Dĩ nhiên rồi."

"Tốt lắm." Lord Grimwald, đã đi hết một vòng quả cầu, dừng lại bên cạnh mụ Tilpin và lại thở dài lần nữa. "Chỗ ở của bà ở đây không tươm tất cho lắm, ta tưởng tượng vậy." Nét cau có trên mặt Manfred hằn sâu hơn. "Chắc chắn là ẩm ướt," Lord Grimwald tiếp tục. "Ta có thể thấy bà sắp bị viêm khớp đến nơi. Ta có thể cho bà một lâu đài nhỏ ở phương Bắc. Một người đầy tớ. Những căn phòng được sưởi ấm và..."

Mụ Tilpin bắt đầu tươi tỉnh, đong đưa thân người. Mụ cần phải tựa người vào cánh tay của Manfred để giữ điềm tĩnh, điều mà hắn không thích. "Gì nữa?" mụ chất vấn.

Lord Grimwald quay qua Joshua. "Đồ ăn thích nhất của ngươi là gì, Joshua?"

Thằng bé cười toét miệng và không ngần ngại, nó nói liền một lèo, "Sô-cô-la, xúc xích, bánh nướng Battenberg[1], nước ngọt vị chanh, thạch dâu, khoai tây chiên và đậu."

---

[1] Một loại bánh của Anh, xốp mềm phủ hạnh nhân, được làm từ các miếng bánh hình vuông màu hồng và vàng để khi cắt ra miếng bánh có hai ô vàng và hai ô hồng. (ND)

"Cá thì sao?" Chúa tể Đại Dương hỏi.

"Tôi ghét cá," Joshua đáp.

Má của Lord Grimwald chuyển sang đỏ hơi lục và trong một giây, thoáng có nét căm hờn sượt qua mặt y, nhưng trấn tĩnh lại, y vẩy một bàn tay và nói, "Ngươi sẽ có tất cả những thứ đó, nhưng..."

"Đã quá!" Joshua nhảy cẫng lên sung sướng.

"Nhưng chỉ khi ngươi đã làm xong những gì ta yêu cầu."

"Nói toẹt đi," mụ Tilpin, trong khoảnh khắc đã quên không tỏ ra biết ơn. "Ta mệt rồi." Mụ lê tới một trong những chiếc ghế sơn son thếp vàng của phòng khiêu vũ và đổ ập người xuống.

Lord Grimwald tỏ ra là một doanh nhân vào việc. "Ta biết thể nào Dagbert cũng sẽ giấu những bùa linh đó. Ngươi phải tìm ra chúng, Joshua. Bất kể chúng ở đâu. Ngươi có từ tính. Những thứ bùa đó sẽ bị hút về phía ngươi, chúng sẽ bám vào ngươi, nếu ngươi ở cách chúng bốn mét."

"Trước giờ tôi chưa thử với vàng," Joshua lộ vẻ hoài nghi.

"Hãy tin ta, ngươi sẽ hút được vàng nếu ngươi nghĩ về nó. Nếu ngươi thật sự muốn nó. Ta biết chút ít về nam châm và ta biết rằng tâm trí có thể đóng vai trò lớn trong đó. Chẳng hạn tại sao ngươi chỉ dính toàn giấy là giấy, với bùn và vụn bánh như thế? Ngươi *muốn* lôi thôi lếch thếch hả? Hãy nghĩ để gạt bỏ chúng đi," Lord Grimwald phủi tay một cái phớt qua lớp đồ linh tinh bám trên áo lạnh của Joshua, "rồi ngươi sẽ thấy dễ chịu hơn nhiều."

Joshua bặm môi tập trung nhìn những vụn bánh, nhưng không có gì xảy ra.

"Ta nghĩ bọn ta đến đây là xong," Chúa tể Đại Dương nói. "Các ngươi có thể đi đi. Hãy mang những bùa linh đó về cho ta càng nhanh càng tốt."

"Vâng, thưa ngài." Joshua quay qua mẹ nó, mụ lết tới và níu lấy tay nó cho khỏi té.

"Tôi sẽ tới gặp bà sau, Titania," Manfred nói. "Tôi muốn biết ý kiến của bà về một sự triển khai mới. Olivia Vertigo được ban phép thuật."

Cái tin này nặn một nụ cười ra khỏi mặt mụ Tilpin. "Thật à?" mụ lầm bầm. "Cuối cùng ta cũng có chút niềm vui, một vụ biến hình nho nhỏ," và đôi mắt màu mâm xôi của mụ nhóe lên hứng khởi.

Đúng lúc mẹ con mụ Tilpin bước ra khỏi phòng, vài miếng giấy bay khỏi đầu Joshua; và bóp chặt bàn tay nó, mẹ nó thì thầm. "Con sẽ làm ra một gia tài cho mà xem, Josh."

Manfred chờ cho tới khi nhà Tilpin đi khuất rồi mới hỏi, "Thế khi nào thì ngài tìm thấy chiếc thuyền của Lyell Bone? Tôi muốn chứng kiến cảnh đắm thuyền."

"Kiên nhẫn đi," Lord Grimwald nói. "Ta muốn những cái bùa đó. Nếu không có chúng, ta sẽ không sống lâu đủ để giúp ngươi."

Manfred thấy thật khó mà tin rằng gã đàn ông hùng mạnh đang đứng trước mặt hắn đây lại có thể bị chế ngự

bởi một thằng bé mười hai tuổi. Nhưng lời nguyền là lời nguyền, hắn tự nhủ, và không có sự lẩn tránh ở đây. "Tôi chưa nói với ông cố về tin mới nhất này," hắn vừa nói vừa sải bước ra cửa. "Tốt hơn ngay bây giờ tôi lên gác mái của cố đây. Ông lão luôn luôn muốn là người đầu tiên biết mọi thứ."

Lord Grimwald theo Manfred đi ra hành lang. "Chắc tới giờ ăn tối rồi," y nói. "Nhà bếp của ngươi có thể làm bánh nướng nhân cá không?"

"Không biết." Manfred đóng cửa phòng khiêu vũ lại, chèn ngang cái chốt qua và khóa cửa. "Không muốn ai táy máy quả cầu của ngài."

Hai kẻ ác độc đi trên hành lang tối tăm, mở một cánh cửa thấp ở cuối hành lang và bước ra tiền sảnh. Ngay khi cánh cửa được đóng lại, một dáng người bé nhỏ từ trong bóng tối ở cuối hành lang hiện ra. Bà bếp trưởng đã nghe lén qua một khe hở trên cánh cửa phòng khiêu vũ, và bà đã nghe hầu như từng lời của cuộc nói chuyện vừa diễn ra. Chắc chắn đã đủ để biết rằng bà phải báo cho ai đó về Quả cầu Đại Dương. Bà thậm chí còn thoáng trông thấy cái kẻ gớm ghiếc.

Bà bếp trưởng và Lord Grimwald vốn có thâm thù. Không phải một lần, mà hai lần, y đã cầu hôn bà. Cả hai lần bà đều từ chối, và vì vậy mà y đã kéo đổ nhà bà, dìm chết cha mẹ bà. Lệ rơi làm cay mắt bà khi bà nghĩ đến cái ngày tang thương, bà quay về hòn đảo quê nhà và chẳng thấy gì ngoài mấy tấm ván nổi lềnh bềnh bên cạnh vách đá.

"Hắn sẽ không thể thoát được một lần nữa," bà lẩm

bẩm một mình khi quẩy quả nhón bước trên hành lang. "Thà thằng bé còn hơn cái gã đó. Dù cho Dagbert đã làm gì chăng nữa, cũng không tệ bằng những gì đồ hèn hạ kia nung nấu trong đầu óc của y."

Bà bếp trưởng mở cánh cửa đi vô tiền sảnh. Vội vã nhìn quanh, bà băng qua tiền sảnh và đi xuống Hành lang Chân dung, tới căn-tin xanh da trời. Khi tới đó, bà lẻn nhanh vô nhà bếp và vô một ngăn tủ âm tường cất chổi. Những phụ tá của bà đều nghỉ làm vào cuối tuần, cho nên bà có thể sử dụng lối này để về căn hộ của mình mà không sợ bị theo dõi.

Ở cuối tủ âm tường dùng để chổi, che kín sau tạp dề và khăn lau, một cánh cửa nhỏ mở ra một hành lang dìu dịu ánh đèn. Bà bếp trưởng đi thật lẹ, lầm rầm trong cổ họng. "Không được để yên cho hắn. Phải ngăn hắn lại," cho tới khi đến một dãy cầu thang dẫn tới một tủ âm tường khác. Cái này ăn thông vô một căn phòng ấm cúng, nơi có than hồng lập lòe trong lò sưởi cũ màu đen. Những bức tường treo đầy tranh ảnh, và một cái tủ cổ cất đầy đồ sành sứ viền vàng. Một chiếc ghế sofa tiện lợi và một chiếc ghế bành bên cạnh lò sưởi. Trong ghế bành một người đàn ông quắc thước, tóc trắng phau bao quanh gương mặt đầy nếp nhăn nhưng đẹp lão.

Giáo sư Saltweather, trưởng khoa Nhạc, là một người bạn và một đồng minh của bà bếp trưởng. Chỉ mới gần đây bà mới tin tưởng ông đủ để cho ông biết căn phòng bí mật này. Và ông rất thích. Nó đối lập hoàn toàn với căn phòng lạnh lẽo, ẩm thấp mà ông được phân ở trong học viện.

Khi trông thấy vẻ mặt lo lắng của bà bếp trưởng, giáo sư Saltweather vội đặt tờ báo xuống và thốt lên, "Có chuyện gì vậy, Treasure?" Đây không phải là cách gọi trìu mến, mặc dù giáo sư rất mến bà bếp trưởng. Treasure chắc chắn là tên của bà.

"Ôi, Arthur. Thật khủng khiếp!" bà bếp trưởng thốt lên, và bà kể lại những gì bà đã nghe lỏm được... cùng với cảnh tượng bà thoáng thấy. "Tôi muốn cảnh báo cho họ biết," bà nói, khoác chiếc áo vải tuýt lên và đội chiếc mũ len vào. "Charlie và ông cậu của nó phải biết việc này. Chúng ta phải ngăn chặn tên quái vật sát nhân độc địa đó."

"Để tôi đi cho," giáo sư Saltweather nói, đoạn đứng bật dậy.

"Không, không. Giáo sư quá... lộ liễu." Bà hơi đỏ mặt. "Ông sẽ bị phát hiện. Để tôi đi tới tiệm sách, vậy đỡ rủi ro bị bà nội Bone nhìn thấy. Ông Yewbeam hôm nay thể nào cũng sẽ tới gặp cô Ingledew."

"Nếu cô chắc chắn như thế, cô thân mến. Nhưng hãy cẩn thận." Giáo sư Saltweather ái ngại nhìn bà bếp trưởng tất tưởi cho những món đồ cần thiết vô giỏ xách. Sau đó, vẫy tay một cái, bà lại tuôn khỏi phòng.

Giáo sư Saltweather ngồi chìm vô chiếc ghế bành và vỗ vỗ con chó già dưới chân.

"Ta chẳng thích thế này tí nào, May Phúc à," ông nói. "Chẳng thích một tí nào cả."

MẸ ĐỠ ĐẦU GIẢ MẠO

Bà bếp trưởng sực nhớ ra tối nay tới phiên mình trực. Bà có nhiệm vụ phải dọn bữa tối cho gia đình Bloor và những vị khách mờ ám của họ. Bánh nướng nhân cá được nhắc tới.

"Đó là việc vặt – để bà Weedon lo liệu là được rồi," bà bếp trưởng nói một mình khi đi ngang qua căn-tin xanh da trời. "Tốt hơn hãy báo bà ta một tiếng."

Bà bếp trưởng hối hả đi qua căn-tin xanh lá cây, nơi mụ Weedon thường ngày hay túc trực, gà gật bên cạnh dàn bếp hoặc đang đọc truyện ly kỳ giật gân. Nhưng hôm nay chẳng thấy mụ ta đâu. Mãi cuối cùng bà bếp trưởng mới tìm thấy mụ ngoài sân nhà bếp, đang cho một con chó trông hung hãn ăn.

"Bertha, bà đang làm cái quái gì thế?" bà bếp trưởng thét lên khi con vật nhe răng, sấn tới bà.

"Tội nghiệp, nó đói," mụ Weedon bảo. "Một con vật bị lạc. Tôi thích nó quá. Ở đây đầy đồ ăn thừa ra đấy."

Bà bếp trưởng từ lâu đã thôi không thắc mắc tại sao mụ Weedon lúc nào cũng chanh chua đanh đá như vậy. Bà kết luận rằng người phụ nữ đáng thương này không thể cưỡng lại được. Rốt cuộc thì làm vợ gã Weedon đâu phải là một chuyến đi picnic.

"Sao bà ăn mặc bảnh chọe thế? Bà đang trực cơ mà," mụ Weedon nói, nhìn cái mũ len của bà bếp trưởng.

"Tôi nào có mặc đẹp gì," bà bếp trưởng nói, "nhưng, như bà vừa mới chỉ ra đấy, đúng là đang phiên trực của tôi nhưng tôi phải ra ngoài, cho nên tối nay bà sẽ phải nấu bữa tối."

Mụ Weedon chống hai tay lên cái hông rộng bành của mụ và dậm chân. "Sao lại là tôi? Bà định đi đâu?"

"Tôi đi thăm một người bạn bị ốm. Bà ấy ốm nặng lắm. Không có ai chăm sóc bà ấy cả. Thôi, tạm biệt bà!" Bà bếp trưởng ngại ngùng bước vòng qua con chó, lúc này đã sục mũi vô cái tô đồ hầm nguội ngắt, và chạy vù lên dãy cầu thang đá dẫn ra đường. Mặc kệ tiếng thét inh ỏi của mụ Weedon, bà tất tả hướng tới đường Đồi Cao rồi rẽ vào khu phố cổ của thành phố. Khi đi tới ngõ Nhà Thờ Lớn, bà thở phì phò và nghĩ đến một tách trà ngon lành, nhưng khi bà đến gần tiệm sách thì tách trà đó biến mất hoàn toàn khỏi tâm trí của bà.

Có hai bóng người bước ra khỏi tiệm sách, đóng sầm cửa lại sau lưng chúng, đến nỗi chuông reo ầm lên và miếng kính trên cánh cửa rung rinh báo động. Cặp đôi lạ mặt nọ trông chẳng mang dáng dấp gì là khách hàng bình thường của cô Ingledew. Một tên mặc áo lưới và quần rằn ri, tên kia mặc đồ thể thao màu đen rộng thùng thình, có mũ trùm. Cả hai đang cười ha hả với điệu bộ thật khó ưa.

Bà bếp trưởng vội nép vô tường khi bọn chúng huỳnh huych đi ngang qua, nói chuyện thậm thà thậm thụt với nhau. Bà không thể nghe thấy chúng nói gì, chỉ hy vọng chúng đừng nhìn thấy mình, nhưng rủi làm sao, tên áo lưới bắt gặp cái mũ đỏ tươi của bà. "Bà cố nhìn gì hả, bà cố?" hắn hét lên với giọng cợt nhả.

Bà bếp trưởng chỉ muốn đáp lại rằng bà còn trẻ lắm, còn lâu mới là bà cố, và cái kẻ buông lời phỉ báng bà là ai mà chỉ mặc độc có tấm áo lưới trong đêm tháng Ba lạnh như cắt này. Nhưng bà nghĩ lại và thấy nên ngậm miệng thì hơn.

Hai gã đàn ông vẫn chạy tiếp, cười khằng khặc, và cuối cùng quẹo vô đường Piminy. "Lẽ ra mình nên biết trước mới phải," bà bếp trưởng vừa lẩm bẩm vừa lao vội về phía tiệm sách, chợt bà nghĩ tới bà bạn của mình, bà Kettle, người đáng tin duy nhất ở đường Piminy – lúc này cô độc hết sức, trên một con đường toàn những bọn lừa đảo, bọn sát nhân và những bọn còn tệ hơn thế.

Khi bà bếp trưởng chạy tới tiệm sách, bà thấy tấm biển "Đóng cửa" đã bị giật xuống, và ngó vô bên trong qua cửa sổ, bà hoảng hốt trước một hiện trường bị phá phách tanh bành. Hàng đống sách quý nằm vương vãi dưới sàn. Hai kệ sách đổ sập xuống, chiếc thang vốn dùng để leo lên lấy sách ở tầng trên cùng bị gãy và ngăn kéo để tiền bị ụp nghiêng qua bên. Cô Ingledew đang đứng dựa vô quầy, hai tay bưng lấy mặt trong khi cháu gái của cô, Emma, quỳ dưới sàn, cố vuốt cho thẳng những trang giấy khổ lớn của một quyển sách bọc da.

Bà bếp trưởng rung chuông và gõ cửa cấp tập. "Julia!" bà gọi. "Julia, mở cửa cho tôi."

Cô Ingledew hạ tay xuống, để lộ gương mặt tèm lem nước mắt, và lảo đảo leo lên bậc cấp ra cửa, mở khóa bằng những ngón tay run lẩy bẩy.

"Ôi cưng!" bà bếp trưởng kêu lên, đi vô tiệm. "Chuyện quái gì xảy ra ở đây vậy?"

"Tôi không biết bắt đầu kể từ đâu," cô Ingledew nói. Cô đóng cửa, cài then rồi theo bà bếp trưởng đi vô tiệm.

Đúng lúc đó, Olivia Vertigo hiện ra khỏi tấm rèm đằng sau quầy. Con bé đang bưng một cái khay gồm ba chiếc cốc lớn và một đĩa bánh bích quy. "Chào bà bếp trưởng," con bé mừng rỡ. "Bà có muốn uống ca-cao không? Chưa tới một giây đâu."

"Thế thì hay lắm, cưng," bà bếp trưởng nói, ngó quanh tiệm, nỗi kinh hoàng của bà tăng lên theo từng giây.

Olivia đặt cái khay lên quầy và rút lui vô sau tấm rèm, miệng nói, "Có ngay."

"Tôi có thể giúp gì được nào?" bà bếp trưởng hỏi. "Ối trời ơi. Những quyển sách tuyệt vời. Cô có gọi cho cảnh sát chưa, Julia?"

"Rồi bà ạ," Emma trả lời. "Họ nói với con là tối nay họ có rất nhiều việc phải giải quyết, nếu nhà con chưa bị trộm bẻ khóa, mà nhà con chưa bị thật, thì nhà con không thuộc diện ưu tiên."

"Nhưng chúng đã đập phá tan hoang," cô Ingledew khóc. "Sách của tôi toàn sách vô giá."

"Kể hết cho tôi nghe đi." Bà bếp trưởng cầm lấy cánh tay cô Ingledew và kéo cô vô trong căn phòng nhỏ đằng sau tiệm. Ở đấy lại càng hỗn độn hơn. Sách mở banh, những trang giấy bị xé, bị vò nhàu, tất cả nằm la liệt dưới đất.

Cô Ingledew ngồi xuống thành ghế sofa, với bà bếp trưởng ngồi bên cạnh, rồi bằng giọng hốt hoảng cô bắt đầu mô tả lại những tình tiết mà theo sau là sự ập đến của hai kẻ lạ mặt hung hăng.

"Tôi đang tiếp những vị khách rất quan trọng, và mãi đến sáu giờ rưỡi họ mới rời đi," cô Ingledew giải thích, lơ đễnh đưa cốc ca-cao của cô lên môi. "Tôi vừa định gắn tấm biển Đóng cửa lên và khóa cửa thì hai gã lưu manh đó đẩy cửa xông vô, suýt nữa thì hất tôi ngã bổ nhào."

"Cháu đã thấy chúng!" Olivia đi vô với một cốc ca-cao khác và trao cho bà bếp trưởng, "Con vừa mới ăn tối ở nhà Charlie tới đây, trời ơi, hôm nay nó gặp đủ thứ chuyện, để con kể sau... Ờm, khi con đi vô tiệm sách, con thấy bọn người này đang liệng sách xuống sàn. Cảnh tượng đáng sợ kinh khủng. Chúng nói chúng đang tìm kiếm một chiếc hộp và nếu con biết gì thì khôn hồn khai mau. Hừm, tất cả chúng ta đều biết chúng ngụ ý đến chiếc hộp nào, phải không? Nhưng con không hé răng một lời."

"Hình như bọn chúng nghĩ có thể nó được giấu ở một trong những bộ sách lớn của tôi," cô Ingledew nói, "nhưng bọn họ cứ giật nguyên cả bộ sách ra mà giũ, làm như chúng là... làm như chúng là... rác rưởi không bằng. Bọn chúng lục lợi dưới quầy của tôi, dứt phăng ngăn kéo

để tiền, xong rồi lại xông vô bắt đầu phá phách trong đây. Olivia đến và quát chúng, nhưng chúng chỉ cười cợt. Một tên còn quẳng sách vô con bé." Vai cô Ingledew nhô lên. "Sau đó chúng chạy lên lầu."

Bà bếp trưởng quàng một tay ôm lấy cô. "Nào, nào, cưng. Bây giờ tất cả chấm dứt rồi. Ta không biết... tất cả sự thể này đều xoay quanh một chiếc hộp mà *có lẽ* cất giữ một bản di chúc. Và nếu mà như vậy thật và Billy Raven chứng tỏ là người thừa kế thật, thì sự việc rắc rối này phỏng có ích gì nếu Billy đã mất tích khỏi chúng ta?"

"Nó không mất tích đâu," Olivia nói rất tự tin. "Charlie sẽ đưa nó về." Con bé nhảy cóc qua những chỗ bừa bộn dưới sàn và đi qua tấm rèm trở ra tiệm.

"Chà, thật dễ chịu khi thấy *ai đó* lạc quan," bà bếp trưởng nói.

"Con bé là một báu vật," cô Ingledew tuyên bố. "Nó luôn vui vẻ, và sốt sắng giúp đỡ mọi người như thế đó. Tôi biết người ta nghĩ nó lập dị, lúc nào cũng ăn mặc diêm dúa, khoa trương. Nhưng với bà mẹ là một minh tinh màn bạc lừng lẫy như thế thì ta còn mong đợi gì ở nó? Con bé thường ở với chúng tôi khi cha mẹ nó ở ngoài phim trường, Emma thích bầu bạn với nó lắm." Cô Ingledew vuốt mũi và thậm chí còn mỉm cười.

Bà bếp trưởng quyết định khoan hãy loan báo nguồn thông tin của mình, cho tới khi tiệm sách được sắp xếp lại ổn định đã, với bốn người cùng chung tay, họ đã nhặt hết tất cả sách ở cả hai căn phòng lên trong vòng một tiếng đồng hồ.

"Tôi sẽ phải gọi thợ sửa lại cái thang," cô Ingledew nói thiểu não. "Dù sao tôi cũng gần có thể mở cửa buôn bán lại được rồi." Cô mỉm cười khắp lượt với mọi người. "Cảm ơn rất nhiều."

"Chúng ta vẫn còn cả ngày Chủ nhật nữa mà," Emma nói. "Con chắc chắn ông Yewbeam sẽ sửa lại thang cho dì."

"Ồ, không đâu," cô Ingledew nói với giọng phảng phất vẻ cay đắng. "Ông ấy còn nhiều việc hay hơn để làm. Dì đã cố gọi cho ông ấy khi bọn côn đồ xông vô tiệm, nhưng ông ấy không trả lời, và cho đến bây giờ mà ông ấy vẫn chưa gọi lại cho dì... dù đó là một cuộc gọi báo nguy cấp."

Một quãng im lặng gượng gạo rơi xuống, sau đó Olivia đoán rằng có lẽ Ông cậu Paton đang ở nơi mà chiếc di động của ông không thể nhận được tín hiệu. "Vừa rồi, lúc con trông thấy ông ấy, trông ông như đang để tâm trí ở đâu đâu ấy."

"Ông ấy bảo với dì là sẽ đến sau bữa tối nay," cô Ingledew nói lạnh lùng. "Vậy ông ấy ở đâu?"

"Hay là bị giam rồi?" bà bếp trưởng suy đoán một cách thực tế. "Vào thời điểm như hiện nay thì bất cứ chuyện gì cũng có thể xảy ra. Bây giờ tôi muốn mọi người hãy ngồi xuống nghe tôi kể điều mà tôi phải kể. Một điều hơi..." bà giơ hai tay lên. "... gần như giết chóc đang diễn ra ở học viện Bloor. Nếu cá nhân tôi không từng bị đau khổ dưới bàn tay của một kẻ, thì chắc hẳn tôi đã không tin một việc như thế lại có thể xảy ra."

Mắt mọi người mở to khiếp hãi, hải đứa con gái ngồi chìm lỉm vô ghế sofa trong khi bà bếp trưởng và cô Ingledew ngồi ghế ở hai bên lò sưởi sắp tàn. Và bà bếp trưởng kể cho họ nghe về Quả cầu Đại Dương vĩ đại của Lord Grimwald, bà kể chi tiết những con sóng không chịu tác động của trọng lực trái đất, thứ ánh sáng biển kỳ quái và cái cách nước phản ứng lại bàn tay có vảy của Chúa tể Đại Dương. "Chỉ có con trai hắn mới ngăn cản được hắn," bà nói. "Nhưng theo ý của tôi thì, Dagbert Endless không có cơ hội đối phó với cha của nó như thế. Ai đó phải báo tin này cho Lyell Bone," bà nhiệt thành nói tiếp. "Chắc chắn ông Paton Yewbeam biết chú ấy ở đâu. Có thể nhận được tin chuyển phát vô tuyến. Còn vô số cách liên lạc với người ở ngoài biển. Lyell phải cập bờ ngay lập tức; ta biết tường tận những hậu quả ngoài đại dương như thế nào một khi Chúa tể Đại Dương quyết định loại trừ ai đó."

"Tôi cảm thấy tối nay tôi phải tới đó." cô Ingledew vặn vẹo hai bàn tay vô nhau. "Nhưng chúng tôi chỉ ngại bị bà nội của Charlie gây khó dễ. Mụ ta hình như có ác cảm với chính con trai mình. Gọi điện thoại chắc chắn cũng như thế cả thôi. Phải chi Paton nghe di động của ông ấy... nhưng mà ông ấy không nghe."

"Thử lần nữa đi dì," Emma thúc giục.

Cô Ingledew lấy di động của cô ra khỏi túi quần, quay một số và chờ. "Không có gì," cô nói thẳng thừng.

"Trong tình hình đó thì tôi đề nghị tất cả chúng ta hãy ngủ một đêm thật ngon giấc đi, sau đó sáng sớm mai sẽ liên lạc với Charlie." Bà bếp trưởng đứng dậy và đội chiếc mũ len lên. "Tôi nghe nói bà Bone thường hay ngủ nướng tới tận trưa vào sáng Chủ nhật. Cho nên mọi người không phải sợ phiền hà gì đâu. Về phần tôi thì học viện sẽ nhận ra sự vắng mặt của tôi mất. Dạo này sáng nào họ cũng đòi hỏi một bữa sáng thật to, nhất là cái tay có thanh gươm."

"Treasure, hãy cẩn thận!" cô Ingledew bất thần đứng lên, giọng cô khản đi vì lo lắng. "Vấn đề không chỉ là chiếc hộp hay bản di chúc; cũng không chỉ là vấn đề Quả cầu Đại Dương và cơn bão. Ngay tại đây cũng có bao nhiêu sự việc đang diễn ra."

Mọi người nhìn cô chờ đợi.

"Không ai nhận ra điều gì à? Những tiếng kẽo kẹt, tiếng thì thầm, tiếng xì xào từ một thế giới khác. Bọn phe ác bên dưới thành phố đang bước đi, lờ lững, bọn chúng được gọi tới từ một giọng kêu gọi từ xa." Cô hướng ánh nhìn ra khỏi những đốm than hồng lập lòe trong vỉ lò tới một cái kệ ở trong góc tối. Những gì tôi đã lượm lặt được từ những trang sách chữ Latinh của những quyển sách cổ kia nói cho tôi biết rằng nếu thầy bùa xứ Badlock không thể cai trị thành phố này, như có lần lão đã cố làm, thì lão sẽ bao vây nó bằng đội quân ghê tởm của lão, để rồi lão sẽ mang nó vô một thế giới khác. Thế giới của lão.

"Xứ Badlock?" Emma nói, giọng run run.

Cô Ingledew gật đầu. "Thì nơi đó được gọi như vậy."

"Lão có thể làm được việc đó sao?" Olivia giận dữ.

"Phải."

Bà bếp trưởng bừng bừng phẫn nộ. "Cái gì? Chẳng lẽ chúng ta không có ý kiến gì về vấn đề đó à?"

Thái độ thực tế của bà bếp trưởng khiến cô Ingledew mỉm cười, không nén nổi. "Từ những gì tôi hiểu," cô lại liếc nhìn kệ sách, "chúng ta sẽ có cơ hội nếu có một ai đó trong số những hậu duệ của Vua Đỏ đủ dũng cảm đứng ra đương đầu với đội quân của lão thầy bùa."

"Một mình?" Olivia nói. "Chắc chắn người ấy sẽ có mọi người khác giúp sức chứ?"

"Dĩ nhiên," cô Ingledew nói. Cô mỉm cười nghiêm túc với tất cả. "Nếu người ấy có thể tìm được ai."

"Có tụi con đây," Emma nói khe khẽ.

Bà bếp trưởng hơi rùng mình. "Có rất nhiều người sẵn sàng chiến đấu vì thành phố của Vua Đỏ," bà nói vững chãi. "Giờ tôi phải đi đây, mọi người thân mến. Đừng quên khóa cửa ngay khi tôi đi đấy nhé."

Olivia và Emma đã ngáp ngắn ngáp dài, và khi bà bếp trưởng vừa đi khỏi là chúng lẹ chân chạy vô giường. Tuy nhiên, cô Ingledew thảy thêm một khúc gỗ nữa vô lò sưởi và ngồi nhìn những lưỡi lửa một hồi. Nhưng không hiểu sao ánh mắt cô cứ bị lái tới kệ sách đằng kia, nơi cô để những quyển sách cổ nhất, những hình rập trang trí bằng vàng của chúng hơi nháng lên trong ánh lửa hiu hắt, những gáy sách bọc da trông mềm tựa như nhung. Và cô Ingledew cảm thấy bị thôi thúc phải tới đó, biết rõ sự an ủi mà cảm giác chạm vào chúng có thể mang lại. Cô chọn lấy quyển lớn nhất, mang nó trở lại ghế bành, cô ngồi xuống và đặt nó lên đùi, mở ra ở trang sách mà cô đã đọc đi đọc lại nhiều lần. Nhưng khi cô vừa mới rà bàn tay lên mặt giấy da mịn và dày, bỗng nổi lên một tiếng rú dội âm trong ống khói, và gió bên ngoài đưa đến những tiếng người hung tợn, xa xăm.

Olivia thức dậy trước bình minh. Con bé đổ thừa tại tiếng chuông đồng hồ của Nhà Thờ Lớn. Trời vẫn tối mò và nó cố ngủ trở lại. Vào Chủ nhật nó và Emma thường hay nằm lì trên giường mãi cho tới 10 giờ. Nhưng cố hết sức, Olivia vẫn không sao ngủ nổi. Nó nhắm nghiền hai mắt lại, cố kéo chăn trùm kín đầu và đếm cừu. Nhưng nó chỉ xoay xở làm cho mình càng lúc càng tỉnh như sáo hơn mà thôi.

Một tia sáng leo lét bắt đầu lọt qua những tấm rèm và Olivia sực nhớ ra hôm nay ba mẹ nó về nhà. Họ vừa mới ở phim trường bên Morocco về, và chắc chắn sẽ có một món quà đặc biệt gì đó dành cho nó. Một chiếc vòng cổ, có lẽ vậy; một cái áo gi-lê thêu hay một cái quần lụa.

Nằm bẹp trên giường mà suy nghĩ cũng vô ích, Olivia quyết định vậy. Nó sẽ về nhà và bắt tay vào nấu món đặc sản gì đó cho ba mẹ. Theo như ba mẹ nó bảo thì độ chừng giữa buổi họ sẽ về tới thành phố.

Olivia nhảy tót ra khỏi giường và mặc đồ vô. Giỏ xách của nó luôn tống hầm bà lằng đủ các loại áo, áo khoác, nón, và khăn quàng cổ. Hôm nay nó chọn một cái váy màu đỏ tía để mặc chung với quần jean bó màu đen, khăn quàng cổ trắng có những viền tua lấp lánh, áo khoác jean viền lông thú và một cái nón nỉ màu đen. Đôi bao tay đỏ hợp tông không thể chê vào đâu được với đôi bốt của nó.

Con nhỏ gây tiếng động lịch kịch trong khi thay trang phục, thế mà Emma vẫn không tỉnh giấc.

Olivia viết một mẩu thư nhắn và để lại trên bàn trang điểm. Vô phòng tắm, nó té nước rửa mặt, đánh răng và, suy tính rằng mái tóc rối không chải của mình hóa ra lại trông rất ngầu, nó xách giỏ xuống lầu, rời khỏi tiệm sách.

Hôm nay là một ngày sương mù xám xịt, nhưng điều đó không làm chùn bước chân nhún nhảy của Olivia. Nó tong tẩy bước đi, nghêu ngao hát một mình. Không có một bóng người quanh đấy, và cái giọng thình lình gọi tên nó khiến con bé giật nảy mình ngạc nhiên.

"Olivia!"

Nhận ra cái giọng đó, Olivia dấn bước đi tiếp. Lại một tiếng gọi thứ hai, con bé vẫn phớt lờ.

"Olivia, dừng lại!"

"Rầy rà quá," Olivia nói một mình. Nó quay phắt lại và đụng mặt với Manfred Bloor. Hắn đang tản bộ về phía con bé, hai tay thọc sâu vô trong chiếc áo khoác dài màu xanh lá cây, đính kèm áo chùng nhỏ.

"Ngài muốn gì?" Olivia chất vấn.

"Cô ra đường sớm đấy, cô Vertigo."

"Cả ngài cũng vậy," con bé đập lại. "Ngài muốn gì? Tôi đang bận."

"Bận?" Vừa lúc Manfred đi tới Olivia và dòm xoáy vô mặt con bé, đôi mắt đen của hắn nhóe lên. "Thế thì đúng lúc thật," hắn nói. "Ta đang định đến thăm cô ở tiệm sách đây."

Olivia nhăn mặt. "Tại sao?"

"Chứ cô nghĩ tại sao? Ta muốn thảo luận với cô về tài phép tuyệt vời của cô."

"Không có gì để thảo luận cả." Olivia quay đi và bắt đầu chạy về phía đường Đồi Cao, nơi nó thấy một cặp vợ chồng già đang đi dạo với con chó của họ.

"Đi thăm mẹ đỡ đầu của cô hả?" Manfred gọi với theo. "Alice thần tiên."

Olivia dừng sựng lại. Không quay đầu, nó bảo. "Mẹ đỡ đầu của tôi không có ở đây."

"Ồ, nhưng mà có đấy." giọng của Manfred nhớt nhợt. "Ta ngạc nhiên là bà ấy chưa liên lạc với cô."

Ngược với ý chí của mình, Olivia thấy mình quay lại, rất từ từ, đối mặt với Manfred. Con bé có thể thấy một thân hình ốm nhom màu xanh lá cây quấn trong sương mù, mái tóc đen của hắn lấp lóa những giọt sương, mắt hắn như hai hòn than đen sì. "Cái..." con bé khàn giọng. Xem ra giọng của nó đã biến mất.

Manfred vẩy một tay vô nó. "Đừng có để ta bắt mày. Chúng ta có thể chuyện phiếm vào lúc khác."

"Vâng... chuyện phiếm." Olivia thụt lùi vài bước và rồi quay đầu bước tiếp về phía đường Đồi Cao. Nó đi qua một người đàn ông đang kẹp tờ báo dưới nách. Ông này mỉm cười xởi lởi với nó và nói, "Chào cháu."

Olivia nhíu mày, như thể nó không thấy tiếng ông chào, hành động của nó khiến cho người đàn ông lắc đầu, lẩm bẩm, "Thanh thiếu niên thời nay! Đứa nào cũng nghĩ ta là người trên cung trăng."

Một thằng bé với một con chó bự xự màu vàng chạy vù vù trên đường. Không ai là không nhận ra đó là Hạt Đậu.

"Chào, Olivia!" Benjamin Brown gọi. "Bồ tới nhà Charlie hả? Nó chưa dậy đâu."

Olivia không dừng khi Benjamin đi tới chỗ nó. Con bé thậm chí không mỉm cười, mà chỉ cắm cúi bước tiếp.

"*Chào bồ*, Olivia!" Benjamin hét với theo con bé. "Tớ rất vui nếu bồ dừng lại."

"Tạm biệt," con bé nói ngoái ra sau vai.

Benjamin nhìn con chó của nó và nhún vai. "Bạn ấy đang ở tâm trạng tức cười," nó nói và Hạt Đậu sủa lại tán thành.

Khi Olivia về gần tới nhà, con bé bắt đầu nghĩ về mẹ đỡ đầu của mình, cô Alice Angel. Cô Alice trông nom một cửa hàng hoa tại một nơi gọi là Đá Kê Bước. Chính cô Alice là người đã phát hiện ra tài phép của Olivia. Một điều mà cô Alice biết hoàn toàn do bản năng. Cô luôn biết khi nào Olivia cần cô. Cô Alice là một phù thủy thiện và Olivia nhớ lại lời dặn của cô, "Ở đâu có một phù thủy thiện, ở đó luôn có một hắc phù thủy khác, đối trọng." Và lời cô đã được chứng minh khi mụ Tilpin để lộ nhân thân thật của mụ.

Bây giờ Olivia thấy mình đi quá khỏi khúc quẹo để về nhà và cứ đi tiếp về phía công viên. Con bé rẽ vô góc đường Công Viên, miệng lầm bầm, "Số mười lăm. Những ngôi nhà trên đường này khuất một nửa sau những hàng rào cao và những cây bụi mọc um tùm. Cánh cổng nhà số 15 đã long hết bản lề và dựa thẳng đứng vô hàng rào. Lối đi mọc đầy rêu mốc và lớp sơn trắng trên cửa đã bong tróc cả. Dây leo che kín những bức tường và bò ngang khắp cửa sổ.

Cô Alice Angel từng sống ở đây. Cô đã quay trở lại như Manfred nói? Ngôi nhà im lìm trong hoang lạnh. Olivia bước lên lối đi rêu phong và rút sợi dây xích gỉ sét treo tòng teng bên hông cánh cửa ra. Một tiếng chuông thánh thót phát ra đâu đó trong nhà.

Olivia chờ. Một bức rèm đăng ten trong khung cửa sổ ngó ra vườn bị giật phắt ra, và một giọng nói thì thầm vọng khỏi căn nhà. Đó là giọng nói hay là tiếng xào xạc của những cây thường xuân?

"Vô đi, cưng."

Olivia vặn nắm đấm cửa. Nó xoay trơn tru và cánh cửa kẹt mở ra. Con bé bước vô một hành lang lạnh thấu xương. Lẽ nào cô Alice sống ở đây? Ngôi nhà toát lên cảm giác như thể đã bị bỏ hoang lâu lắm rồi. Ở cuối hành lang, một cánh cửa mở vô phòng khách của cô Alice. Dây leo bâu kín các cửa sổ khiến cho căn phòng tối đến độ Olivia hầu như không nhìn thấy đồ đạc. Trời lạnh đến mức hơi thở của con bé đông lại thành những sợi mây li ti.

Olivia phà hơi thở vô hai bàn tay. Dù đeo găng mà tay con bé vẫn lạnh cóng.

"Cô Alice?" Olivia ngập ngừng.

"Lại đây, cưng!"

Giọng nói khiến Olivia giật nảy mình. Nó hé dòm vô

góc nhà mà từ đó giọng nói vọng ra. Có một phụ nữ ngồi trong ghế bành. Tóc bà ta thẳng và trắng, giống như tóc cô Alice. Mặt bà ta tái nhợt và mắt hơi xanh lục. Đúng là cô Alice, tuy nhiên... Gương mặt đó chao đi và biến mất. Một khoảnh khắc sau, mắt mũi của gương mặt hiện rõ lên và rồi lại tan đi, chắp vá.

"Cô Alice, có phải là cô thật không?" Olivia hỏi, cổ họng nó hít vô luồng khí lạnh.

"Dĩ nhiên rồi, cưng." Giọng cô Alice chỉ như một lời thì thào. "Từ lâu ta không được khỏe. Lại đây hôn ta nào."

Olivia do dự.

"Gì thế? Con không sợ ta đấy chứ?" giọng cô Alice bây giờ mạnh hơn nhưng... phải đó là giọng nói của cô?

Olivia bước tới chiếc ghế bành. Con bé ngó xuống người phụ nữ đang ngồi tựa vô một chiếc gối đệm xanh da trời, phai màu. Đúng là cô Alice, nhưng sao mà cô gầy gò đến thế.

"Ôi, cô Alice, con nhớ cô quá!" Olivia quỳ xuống và hôn gò má lạnh ngắt. Lập tức, trái tim con bé dâng tràn tình yêu đối với người phụ nữ hom hem này, người mẹ đỡ đầu luôn theo dõi nó từ xa.

"Ta có một món quà tặng con." Những ngón tay nghều ngoào ấn vô cánh tay Olivia. "Nó ở trên bàn đằng kia kìa. Tới lấy đi, cưng."

Olivia thấy một cái gói màu trắng ở trên bàn – giấy lụa gói quanh một vật gì mềm mềm và phát sáng. Con bé bóc giấy gói và kéo ra một chiếc áo gi-lê nhung đen đính đầy những vòng tròn bạc sáng như gương.

"Ôi, đẹp quá chừng!"

"Mặc vô đi."

Olivia cởi cái áo khoác jean của nó ra và mặc cái áo lấp lánh đó vô. Ánh bạc chói mắt đến nỗi con bé không nhìn thấy cái áo, rồi không hiểu vì lý do gì đó, sợi vải giống như da thuộc đó cứ thít chặt lấy vai nó, hệt như đá đè trĩu xuống. Tuy nhiên con bé không làm sao cởi cái áo ra được.

Cách đó ba trăm dặm, cô Alice Angel đang cắm hoa ở đằng cuối tiệm hoa của cô. Đây là công việc mà cô rất thích làm vào sáng sớm Chủ nhật, khi tiệm hoa vẫn còn đóng cửa. Ngay khi bó xong hơn một chục bó hoa nhỏ, cô sẽ đem chúng ra trưng trên một cái quầy ở bên ngoài, ở đó cô sẽ chờ dưới một mái che màu trắng để bán hoa cho những người đi thăm bà con hay bạn bè trong bệnh viện.

Cô Alice chỉ bán bông màu trắng. Xung quanh cô bao nhiêu là bình bông cao cổ với những cánh hoa mỏng manh sắp xếp từ màu kem đậm nhất cho đến màu trắng ngà nhất. Trong tiệm lạnh nhưng cô Alice liên tục vận động cho ấm, cô đi len lỏi qua rừng hoa của mình, ngắt lá, sửa cành, kết và gói hoa. Hương hoa thoang thoảng khiến cô muốn cất tiếng hát.

Một cánh hoa rơi xuống cánh tay cô, lại thêm một cánh nữa. Cô Alice ngừng tay ngước mắt lên và sửng sốt vì những bông hoa tươi thắm của cô đang dần héo hết lượt. Một bông hồng trắng rũ oặt trên cuống của nó,

rồi một bông nữa, bông nữa. Những cánh hoa bắt đầu rơi rụng như bông tuyết. Chúng trở thành một cơn bão trắng, dội ào xuống người cô Alice những bông hoa héo queo. Cô buông rơi bó hoa đang cầm và úp hai bàn tay vô mặt.

"Olivia!" cô kêu lên. "Chuyện gì xảy ra với con vậy?"

LỐI TIGERFIELD

Charlie ngồi trong nhà bếp, ăn cháo đặc. Nó cảm thấy như mình vừa mới chạy một quãng đường ma-ra-tông. Toàn thân nó ê ẩm và con mắt mở không lên. Ở phía bàn bên kia, Emma đang uống trà. Cô bé vừa mới kể xong chuyện những vị khách không mời mà đến tiệm sách của dì mình cho Charlie nghe, và lúc này, với một chút hối hả cô bé đang lặp lại lời mô tả của bà bếp trưởng về Quả cầu Đại Dương.

Mắt Charlie nhướng lên, chỉ mở được hi hí. "Thì ra đó là cách thức của hắn," nó vừa lầm bầm vừa ngáp.

"Xem ra bồ không hề ngạc nhiên." Emma tỏ vẻ thất vọng.

"Sau ngày hôm qua thì chả có gì làm mình ngạc nhiên được nữa," Charlie nói. "Mình đã bị chọc và bị thẩm vấn, bị tượng phù điêu nhắm bắn, rồi lại bị một gã điên đốt mém cháy, ngã từ trên bức tường cao ba mét xuống và bị một thanh gươm dí chối chết."

Ngoại Maisie ngừng tay ủi đồ và thở dài một cái não nề. "Chúng ta phải rời khỏi thành phố thôi," bà tuyên bố. "Đây không còn là một nơi bình thường nữa. Quá nguy hiểm. Ngay khi ba mẹ con trở về, Charlie à, chúng ta sẽ khăn gói ra đi."

"Không được đâu ạ," Emma nói. "Phải đợi đến lúc tất cả ngã ngũ đã. *Chúng ta* phải làm điều đó."

"Chúng ta?" ngoại Maisie dằn mạnh cái bàn ủi xuống một ống tay áo sơ mi xui xẻo. "Bà nghĩ là ý cháu muốn ám chỉ 'Những hậu duệ của Vua Đỏ'. Hừ, theo bà thì một nửa mấy người đó đang gây ra tất cả những rắc rối này."

"Chỉ một nửa," Emma chỉ ra. "Chính vì vậy mà nửa kia phải ngăn chúng lại."

"Hừm." ngoại Maisie tiếp tục ủi đồ, phang cái bàn ủi xuống một cái hoàn toàn mạnh hơn mức cần thiết.

Emma nhìn bà một thoáng, rồi hướng ánh mắt vô Charlie, lúc này đang gục đầu vô tay và lại ngáp. "Hơn nữa," cô bé cương quyết, "Hôm nay tụi mình phải làm một việc trước khi quá trễ. Ngày mai tụi mình trở lại trường và mọi việc sẽ càng ngày càng khó khăn hơn. Mình không biết tụi mình sẽ đối phó với Lord Grimwald như thế nào. Mình đành phải gạt nó ra khỏi đầu mình cho tới khi chúng ta xử lý xong vấn đề chiếc hộp."

Charlie nhớ lại Emma đã nghỉ học không đến trường nguyên cả tuần rồi. Thảo nào cô nàng mạnh miệng đến thế. "Bồ có gặp Tancred không?" nó hỏi.

Emma đỏ mặt. "Việc đó liên quan gì tới bất kỳ việc khác?"

Charlie nhún vai nhưng không thể không cười ngoác ra. "Mình chỉ hỏi thôi."

Cơn đỏ mặt của Emma dường như lan tới tận chân tóc cô bé, nhưng nó vẫn nói tiếp, hùng hồn hơn. "Hừm, bồ sẽ đi gặp cụ Bittermouse với mình chứ?"

"Cái gì?" Charlie nói thủng thẳng. "Tại sao?"

Emma nhoài người qua bàn, trông linh lợi hơn bao giờ Charlie từng thấy. "Mình đã nghĩ thế này, bồ biết không. Cụ Bittermouse là một luật sư và cụ ấy biết ba của bồ, vì vậy có lẽ ba của bồ đã đưa cho cụ chiếc hộp, với bản di chúc ở trong đó luôn." Cô bé xòe rộng hai bàn tay ra, "ý mình là còn gì rõ ràng hơn nữa? Dì Julia cũng đồng tình với mình."

"Bồ có nghĩ là *bọn chúng* không hề nghĩ đến điều đó?"

Trong một thoáng, vẻ cương quyết của Emma dường như xìu đi, và cô bé nói, "Có lẽ. Nhưng nó cũng đáng thử một phen."

Charlie thở dài và liếm cái muỗng. Đáng ra nó sẽ ăn một tô cháo nữa, nhưng nó bằng lòng thay thế bằng một muỗng mật ong thật đầy, để nếm náp từ từ trong khi Emma kể trơn tru tên của tất cả những đứa mà qua cô bé đã gọi điện trước khi đi đến nhà nó. Olivia ở nhà suốt cả ngày với ba mẹ, Fidelio đang chơi violin trong một buổi hòa nhạc, Gabriel "đang làm điều quan trọng gì đó" cùng với Lysander và Tancred ở trong ngôi nhà hoành tráng của Lysander tại khu Đồi Cao.

"Vậy là chỉ còn mỗi tụi mình," Emma nói xong, muốn nín thở luôn.

"Ừ." Charlie lưỡng lự rồi đứng lên. "Để mình lấy áo khoác đã."

"Không được, Charlie Bone. Vậy là không ổn." Ngoại Maisie buông bàn ủi rơi xuống cái kịch và lật đật bước ra đứng chặn trước cửa bếp. "Bà cấm con ra khỏi nhà

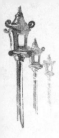

hôm nay. Ba mẹ con sẽ không bao giờ tha thứ cho bà nếu có gì xảy ra với con."

"Nhưng bà Jones...," Emma bắt đầu.

"Đừng gọi ta là bà Jones, Emma Tolly," ngoại Maisie nói. "Ta kinh ngạc về cháu đấy, sau tất cả những gì Charlie đã phải chịu mà cháu còn dám lôi kéo nó đi tới những con đường nguy hiểm."

Vụ này làm Charlie lúng túng. "Ngoại Maisie," nó gào lên. "Con không phải là con nít!"

"Không con nít thì là gì," ngoại Maisie quát lại.

Charlie không thích tranh cãi với ngoại Maisie, nhưng nó ghét bị coi là yếu đuối, và một cảnh tượng ngán ngẩm có lẽ sẽ xảy ra tiếp theo nếu như chiếc xe thùng của Ông cậu Paton không đỗ xịch lại bên ngoài nhà.

Ông cậu của Charlie trông phờ phạc khi ông vô nhà. Ngoại Maisie hỏi ông đã đi đâu nhưng ông chỉ lắc đầu, bảo với bà là chuyện dài lắm, lại chẳng phải là chuyện đáng hài lòng. "Tôi sẽ phải đi Ai-len đây," ông lầm bầm, trước khi uống ực một tách cà phê đen thật lớn.

Charlie nhận ra ông cậu mình mang vẻ "đừng-hỏi-ta-thêm-câu-nào-nữa" quen thuộc trên mặt, vì vậy nó ngồi xuống cạnh ông ở bên bàn và thuật lại tất cả những gì đã xảy ra trong ngày hôm trước. Rốt cuộc, nó cũng nhận được phản hồi từ ông cậu – ông chóng vánh tự rót cho mình một tách cà phê nữa rồi phán ngay, "Giờ ta thấy là con không nên ra khỏi nhà nữa. Cái bọn côn đồ đó quá tàn độc," ông gãi cái cằm không cạo râu của mình "Ta phải ráo riết tìm hiểu thêm về bản di chúc đó."

"Con có ý này," Emma nói. Nhưng trước khi nhắc tới cụ Bittermouse, cô bé lặp lại lời kể của bà bếp trưởng về Quả cầu Đại Dương và uy lực khủng khiếp của Lord Grimwald.

"Ta đã không thể tưởng tượng ra cách thức hành động của hắn như thế nào," Ông cậu Paton lầm bầm, và một nét đau khổ thoáng sượt qua mặt ông. "Ta không thể liên lạc được với Lyell. Mọi hình thức thông tin ta thực hiện dường như đều hư hỏng cả. Có một ông chủ bến cảng, nhưng ông ấy đã bỏ địa chỉ cũ rồi, còn thuyền trưởng của con tàu đưa thư giùm ba mẹ con thì lại biệt tông tích cả tháng nay. Nhưng cũng có một tia hy vọng. Viên thủy thủ đi với họ trong một tua du lịch đã nói rằng mới đây anh ấy đã nhận chuyển thư giùm cho Lyell, anh ấy bảo sẽ cố liên lạc với ba của con lần nữa."

"Con vừa nhận được một tấm bưu ảnh của ba mẹ," Charlie nói. "Chỉ cách đây một tuần. Hình một con cá voi nữa. Ngày ghi trên đó đã bị mờ."

"Nhưng ông không thấy sao?" Emma nói, bóp chặt hai tay lại bức bối. "Nếu chúng ta tìm ra chiếc hộp đó thì Lord Grimwald sẽ không cần phải dìm chết ai nữa."

"Trừ phi hắn thích làm thế," Charlie nói.

"Chúng ta phải cố." Emma rền rĩ mất kiên nhẫn. "Làm ơn đi, ông Yewbeam, làm ơn đi, ông đi với tụi con tới gặp cụ Bittermouse nha? Cụ ấy là luật sư. Cụ ấy biết ba của Charlie. Luật sư thường hay dàn xếp di chúc, phải không?"

"Một phát súng cầu may đó, Emma." Ông cậu Paton

mỉm cười khổ sở với cô bé. "Nhưng sáng nay ta đến tiệm sách và tiện thể sẽ ghé qua cụ Bittermouse."

"Cảm ơn..." Emma định nói.

"Nhưng," Ông cậu Paton giơ tay lên, "không phải trước khi ta ăn sáng và tắm táp cái đã."

"Cảm ơn ông." Emma ngồi xuống, mệt rũ vì những cố gắng của mình. "Vậy bây giờ Charlie có thể đi được không?" cô bé hỏi ngoại Maisie.

"Để xem đã." Ngoại Maisie chuẩn bị nấu bữa điểm tâm cho Ông cậu Paton trong khi ông đi lên lầu. Lúc đi xuống trông ông sạch sẽ và mặc áo jacket nhung màu xanh da trời, thắt một cái cà vạt mới màu đỏ.

Emma và Charlie kiên nhẫn chờ trong khi Ông cậu Paton ăn một đĩa tú hụ những thịt muối, cà chua, măng tây, nấm rơm, trứng và đậu. Sau hai lát bánh mì quết mứt cam, một cái bánh sừng bò và tách cà phê thứ ba, Ông cậu Paton đứng lên khỏi bàn và nói, "Cảm ơn, bà tử tế quá, bà Maisie," rồi đi ra hành lang, lấy chiếc khăn quàng xám quấn quanh cổ, đội chiếc nón phớt đen và khoác chiếc áo len dài vô.

Những bông tuyết mỏng mảnh đang bay trên không, sương giá vẫn còn vương trên cỏ và những hàng rào. Charlie quấn xù xụ trong chiếc khăn quàng dày mà ngoại Maisie mua làm quà Giáng sinh cho nó. Hẳn nhiên là nó khoái ở nhà hơn, nhưng làm sao nó có thể bỏ qua bất kỳ cố gắng nào hòng cứu cha mẹ. Một lần nữa nó lại chìm ngập trong nỗi lo âu và những ý nghĩ chẳng lành. Tại sao ba nó lại đi xa như thế khi mà thành phố đang lâm vào tình trạng rối ren? Hay là ba nó đã bị thôi miên quá lâu và giờ quá yếu đuối đến nỗi không thể đương đầu với bất kỳ nguy hiểm nào? Không. Bởi vì đại dương là nơi hiểm họa hơn nhiều.

Charlie mải đắm chìm suy nghĩ đến độ nó ngớ cả người ra khi thấy đoàn của mình đã đến con đường nơi cụ Bittermouse sống. Một chiếc xe dọn nhà to đùng đậu bên ngoài nhà của cụ luật sư, một bên bánh xe ghếch lên vỉa hè và choán bít đường đi của họ. Con đường rải sỏi hẹp đến mức ông cháu phải ép mình đi qua đằng phía bên kia của chiếc xe.

"Ta chắc chắn thế này là đậu xe bất hợp pháp," Ông cậu Paton thở hổn hển khi ông lách ngang người, cố tránh quệt vô bùn đất bắn đầy trên hông chiếc xe.

Khi tất cả đã đi qua, họ khám phá ra chiếc xe này không đậu bên ngoài nhà cụ luật sư mà đậu ở trước nhà hàng xóm của cụ. Tại đây bao nhiêu hoạt động đang tất bật diễn ra. Hai cánh cửa sau xe thùng mở toang và năm sáu người đàn ông dọn nhà, tất cả mặc áo bảo hộ liền quần, đang đẩy đồ đạc lên thang dốc dẫn vô xe thùng.

"Ai đó chuyển nhà à?" Charlie nhận ra đây là một câu hỏi ngớ ngẩn bởi vì rõ ràng là có người đang dọn nhà.

"Chúng tôi đấy." Một phụ nữ trẻ ẵm trên tay một đứa trẻ sơ sinh đứng ở khung cửa. "Không chậm hơn tôi dự tính một khoảnh khắc nào đâu."

Ông cậu Paton chạm tay vô mũ và nói, "Tôi là Paton Yewbeam. Có chuyện gì xảy ra vậy?"

"Có gì ư?" người phụ nữ trẻ nói. Cô hất đầu về phía

ngõ rẽ vô đường Piminy, gần đối diện đó. "Bọn ma cà bông ở đường Piminy đã khiến cho cuộc sống của chúng tôi trở nên khốn khổ. Tôi không thể chịu đựng thêm chút nào nữa. Những sinh vật bằng đá phang cửa rầm rầm vào đêm hôm, những tiếng hát, tiếng cười như từ địa ngục mà tôi chưa từng bao giờ nghe thấy. Dơi đầy nhóc trong ống khói. Những con mắt rừng rực ngó qua cửa sổ. Thật là... thật là..."

"Ác mộng," Emma đỡ lời.

Người phụ nữ nhăn mặt. "Đúng, ác mộng."

"Tôi xin lỗi." Ông cậu Paton lộ vẻ thắc thỏm. "Nếu có gì...? Nhưng, thôi, chị sắp sửa dọn đi rồi."

"Vâng." Người phụ nữ trẻ cuối cùng cũng mỉm cười. Cô đứng dạt qua bên khi chiếc nôi của em bé được đẩy qua cửa. "Tôi là Lucy Palmer và đây là Grace." Cô cầm tay đứa bé giơ lên. "Chúng tôi đã tìm được một chỗ xinh xinh cách đây một trăm dặm, và chúng tôi sẽ không bao giờ trở lại nữa."

Một người đàn ông trẻ trông vẻ mặt tươi vui đi qua cửa, tay xách theo một chiếc ghế xích đu. "Xong cả rồi, Luce," chú ấy nói. "Chúng ta có thể đi ngay thôi. "Ồ, xin chào!" chú ấy cười toe toét với Ông cậu Paton và bọn trẻ.

Sau màn giới thiệu khắp lượt, Ông cậu Paton giải thích là họ dự định tới thăm cụ Hector Bittermouse, người sống ở sát bên nhà cô chú.

"Không còn ở đó nữa," người đàn ông trẻ nói, tên chú ấy là Darren. "Cụ ấy đã chuyển đi cách đây một tuần, cùng với một nửa hàng xóm rồi. Ai mà muốn sống tại một nơi có *bọn chúng* ở trên bậc cửa cơ chứ?" chú này cũng hất đầu về phía ngõ quẹo vô đường Piminy.

Đây là tin xấu, nhất là đối với Emma. Cô bé đã hy vọng tràn trề. Nhưng không phải đã mất tất cả khi Charlie nhớ ra cụ Hector Bittermouse có một người anh, tên là Barnaby Bittermouse, sống ở nhà số 10 đường Tigerfield.

"Charlie, trí nhớ của con thật xuất sắc," Ông cậu Paton kinh ngạc nhận xét.

"Đó chẳng phải là thứ người ta có thể quên được," Charlie lầu bầu.

Darren nghĩ chú ấy biết một con đường tên là đường Tigerfield. Chú chỉ tới quảng trường Nhà Thờ Lớn, nói cho họ biết đó có thể là một trong những ngõ hẻm chật hẹp cách xa đường. "Tôi không chắc lắm. Tôi nghĩ nó còn có cái tên khác, đại loại ngõ hay hẻm Tigerfield gì đó."

Ba ông cháu chào tạm biệt Lucy, Darren, Grace và chúc họ may mắn ở nhà mới. Sau đó cả đoàn lại rẽ trở ra ngõ Nhà Thờ Lớn. Trên đường họ phải đi ngang qua tiệm sách và Ông cậu Paton đang định tạt vào thăm cô Ingledew thì Emma níu lấy tay ông mà bảo, "Không phải bây giờ, ông Yewbeam. Chúng phải đi tìm cụ Bittermouse kia trước đã."

Ông cậu Paton nhíu mày. Giọng nói của Emma hình như cảnh báo điều gì đó trục trặc. "Dì của con có ổn không?" ông hỏi.

"Ổn, nhưng..." Emma ngần ngừ. "Dì con vừa mới bị trộm đột nhập."

"Cái gì?" Ông cậu Paton bàng hoàng đứng sựng lại giữa đường. "Sao con lại quên không nói cho ta biết? Ta phải đến chỗ cô ấy ngay lập tức." Nói đoạn ông sải bước dài về phía tiệm sách.

"KHÔNG!" Emma thét to, lớn đến nỗi Ông cậu Paton dừng khựng lại lần nữa. "Dì không muốn... dì không cần ông ngay lúc này. Thật ra dì không hẳn bị trộm, mà dì chỉ..."

"Cái gì?" Ông cậu Paton hỏi dồn. "Bị trộm hay không bị trộm."

"Không," Emma nói cụt lủn. "Chỉ là bọn côn đồ ghé vô. Nhưng dì ỔN. *Làm ơn* tới đường Tigerfield được không?"

Charlie đứng nhấp nhỏm hết chân này tới chân kia, xoa xoa hai tay vào nhau. "Trời lạnh quá, Ông cậu Paton. Chúng ta đi tiếp được không?" Nó bắt đầu băng qua quảng trường rộng trước Nhà Thờ Lớn, với Emma xăng xái đi bên cạnh. Ông cậu Paton lần khần đi theo chúng. Liếc trở lại, Charlie thấy mặt ông nhăn nhó, nó tự hỏi phải chăng điều đó có nghĩa là Emma ngụ ý rằng dì của cô bé không muốn gặp ông.

Một cánh cổng nhỏ bằng sắt rèn dẫn ra khỏi ngõ Nhà Thờ Lớn và đi vô một con hẻm mang tên hẻm Thắt Cổ. Charlie nhớ lại Billy Raven đã có lần bị giam ở một trong những ngách tối tỏa đi từ hẻm Thắt Cổ này. Emma cũng nhớ như vậy. Cô bé rùng mình trước ý nghĩ về Billy tội nghiệp, đã bị giam lỏng đằng sau màn từ trường của một gã quái ác tên là de Grey.

"Kia rồi!" Ông cậu Paton thông báo. Ông chỉ tấm biển chỉ đường gắn trên một bức tường rẽ vô một ngõ tối, rộng chưa tới một mét.

"Lối Tigerfield," Charlie đọc.

"Anh bạn trẻ đó chắc là đã gọi sai tên," Ông cậu Paton lầm bầm. "Bảo đảm là chỗ này."

Họ băng qua đường và đứng ở ngã rẽ vô lối Tigerfield.

"Xem ra nó không phải là con đường." Emma hoài nghi nhìn dãy cầu thang đá dẫn lên khoảng tối. Những nóc nhà nghiêng một cách nguy hiểm tới nỗi dường như chúng sắp chạm vô nhau.

"Đi đi." Charlie bắt đầu bước lên những bậc thang. Họ leo lên hàng một, tiếng chân bước dội âm trong không gian kín mít, dường như đó là âm thanh duy nhất trong phạm vi một dặm. Charlie đếm số nhà trên những cánh cửa gỗ sồi dày. Vài căn nhà mất biển số. Có một nhà số 16, sau đó không thấy số nhà đến khi tới nhà số 12, với nhà số 11 ở đối diện

"Đây rồi," Charlie reo lên. "Nhà số 10."

Những con số bằng đồng không được lau chùi sau bao nhiêu năm, bây giờ đã nổi rêu xanh mốc. Bên dưới chúng là một cái đồ gõ cửa lớn bằng đồng, mang hình một cái đầu cọp. Charlie cầm cái đầu đó lên và gõ cửa.

Không có tiếng động gì bên trong ngôi nhà. Charlie lại gõ lần nữa. Lần nữa. Sau tiếng gõ thứ ba thì có gì đó bí hiểm xảy ra. Cánh cửa tự động kẹt mở ra một tí xíu.

"Nó thậm chí không được cài then," Ông cậu Paton

nhận xét, đẩy cửa cho tới khi nó mở bung hết vô trong, để lộ một hành lang nhỏ lát gạch bông. "Xin chào!" ông gọi. "Có ai ở nhà không?"

Không có tiếng trả lời.

Một linh cảm điềm gở chạy dọc sống lưng Charlie. Có gì đó đã xảy ra trong ngôi nhà này. Nơi này có ma hay là có gì đó còn tệ hơn thế?

Ông cậu Paton bước vô trong và bọn kia theo sau ông. Họ mở một cánh cửa ở bên hông hành lang và ngó vô một nhà bếp nhỏ, nơi có chảo và nồi chất đống trên tấm lưới úp bát đĩa cho ráo. Một ấm trà màu nâu chạm vô vẫn còn ấm, và có hơi nước đọng ở cửa sổ, nhưng tuyệt nhiên không thấy cái người vừa mới pha ấm trà này.

Ở phía bên kia hành lang có một phòng khách ấm cúng, kê một chiếc ghế sofa bọc da đã sờn và một chiếc ghế bành quây gần lò sưởi. Than lụi của ngọn lửa vừa mới cháy vẫn còn thấy đỏ hồng bên trong vỉ lò.

"Có lẽ cụ Bittermouse chỉ ra ngoài mua một tờ báo, và quên đóng cửa," Emma đoán.

"Có lẽ vậy," Ông cậu Paton nói.

Ở cuối hành lang có một cầu thang gỗ không trải thảm dẫn lên những căn phòng trên lầu.

"Luật sư thường có bàn làm việc," Ông cậu Paton nói một cách đăm chiêu. "Phòng làm việc của cụ Bittermouse có lẽ ở trên đó."

"Có thể ông cụ ngủ gật khi đang đọc sách," Emma nói, "Vì tuổi già. Người già hay ngủ gật như thế lắm."

Ông cậu Paton nhìn cô bé và nói: "Người ta không cần phải già vẫn như thế."

"Chúng ta đi lên đi," bàn chân của Emma đã đặt lên bậc thang đầu tiên. "Xin chào! Có ai ở trên đó không?" cô bé gọi to.

Tiếng kẽo kẹt thật rợn gáy khi họ lên cầu thang. Charlie đi sau cùng. Cổ họng nó nghẹn cứng, tai nó lùng bùng và cảm giác rờn rợn tóm lấy bao tử nó càng lúc càng mạnh hơn.

Có ba cánh cửa tiếp giáp với chiếu nghỉ, và rồi cầu thang tiếp tục dẫn lên một tầng nữa.

Emma gõ cánh cửa ở chính giữa. Không có tiếng trả lời. Cô bé mở cánh cửa đó ra và nhìn vô một phòng ngủ. Giường được xếp ngay ngắn và có một bộ com-lê treo sẵn ở bên ngoài tủ quần áo. Cô bé nhún vai và đóng cửa lại. Bên cạnh phòng ngủ là phòng tắm lạnh căm, không một dấu hiệu là từng có phụ nữ động tay vô. Không có chai lọ hay hũ hay tuýp đựng kem; chỉ có một cục xà bông, một con dao cạo râu ở trên bậu cửa sổ và một cái bàn chải đánh răng để trong một cái ly thủy tinh.

"Lần thứ ba may mắn," Ông cậu Paton nói, tiến tới cánh cửa thứ ba và bụng Charlie thót lại một cái. Nó cảm thấy muốn kêu thét lên, để ngăn cánh cửa mở ra, để buộc mọi người đi trở xuống lầu, không cần biết cái gì ở trong căn phòng thứ ba. Nhưng Ông cậu Paton đã mở cánh cửa đó ra rồi. Ông đứng khựng người lại ngay khung cửa, buột miệng kêu lên một âm thanh lạ lùng, sau đó nguyền rủa một tràng – kiểu nguyền rủa Charlie hiếm

khi nghe, và lại càng không bao giờ được nghe thốt ra từ miệng của ông cậu nó.

Và rồi Charlie cũng phải ngó vô căn phòng. Hé nhìn qua thân hình rắn chắc của ông cậu, nó thấy một phòng làm việc đã bị lục soát tanh bành. Những kệ sách lật nghiêng trong góc, một cái bàn viết lăn lóc. Sàn nhà rải đầy sách và giấy tờ, và ở giữa phòng là một cụ già thật già đang nằm thẳng cẳng. Nó bàng hoàng trước mái tóc trắng và nét mặt thanh thoát, dù nhúm nhíu những nếp nhăn. Cụ nằm lật ngửa người; chiếc áo jacket vải tuýt mở banh và trên mảnh áo sơmi trắng của cụ, ở ngay chỗ có lẽ là trái tim, có một vệt màu đỏ loang rộng.

"Chết rồi?" Emma thì thào.

"Hình như vậy. Để ta gọi xe cứu thương," Ông cậu Paton nói. "Kẻ nào có thể làm một việc ghê tởm như thế này?"

Chính lúc đó Charlie nhận ra một vết rạch dưới ván sàn: một vết rạch dài, rất mảnh, như thể một con dao đã rạch ngang qua sàn – hay là một mũi gươm. Và nó cảm thấy mình biết ai là kẻ đã giết hại cụ Barnaby Bittermouse. Nhưng có ai trên trái đất này tin vào lời của nó?

THIÊN THẦN TRONG TUYẾT

Một chiếc xe cảnh sát ập tới ngay tắp lự sau xe cứu thương. Cả hai loại xe đều quá trễ để cứu sống cụ Barnaby Bittermouse xấu số. Rõ mười mươi là cụ đã chết rồi, mặc dù cảnh sát điều tra không thể khẳng định được loại vũ khí nào đã giết cụ. Nghi vấn rằng cụ là nạn nhân của một vụ cướp không hề được đặt ra. Nhưng đã xảy ra chuyện gì vậy? Ví tiền vẫn còn ở trong túi quần cụ, chiếc đồng hồ vàng vẫn đeo trên cổ tay, và có mười bảng tiền lẻ còn nằm ở trong một ngăn kéo.

Charlie có thể thấy Ông cậu Paton đang cố quyết định xem có nên đề cập tới chiếc hộp hay không. Nếu ông nói quá nhiều thì rất có thể ông sẽ bị đưa đến đồn cảnh sát để thẩm vấn. Thể nào ông cũng bị ngồi bên dưới một ngọn đèn, có khi nhiều ngọn đèn, và ngọn nào cũng sẽ nổ tung, trước sự nhục nhã và ngượng đến chín người của Ông cậu Paton.

"Chúng tôi muốn rời khỏi đây bây giờ," Ông cậu Paton hạ thấp giọng nói với cảnh sát Singh, người mà ông đã nhận ra sau nhiều vụ chạm mặt khác. "Như vậy có tiện chăng?"

"Được, thưa ông. Nhưng chúng tôi cần địa chỉ và số điện thoại của ông." Viên cảnh sát ngờ vực liếc nhìn Ông

cậu Paton. Người đàn ông cao to đội nón đen này có gì đó là lạ. Chẳng phải ông ta đã gây ra mấy vụ rắc rối cách đây vài tháng? Bóng đèn... chính xác. Những vụ nổ bóng đèn. "Đừng rời khỏi thành phố, thưa ông. Có thể chúng tôi sẽ lại cần nói chuyện với ông lần nữa."

"Ố, nhưng tôi muốn..." Ông cậu Paton đắn đo. Trông ông nhấp nhổm. "Tốt. Tôi sẽ báo cho anh biết nếu tôi dự định đi xa."

"Thế cũng được, thưa ông." Cảnh sát Singh rút quyển sổ tay ra. "Nào, vui lòng cho biết địa chỉ và số điện thoại của ông."

Ông cậu Paton cho họ biết, một cách miễn cưỡng.

Viên cảnh sát rà lại những ghi chú của mình. "Ông đã không hề biết quý ông lớn tuổi này, nhưng chỉ đến gặp để xin tư vấn về việc lập di chúc, cho dù hôm nay là Chủ nhật." Anh ta hơi nhướng lông mày lên một tẹo, nhưng vẫn nói tiếp bằng giọng như cũ. "Và ông thấy cửa trước để mở."

"Đúng," Ông cậu Paton xác nhận. "Tôi là người bận rộn và Chủ nhật là ngày duy nhất tôi có thể làm những việc... è, thế này."

Charlie thêm: "Cửa tự mở ra khi cháu gõ nó."

Cảnh sát Singh phớt lờ lời nó nói. Họ đã nắm hết tất cả mọi chi tiết trước đó rồi. Nhưng để không bị gạt ra rìa, Emma bảo: "Và cháu là người đầu tiên bước lên cầu thang."

"Mọi người lúc này có thể đi được rồi," cảnh sát Singh nói, ngoáy cây viết lia lịa lên quyển sổ tay.

Ba ông cháu đi hàng một ra lối Tigerfield. Xe cứu thương và hai chiếc xe cảnh sát đang đậu ở hẻm Thắt Cổ. Ông cậu Paton sải bước đi ngang qua mà không liếc nhìn chúng. Charlie và Emma phải chạy mới theo kịp ông và khi họ đi tới cổng dẫn vô ngõ Nhà Thờ Lớn, Charlie buột miệng. "Đó là Ashkelan Kapaldi. Chính hắn đã giết cụ già tội nghiệp đó."

"Cái gì khiến con có ý nghĩ như vậy?" Ông cậu Paton vẫn cắm cúi bước trên đường sỏi, mặt ông đanh lại giận dữ.

"Bởi vì cái vết chém dưới ván lót sàn. Thanh gươm có thể gây ra cái vết đó. Lúc nó đuổi theo con, nó cũng chém xuống đường như thế."

Ông cậu Paton chậm bước, rồi ông dừng hẳn lại và nhìn Charlie. "Con cừ đấy," ông nói.

"Con đã thấy cảnh sát nghiên cứu cái vết chém đó," Charlie nói. "Chắc hẳn họ thắc mắc dữ lắm cái gì đã gây nên nó."

"Thế tại sao bồ không nói cho họ biết về thanh gươm?" Emma hỏi.

Charlie nhìn cô bé một cái ngán ngẩm. "Mình nói bằng cách nào đây, Em? Làm sao mình nói được rằng: 'Xin lỗi, có một người đàn ông đến từ trường của chúng cháu, hắn đã ra khỏi một bức tranh, và hắn có thanh gươm tự chém giết được?'"

Emma trề môi lập luận, "Bồ nói thế được chứ sao. Biết đâu họ sẽ tới gặp và thẩm tra hắn."

"Ta nghi ngờ lắm, Emma," Ông cậu Paton nói. "Cảnh

sát không thích nhúng sâu vô những chuyện siêu linh dị thường."

Emma nhún vai. "Con về nhà đây."

Họ nhìn cô bé băng qua quảng trường và biến mất vô tiệm sách, và lần này Ông cậu Paton không cố đi theo cô bé.

"Bọn chúng tìm chiếc hộp phải không?" Charlie nói. "Bất kỳ kẻ nào giết cụ Bittermouse cũng đều làm việc cho gia đình Bloor."

"Có lẽ vậy. Nhưng chúng có tìm thấy nó không? Và tại sao lại phải giết cụ già đáng thương đó?" Ông cậu Paton thảy một tia nhìn nấn ná tới tiệm sách và rồi sải bước đi tiếp về phía đường Đồi Cao.

Ngay khi về đến nhà, Ông cậu Paton gọi điện thoại cho bác Silk trai và kể cho bác nghe tin tức. Charlie có thể nghe thấy tiếng ồn ào trong phòng nơi bác Silk cầm máy. Đúng là vào giờ ăn trưa nên tiếng dao nĩa va lách cách vô đĩa, tiếng ông Onimous chất vấn rõ mồn một, sau đó tới giọng của Gabriel gióng giả, "Phải Charlie gọi không ba? Ai bị giết?"

Khi Ông cậu Paton nói hết tất cả những gì ông cần nói, Charlie nhận lấy ống nghe để nói chuyện với Gabriel. Nó muốn biết cuộc họp mặt quan trọng của mấy anh lớn đã bàn bạc về vấn đề gì.

"Không có gì nhiều đâu," Gabriel nói. "Tụi này đã nghĩ ra vài phương án để đối phó với tay kiếm sĩ. Emma đã kể hết mọi việc đã xảy ra với em rồi, vì vậy tụi này đoán là cả buổi sáng em sẽ nằm ì trên giường."

"Làm gì được may mắn thế," Charlie nói. "Emma đã kéo em đi tìm gặp cụ luật sư ấy. Nó nghĩ có thể ông cụ giữ chiếc hộp mà mọi người đang tìm kiếm. Khi đến đó thì bọn em phát hiện cụ ấy... bị giết." Charlie hạ thấp giọng. "Thủ phạm là tay kiếm sĩ, Gabe à, em biết. Có một vết chém dưới..." Nó bị cắt ngang đánh xoẹt bởi ai đó mở cửa trước.

Nội Bone bước vô. "Mày đang làm gì thế hả?" mụ hạch hỏi, trừng mắt nhìn Charlie.

"Xin lỗi. Phải cúp máy, Gabe. Bà nội về." Charlie đặt ống nghe xuống.

"Tao nghe mày dính líu đến một vụ giết người." Nội Bone trợn mắt nhìn Charlie như buộc tội.

"Sao bà biết?" Charlie cãi. "Việc chỉ vừa mới xảy ra thôi."

"Tao muốn biết mày đã làm gì ở lối Tigerfield."

Charlie không trả lời. Nó nhìn bà nội tháo đôi bao tay đen của mụ ra và nhét chúng vô túi áo. Kế tiếp, mụ tháo chiếc nón có dính chùm lông chim màu tím ở đằng sau, tháo chiếc khăn quàng màu hoa oải hương ra khỏi cổ và tuột thân ra khỏi tấm áo khoác lông thú màu đen. Khi mụ đã mắc hết tất cả mớ áo xống đó lên giá treo áo khoác xong, mụ sẵng giọng, "Sao hả?"

Charlie bước vô nhà bếp, nơi Ông cậu Paton đã nghe thấy tất cả những gì bà chị mình vừa nói, ông đang tự pha cho mình một tách cà phê đen. "Quá sửng sốt, những lời đó tuôn ra khỏi bộ óc thấp kém của bà mới nhanh làm sao, Grizelda," ông nói, thả một cục đường

vô cà phê của mình. "Có một mạng lưới gián điệp trong thành phố này mà tôi thấy rặt là một bọn ghê tởm."

"Mi đang nói về cái gì đó? Bữa trưa đâu? Ta đang đói," mụ nói hết thảy trong một hơi.

"Tất cả chúng tôi đều nhận thấy rằng bà nằm trong cái âm mưu đáng hổ thẹn là lừa phỉnh Billy Raven về quyền thừa kế hợp pháp của nó." Đôi mắt sậm màu của Ông cậu Paton không rời gương mặt bà chị khi ông từ từ khuấy chiếc muỗng trong cái tách của mình. "Thậm chí cả ý đồ dìm chết con trai của chính bà. Vấn đề là tôi đã luôn luôn tự hỏi tại sao lại như vậy, hả Grizelda, tại sao? Giờ thì tôi nghĩ là tôi biết rồi."

Nội Bone lườm em trai của mụ với cảm xúc gớm ghiếc pha lẫn căm ghét. "Mi không biết lần này bọn mi đối phó với cái gì đâu, Paton Yewbeam," mụ gầm gừ và rời khỏi phòng.

Charlie kéo một cái ghế ra ngồi cạnh ông cậu. "Ý ông vừa nói gì vậy, Ông cậu P.?" nó hỏi. "Ông đã tìm ra nguyên nhân thật sự tại sao nội Bone lại như thế à?"

Ông cậu Paton im lặng một lát. Ông tiếp tục khuấy cà phê, hầu như không ý thức hành động của mình. Charlie bắt đầu ngửi thấy mùi cái đùi cừu ngoại Maisie đang nướng trong lò. Nó nghĩ đến khoai tây nướng giòn mà ngoại Maisie luôn luôn nướng chung với thịt cừu và nước sốt béo ngậy màu nâu. Bởi vì nó vẫn mệt đừ cho nên ý nghĩ về một bữa mê ly sắp tới len vô tâm trí nó như một giấc mơ, và nó quên phéng luôn mình vừa hỏi ông cậu câu gì, cho tới khi ông bắt đầu nói.

Charlie đã nghe câu chuyện về mẹ của Ông cậu Paton bị trượt té trên những bậc cấp của lâu đài Yewbeam và đập đầu xuống nền đá phiến. Nó biết rằng bốn bà chị của Ông cậu Paton vẫn sống ở trong lâu đài sau khi mẹ của họ chết, trong khi Ông cậu Paton và cha của họ ra đi. Lâu đài thuộc về bà cô của họ: Yolanda, một kẻ biến hình tai tiếng. Chính mụ này đã biến những cô cháu gái thành những kẻ chống lại cha và em trai họ. Đó là tất cả những gì Charlie biết, nhưng nó không giải thích tại sao Grizelda, bà chị cả, tức bà nội nó, lại thù hằn chính con trai của mình.

"Việc liên quan tới tình yêu, Charlie." Ông cậu Paton ngó đăm đăm ra cửa sổ. Những bông tuyết đáp nhẹ xuống khung kính và căn phòng ngập tràn ánh sáng trắng đục. "Chồng của nội Bone, ông Monty, không yêu bà ta. Ai mà chịu nổi cách cư xử như mụ – ghen tị, hách dịch, vô cảm, tham lam...? Đáng lẽ ông Monty không bao giờ cưới bà ta, nhưng ông bị gài bẫy, bị bỏ bùa, nếu muốn nói như thế, chắc chắn là bởi bà cô Venetia bằng một món trang phục yêu ma của mụ. Mụ vốn giỏi chuyện này, thậm chí cả khi còn nhỏ tuổi. Ông Monty đáng thương chẳng thể chịu nổi một cơ may. Grizelda luôn muốn cưới một phi công, và bà ta đã có một phi công. Nhưng không lâu."

"Chuyện gì đã xảy ra?" Charlie ngó trân trân gương mặt góc cạnh nhìn nghiêng của ông cậu, ngóng chờ để nghe tại sao máy bay của ông Monty lại rơi. Lâu nay nó vẫn hay hỏi sự việc này xảy ra như thế nào, nhưng dường

như không ai biết. Rốt cuộc, Charlie đang khấp khởi hy vọng là ông cậu đã khám phá ra, thì nó thất vọng khi Ông cậu Paton chẳng đả động gì tới vụ rơi máy bay, mà bắt đầu thuật lại cuộc gặp của ông với một phụ nữ tên là Homily Brown, sống ở miền Tây Nam xa xôi.

Bà Homily Brown đã từng là một người bạn rất thân của ông Monty. Họ học cùng trường với nhau. Chính ông James, cha của Ông cậu Paton, đã nhớ rằng ông Monty được sinh ra tại một ngôi làng nhỏ mang tên Vô Giác. Và đó chính là nơi Ông cậu Paton đã tới vào một trong những chuyến đi mới đây của ông, khi ông cố lắp ráp các biến cố đau thương của dòng họ Yewbeam và dòng họ Bone.

"Ông Monty đã trở về quê nhà một tuần trước khi ông ấy tử nạn." Giọng Ông cậu Paton trầm bổng. "Ông về để lập một bản di chúc. Bà Homily tìm cho ông một luật sư rồi sau đó bà với một người bạn nữa làm nhân chứng. Ông để lại tất cả mọi thứ cho người con trai duy nhất của ông, Lyell. Nhưng đó không phải là tất cả. Ông viết một lá thư – một thông điệp tang tóc, buồn đau để sau này sẽ trao cho Lyell khi Lyell mười tám tuổi. Ông cũng dặn con trai mình không bao giờ tin vào những người nhà Yewbeam, không bao giờ được để họ lèo lái cuộc đời mình và..." Ông cậu Paton dừng lời và hít một hơi thật sâu, "Bà Homily đã đọc lá thư này, nhưng Lyell không bao giờ hé răng về nó và, ta phải thừa nhận rằng, ta thấy phần cuối lá thư thật choáng sốc."

"Nó nói gì ạ?" Charlie hỏi, cố gồng mình để chuẩn bị đón nhận một sự tiết lộ kinh hoàng.

Ông cậu Paton liếc nhìn nó, trong khoảnh khắc, Charlie nghĩ rằng Ông cậu Paton không đủ can đảm nhắc lại phần cuối lá thư của ông Monty Bone, nhưng rồi, lời nói cũng vuột ra, cùng với một tiếng thở dài. "Ông Monty đã bảo Lyell phải tiêu diệt nhà Yewbeam trước khi họ tiêu diệt chú ấy."

Giờ đến lượt Charlie quay ra ngó chong chong những bông tuyết đang rơi qua cửa sổ. Quá nhiều câu hỏi ngổn ngang trong đầu nó, nhưng trước khi nó chưa kịp nêu ra thì ngoại Maisie đã đâm bổ vô nhà bếp, ca cẩm về tuyết với khoai tây quá lửa và cà rốt chưa nấu, với lại về nội Bone đang sưng sỉa trong phòng của mụ.

Trước khi họ kịp đối đáp ra sao thì bữa trưa đã dọn lên bàn và Ông cậu Paton liền cắt xẻ món cừu. Thế nhưng mùi đồ ăn thơm phức và cái bụng trống rỗng đang kêu gào vẫn không thể đẩy được ý nghĩ về lá thư của ông Monty Bone ra khỏi đầu óc Charlie. Nó được sai mang một khay đồ ăn lên cho nội Bone và trong khi nó cẩn thận bưng cái khay lên đặt trên cái bàn trong phòng mụ, nó không thể không nghĩ rằng, mụ ta biết về lá thư đó và mụ không bao giờ muốn ba nó về nhà.

"Mày làm đổ nước tùm lum," mụ già mắng xơi xơi khi Charlie rời phòng.

"Cháu xin lỗi." Charlie đóng cửa lại trong khi bà nội nó kèo nhèo về khoai tây khô và thiếu nước sốt.

"Ông lại định đi nữa à?" ngoại Maisie đang hỏi Ông cậu Paton khi Charlie trở lại nhà bếp.

"Tới đêm thứ Hai mới đi," Ông cậu Paton trả lời. "Dĩ nhiên tôi phải báo cáo với cảnh sát."

"Nhưng mà..." Charlie nhìn trân trối vô ông cậu. "Ông vẫn chưa tìm được đủ sao?"

"Chưa, Charlie. Ta muốn lần tìm theo dấu vết của một việc khác. Tất cả đều nối kết với nhau, ta nghĩ vậy, nhưng chúng ta cần biết chỗ cất giấu chiếc hộp khảm xà cừ đó."

"Có lẽ bọn chúng đã tìm thấy nó ở trong phòng làm việc của cụ Bittermouse rồi," Charlie nói.

Ông cậu Paton lắc đầu. "Nếu thế thì tại sao chúng phải giết cụ ấy?"

"Thanh gươm làm đấy chứ. Nó tự hành động theo ý nó mà, ông biết đấy."

Con dao ăn và cái nĩa của ngoại Maisie đập cách cách trên đĩa của bà. "Làm ơn đi," bà nài nỉ, "hai người để cho tôi ăn xong bữa trưa của tôi với nào. Hai người không thể nói về cái gì dễ chịu hơn để thay đổi sao?"

"Nói về thời tiết nhe bà?" Charlie nói, cười ngoác mồm ra tuyết ngoài trời. "Có lẽ trường sẽ cho nghỉ và tụi con có thể đi xe trượt tuyết ở khu Đồi Cao."

"Còn bà sẽ mặc đồ kín mít, ngồi phệt đít xuống và cắt giảm việc đi mua sắm," ngoại Maisie phá lên cười.

Tuyết vẫn tiếp tục rơi.

Sau bữa trưa, Charlie đi lên phòng nó. Claerwen đang bay lớt phớt trên tấm kính cửa sổ như thể cô nàng đang cố hóa thân thành tuyết. Charlie đặt Claerwen lên tay và cô nàng bò lên vai nó, đậu ở đó, gập đôi cánh lại và xem nó viết bài luận văn với đầu đề: *Ngày nghỉ.*

Charlie chưa bao giờ được đi nghỉ cả. Có những lúc khỏi phải đến trường nhưng nó không bao giờ được thưởng thức một cuộc hành trình tới nơi có nắng ấm, bãi cát vàng, bầu trời xanh và những mái nhà trắng với hồng. Thỉnh thoảng Ông cậu Paton có đưa nó đi thăm ông cố của nó sống ở bên bờ biển: một vùng biển xám, sóng dữ, nơi mòng biển tụ tập và sóng dữ quất không thương tiếc lên những vách đá đen. Nhưng những chuyến thăm đó đều phải giữ bí mật, bởi vì nếu nội Bone mà biết về chỗ ở của cha bà ta, thì hẳn là mụ sẽ truy lùng ông và quấy nhiễu ông tới khi ông xuống mồ mới thôi. Có một lý do khác, anh trai của ông cố cũng sống ở đó – một cậu bé chưa bao giờ lớn tên là Henry, bị Quả cầu Thời gian bắt đi. Quả cầu Thời gian này là một viên bi đẹp diệu kỳ mà lão Ezekiel đã dùng để cố trục xuất Henry trôi về Kỷ Băng Hà.

Charlie mỉm cười khi nhớ về Henry, hiện đang sống yên ổn trong mái tranh của em trai mình bên bờ biển.

Sau vài phút mê đắm trong những suy nghĩ, Charlie tưởng tượng đến một ngày nghỉ trên đảo Ca-ri-bê. Và rồi nó nhận ra mình không cần phải tưởng tượng làm chi – nếu nó có thể tìm được một tấm hình ai đó đang ngồi trên bờ biển Ca-ri-bê, thì nó có thể chu du tới đó. Nhưng Charlie đã phát ớn việc chu du vô tranh ảnh. Việc đó chẳng bao giờ thú vị như nó hy vọng. Nó không bao giờ quen nổi, và cuộc hành trình trở về nhà luôn khiến nó run rẩy. Bây giờ nó phải bảo tồn năng lượng cho cuộc hành trình hóc hiểm vô xứ Badlock để cứu Billy Raven.

Bài luận của nó đã xong. Charlie cảm thấy mình xứng

đáng một chiếc bánh quy, có khi hai chiếc. Trong nhà ắng lặng. Cả hai bà của nó đều đang ngủ, chắc chắn vậy, còn Ông cậu Paton chắc là đang viết lại những ghi chú cho chương tiếp theo quyển sách của mình, *Lịch sử dòng họ Yewbeam.*

Chưa phải là tối nhưng bầu trời đã thẫm lại trong khi tuyết đang rơi. Charlie hầu như không thấy đường ở đằng cuối nhà bếp. Đồ đạc trong phòng lờ mờ không rõ hình thù, như thể chúng bị phủ một bức màn mỏng màu xám. Charlie mò mẫm được một hộp bánh quy và đem để nó lên bàn. Nó ngồi xuống bắt đầu ăn trong khi nhìn tuyết rơi bồng bềnh.

Chuông cửa reng.

Nếu tiếng chuông có đánh thức hai bà dậy thì rõ ràng họ cảm thấy không bắt buộc phải ra mở cửa. Cả Ông cậu Paton cũng không luôn.

Chuông lại reng nữa.

Charlie thấy vừa rồi đâu có ai đi ngang qua cửa sổ. Đường Filbert vắng như sa mạc; tuyết phủ lấp những chiếc xe đang đậu, dày cả tấc.

Lần thứ ba, tiếng chuông hầu như không phải là một âm thanh thực tí nào. Charlie có cảm tưởng hình như nó vang ở bên trong đầu mình. Nhưng nó cảm thấy sự thôi thúc phải đi ra cửa. Nó thận trọng mở cửa và một đám mây tuyết trôi vô hành lang.

Một phụ nữ đứng ở khung cửa. Tóc của cô trắng như tuyết. Cô mặc áo khoác trắng và choàng một chiếc khăn màu vàng óng trên vai.

Charlie thảng thốt kêu lên. Tay nó ụp vội lên miệng. Trong thoáng chốc nó tưởng như một thiên thần tuyết vừa đáp xuống bậc cửa nhà mình. Và rồi nó nhận ra người phụ nữ đó. "Cô Alice Angel," nó thì thầm.

Cô Alice mỉm cười, "Chào cháu, Charlie. Cô vô được chứ nhỉ?"

Nó đứng né qua bên và cô bước vô hành lang. Một mùi hương quyến rũ sượt ngang qua Charlie và nó nhớ tới cửa hàng hoa của cô Alice, "Hoa Thiên Thần", nơi những bông hoa trắng, thân cao tỏa mùi hương mê hồn khắp không gian.

"Bấy nay cô đã ở đâu vậy ạ?" Charlie hỏi.

"Cô ở cửa hàng khác của cô," cô đáp, đặt chiếc vali nhỏ bọc da xuống sàn nhà. "Nó ở cách đây rất, rất là xa."

Charlie đỡ chiếc áo khoác mềm màu trắng của cô Alice và đem treo nó lên mắc áo. "Sao cô trở lại?" nó hỏi.

"Olivia."

"Olivia?" Charlie dẫn cô Alice vô nhà bếp và bắc ấm nước lên. Xem ra căn phòng đột nhiên sáng hơn, nhất là chỗ cô Alice đứng trong tấm váy trắng và đôi ủng cao màu xám bạc. "Thật lạ là cô đến đây vào lúc này, bởi vì có thể Olivia sẽ gặp rắc rối."

"Cô biết," cô Alice nhíu mày lo lắng.

"Bạn ấy để lộ mình rồi."

"Kể cho cô nghe chuyện thế nào đi." Cô Alice ngồi xuống bàn trong khi Charlie rót cho cô một tách trà. Cô không yêu cầu nó pha nước, nhưng ngồi nhấm nháp trà

trong khi nghe Charlie kể về bức tượng đá và bộ xương mà Olivia đã làm hiện ra để hù dọa Eric kẻ-làm-sống-tượng thì thật dễ chịu.

Vẻ mặt nghiêm trang của cô Alice giãn ra. "Vậy mới hợp biết bao: một bộ xương. Olivia quả là có trí tưởng tượng mãnh liệt. Nhưng đáng ra cô bé không nên để lộ tài phép của mình. Bây giờ cô mất con bé rồi."

Có tiếng chân bước trên cầu thang, Charlie và cô Alice nhìn ra cửa. Charlie cầu trời đó không phải là nội Bone. Nhưng Ông cậu Paton ngó vô phòng và lập tức nhận ra cô Alice.

"Ôi, Alice thân mến, điều gì mang cô tới đây vậy?" ông hỏi. "Lại giữa bão tuyết nữa. Chắc hẳn là khẩn cấp lắm đây."

"Đúng thế," cô Alice nghiêm trang. "Dù sống cách đây ba trăm dặm, nhưng tôi luôn biết khi nào Olivia cần tôi. Đó là bản năng mà tôi có, không thể giải thích được. Ngay khi về tới thành phố tôi đã tới nhà Olivia." Mặt cô tối sầm lại và cô run rẩy nhấp một ngụm trà. "Họ không cho tôi gặp con bé."

"Không... ư?" Ông cậu Paton ngồi phịch xuống. "Có chuyện quái gì thế?"

"Cha của Olivia ra mở cửa," cô Alice tiếp. "Chú ấy bảo Olivia không còn là nó nữa. Tôi nài nỉ chú ấy bảo với con bé là tôi vừa mới đến, rằng tôi muốn gặp đứa con đỡ đầu yêu thương của tôi, vì vậy, chú ấy đi lên lầu tới phòng con bé trong khi tôi đợi trong hành lang." Nước mắt long lanh đọng nơi khóe mắt to màu nâu nhạt của cô Alice. "Khi chú Vertigo đi xuống thì chú ấy bảo... chú ấy bảo..." cô nín bặt và chậm nước mắt bằng một chiếc khăn mùi xoa trắng.

Ông cậu Paton đặt một tay lên cánh tay cô. "Chú Vertigo đã nói gì?"

Cô Alice ngồi thẳng lưng lên và giắt chiếc khăn vô ống tay áo. "Chú ấy bảo rằng Olivia không muốn gặp tôi, và tôi vui lòng hãy ra khỏi nhà ngay lập tức."

Charlie không thể tin vô tai mình. Olivia rất yêu mẹ đỡ đầu của nó. Chuyện gì khiến nó quay lưng lại cô Alice Angel vậy? Trừ phi...

"Tôi sợ là *bọn chúng* đã thu phục con bé rồi," giọng cô Alice giờ đã rắn rỏi hơn. "Nhưng tôi sẽ không đầu hàng đâu, và tôi nhất định sẽ không rời khỏi thành phố này. Tôi sẽ ở lại đây cho tới khi Olivia trở lại là mình. Phiền cái là," cô lưỡng lự, "tôi không chắc mình có thể ở đâu. Ngôi nhà tôi từng ở giờ vẫn để trống, nhưng nó rất, rất lạnh."

"Cô phải ở đây," Ông cậu Paton đứng bật dậy. "Tôi cương quyết đề nghị."

Ngoại Maisie đi vô phòng, đúng lúc Ông cậu Paton đứng dậy định đi gọi bà. Ngoại Maisie lắng nghe câu chuyện của cô Alice bằng vẻ mặt cam chịu mà dạo này bà hay mang. Tuy nhiên, Charlie có thể nhận thấy vẻ nồng nhiệt của bà đối với mẹ đỡ đầu của Olivia, và không lâu sau thì bà đã mời cô một chiếc bánh do bà nướng và "thêm một ly rượu nhé", rồi sau đó bà bắn vù lên lầu dọn dẹp giường trong căn phòng mà mẹ của Charlie từng ngủ.

Trong suốt quãng thời gian đó không hề thấy tăm hơi nội Bone đâu. Thậm chí cả trong bữa tối cũng không thấy bóng dáng bà ta. Charlie gõ cửa phòng nhưng không có tiếng trả lời. Lẽ nào bà ta đã ra ngoài? Hay bà ta vẫn còn đang ngủ?

"Bà ấy đang ngủ," ngoại Maisie nói, thận trọng ra ngó cửa phòng của nội Bone vào lúc 9 giờ. "Mọi người không nghe thấy tiếng ngáy ư?"

Charlie cũng đi vô giường ngủ. Ngày mai phải đi học. Liệu nó có gặp Olivia ở trường? Nó tự hỏi. Và con bé sẽ làm gì? Con bé sẽ trở thành bạn của ai?

Kệ cho bao nhiêu câu hỏi ong ong trong đầu, Charlie thấy mình dễ dàng ngủ díp lại. Nó nghĩ đến cô Alice Angel đang ở trong căn phòng phía trên nó. Thật dễ chịu khi biết cô ở trong nhà mình, cho dù cô là thiên thần hộ mệnh của người khác.

Chúng ta sẽ mượn cô ấy vậy, Charlie nói một mình, *chỉ một thời gian thôi, cho đến chừng nào Olivia lại muốn có cô ấy*. Rồi tâm trí nó lại lan man đến Billy Raven, bị kéo đi qua khoảng thời gian chín trăm năm tới cung điện của lão thầy bùa. Chả trách thằng bé không muốn về nhà. Bạn thiết thân của nó là một cô bé xinh xắn nhất trên đời – một bé gái tóc quăn lòn lọn, có nụ cười dịu dàng; một bé gái tên là Matilda, người mà Charlie sẵn sàng cho đi tất cả để được gặp lại một lần nữa.

Billy chẳng được sung sướng thoải mái như Charlie tưởng tượng. Thằng bé đang bị phạt, và nó đổ tội cho Rembrandt.

Rembrandt là con chuột của Billy, một con chuột đen bóng, mắt sáng quắc và có một bộ ria dài hết sức ấn tượng. Chú ta tình cờ ở trong túi quần của Billy khi thằng bé bị hút vô bức tranh xứ Badlock do một thứ bùa độc địa của thầy bùa (hay gọi theo danh xưng đầy đủ của lão là bá tước Harken của xứ Badlock).

Cuộc sống ở xứ Badlock rất huy hoàng đối với Billy. Nó có quần áo đẹp để mặc, có đồ ngon để ăn và có một khu rừng đầy muông thú do yêu thuật tạo ra để hàng ngày đến thăm. Lại có cả Matilda, cháu gái của bá tước Harken, làm người bạn hiền lành nhất mà Billy từng biết. Nhưng Rembrandt muốn về nhà. Chú chàng năn nỉ ỉ ôi, kêu ca, kèo nhèo và nhai đôi giày mới của Billy, tóm lại là chú ta quấy nhiễu hết chỗ nói. Billy có thể liên lạc được với thú vật. Nó hiểu rõ từng tiếng chít, tiếng tru rống, rừ rừ và liếp chiếp... và còn nhiều thứ tiếng nữa... của đủ các loài thú.

Một ngày nọ Rembrandt đi quá xa. Đúng ngay vô bữa tối, một thời điểm tệ hại nhất mà chú ta lựa để quậy. Bữa tối trong cung điện của thầy bùa là một sự kiện quan trọng. Nó được phục vụ trong một tòa nhà rộng mênh mông bằng đá hoa cương đen. Những vì sao giả chiếu sáng trên mái trần hình vòm và những bức tường treo đầy các loại vũ khí sáng loáng.

Cái bàn lát kính trên mặt dài bảy mét, buộc lão bá tước và vợ, ngồi ở hai đầu đối diện nhau phải quát hết cỡ mới nói chuyện được với nhau, và tiếng quát của họ thường khiến cho Billy nhức đầu.

Billy và Matilda ngồi sát bên nhau, đối diện với Edgar, anh trai của Matilda, một thằng bé có gương mặt câng câng, hay hù dọa Billy bằng cách bất thình lình hiện ra từ một bức tường hay một cánh cửa. Những người ăn tối chỉ việc gọi tên những món mình muốn ăn, tức thì món ăn đó sẽ hiện ra. Billy thường chọn bất kỳ món gì Matilda chọn. Đó thường là súp Thịt viên, mặc dù đôi khi cô bé tiến cử cho nó xơi món bánh hấp Đại lễ, hoặc bánh tráng miệng Triệu hoa. Billy cố lén cho Rembrandt ăn càng nhiều càng tốt khi Edgar không nhìn thấy chú chàng. Edgar ghét cay ghét đắng chuột, thằng đó gọi Rembrandt là đồ ghê tởm, không xứng đáng được đi trên mặt đất chứ đừng nói là sống trong một cung điện.

Vì vậy khi Rembrandt, mệt chán vì những món ngon thường ngày, nhảy lên bàn và chạy cái vù qua đĩa của Edgar, thằng này nhảy dựng lên thét như bị bóp cổ, giật lấy một con dao treo trên tường và phi vô con chuột. Hên là con dao bắn sượt qua Rembrandt, lướt lập phập trên bàn, nhưng Billy đã đứng phắt lên, quát thét Edgar.

"Đồ độc ác, đồ kinh khủng!" Billy thét. "Mày suýt giết chết con chuột của tao!"

"Thật đáng tiếc là nó đã không giết chết con vật," bà bá tước lạnh lùng nhận xét.

Cái lạnh tanh trong giọng nói của bà ta làm Billy tê cứng người lại. Rembrandt nhảy vô vòng tay nó, và nó ngồi phịch xuống.

"Sinh vật đó phải bị giết," bà bá tước tiếp. "Ngài có đồng ý không, ngài Harken?"

Billy nhìn ngây vô gương mặt dài của bà bá tước. Đôi mắt đen ti hí của bà ta dán chặt vô con chuột đang lủng lẳng nơi ngực Billy.

"Sao hả ngài Harken? Nói gì đi!" mụ bá tước cao giọng chất vấn.

Billy quay qua dòm lão bá tước, lão này cho đến bây giờ vẫn lờ tịt vở kịch đang diễn ra trên bàn ăn của lão, như thể không có gì bất thường xảy ra. Nhấp một ngụm rượu từ cái ly bằng vàng, lão nhìn Billy với vẻ trầm ngâm rồi đứng lên.

Billy có rúm lại trước ánh nhìn xoáy buốt của lão thầy bùa. Tấm áo thụng xanh lá cây của lão sáng choe chóe kim cương và đá ngọc thạch, búi tóc của lão chói rực một lớp vàng nhuyễn. Đôi khi Billy nể sợ vẻ lộng lẫy của chủ nhân của nó đến nỗi nó không dám nhìn lão. Nó nơm nớp chờ đợi lời tuyên bố chính thức của thầy bùa. Cuối cùng lời tuyên bố cũng vang lên.

"Chúng ta không cần mất công với con chuột đó," lão thầy bùa nói.

Trái tim Billy đập một nhịp nhẹ nhõm. Tuy nhiên niềm hy vọng của nó bị dập tắt ngúm bởi lời tiếp theo của lão thầy bùa. "Sinh vật đó có thể làm đồng bọn với thằng bé ở trong hầm ngục."

"Thưa ngài, ngài không thể làm thế!" Matilda kêu lên. "Billy là khách của chúng ta."

"Ta mệt mỏi khách khứa rồi!" lão bá tước gầm lên mắng cô bé. "Lính đâu, đem thằng nhóc này đi."

Trước khi Billy kịp nghĩ điều gì xảy ra tiếp theo, hai người lính xông tới, tóm lấy hai bên cánh tay nó. Rembrandt rớt tọt xuống nền nhà và chạy hấp tấp bén gót Billy khi thằng bé bị điệu ra khỏi phòng. Nó có thể nghe thấy tiếng khóc phản đối của Matilda mờ dần khi nó bị mang đi càng lúc càng xa, qua những hành lang tối và dài hun hút dẫn tới hầm ngục.

NHỮNG LINH VẬT BIỂN BẰNG VÀNG

Khi Charlie xuống lầu dùng điểm tâm vào sáng hôm sau nó thấy cô Alice đã ở trong nhà bếp. Một bình trà đã pha xong, còn cháo đang nấu trên bếp, những lát bánh mì nướng vàng rụm đã xếp đầy trên giá bánh mì để trên bàn.

"Chào Charlie," cô Alice tươi tỉnh nói. "Trông cháo giùm cô với nhé, để cô đi mang cho bà Maisie một tách trà." Cô nói như thể cô đã sống ở nhà số 9 lâu rồi vậy.

"Chào cô Alice." Charlie cầm lấy chiếc muỗng gỗ và bắt đầu ngoáy nồi cháo, trong khi cô Alice đi ra, cầm theo một tách trà và hai cái bánh quy để trên đĩa. Bước chân cô nhẹ bẫng, đến nỗi hầu như không nghe thấy chúng đi trên cầu thang.

Đến lúc cô Alice trở lại, Charlie đã ăn cháo của nó xong. Máy cào tuyết đã làm việc suốt đêm và lòng đường sạch bách, mặc dù trên vỉa hè vẫn còn tuyết đóng đầy. Bầu trời sáng trong và mặt trời chiếu khiến cho những mái nhà, bức tường, cây cối và những hàng rào sáng chói lên. Cô Alice mở cửa sổ, hít thở thật sâu và bảo, "Cô mê thích cái mùi tuyết này quá."

Charlie hít không khí lạnh vô lồng ngực và đồng ý

với cô. Thế giới đượm một mùi tươi mới, trong lành. Nó chạy lên lầu lấy cặp sách. Khi mặc áo chùng đồng phục xanh da trời vô, nó mừng rỡ cảm nhận hơi ấm của tấm áo. Thỉnh thoảng bọn trẻ khác trên đường chọc ghẹo nó í ới cái chuyện nó học ở học viện Bloor và mặc áo kỳ cục. Thường thì Charlie nhét cái áo rầy rà này vô giỏ xách để không gây sự chú ý. Nhưng hôm nay nó cảm thấy ấm áp và tự tin.

Ngôi nhà vẫn im ắng, tựa hồ như nó bị chôn vùi dưới tuyết. Không có động tĩnh gì trong phòng của nội Bone.

Cô Alice từ nhà bếp đi ra ngay lúc Charlie rời khỏi nhà. "Trông chừng Olivia giùm cô nhé, Charlie," cô bảo. "Đừng để bất kỳ cái gì... bất kỳ ai... cô hầu như không biết phải nói gì nữa bởi vì rõ ràng bây giờ cô bé đã là một trong *bọn chúng*. Nhưng cô muốn biết việc đó xảy ra như thế nào, để còn đối phó với nó."

"Cháu sẽ cố hết sức," Charlie hứa. Nó vẫn không thể tin là Olivia mà nó biết lại cho phép mình *bị chế ngự*.

Ở phía đường bên kia, Benjamin đang thảy những quả banh tuyết cho Hạt Đậu chụp. "Hôm nay mình không đi học," Benjamin hân hoan gọi. "Trường đóng cửa vì tuyết nhiều quá."

"Hên quá hén," Charlie hét lại. Nó biết chiếc xe buýt xanh da trời sẽ chờ nó ở đầu đường. Chỉ có một vụ tuyết lở thì may ra mới đóng cửa được học viện Bloor.

Charlie hầu như không thấy Olivia đâu suốt cả ngày. Thỉnh thoảng nó thoáng thấy mái đầu nhuộm vàng bên trên một cái áo chùng tím, nhưng rồi con bé biến mất, bị nuốt chửng trong rừng áo tím. Bọn học viên khoa Kịch bao quanh cô nàng như ong bu quanh hũ mật. Mãi cho đến giờ làm bài tập về nhà Charlie mới khám phá ra mình thật sự phải đương đầu với cái gì.

Sau bữa tối, Charlie leo lên những dãy cầu thang phía sau trường để lên Phòng Nhà Vua, nơi bọn trẻ được ban phép thuật phải làm bài tập về nhà. Nó lên được nửa đường thì nghe có tiếng thì thầm đằng sau, "Charlie." Nó quay lại và bắt gặp vẻ mặt buồn thảm, nhợt nhạt của Emma. Mắt cô bé đỏ hoe vì khóc.

"Chuyện gì vậy, Em?" Charlie hỏi.

Chị em sinh đôi nhà Branko mò đến từ phía sau chúng và cố đi vượt qua. Idith (hay Inez?) rít, "Mày đứng ngáng đường người ta, đồ ngu."

Nắm tay Charlie ngứa ngáy. Nó chỉ muốn đáp một nắm đấm lên bộ mặt giống tượng của cái con Idith này, nhưng nó lại lần chần dạt sang bên cho chúng đi qua. Khi chị em sinh đôi ra khỏi tầm nghe, Emma nói "Liv bị làm sao ấy. Nó không hề nói chuyện với mình suốt cả ngày hôm nay."

"*Bọn chúng* bắt nó rồi," Charlie thì thầm.

"Hả?" đôi mắt xanh da trời của Emma trợn to lên không tin. "Không thể nào."

"Nó đã tự lộ mình, Em. Một khi bọn chúng biết, bọn chúng sẽ cố hết sức làm thay đổi nó."

"Không." Emma lắc đầu nguầy nguậy. "Chúng không làm được. Không phải Liv. Mình không tin."

Dorcas Loom ục ịch đi ngang chúng, thở lặc lè. "Hai đứa mày mắc toi gì vậy?" con nhỏ lầm bầm mà không quay lại.

Charlie và Emma không mất công trả lời.

"Đúng vậy đó," Charlie hạ thấp giọng khi Dorcas biến mất ở khúc quẹo lên cầu thang. "Cô Alice Angel đã trở lại. Olivia không muốn gặp cô ấy."

Miệng Emma há hốc ra.

"Tụi mình nên đi đi, Em," Charlie nói. "Kẻo trễ rồi."

Chúng lật đật phóng lên cầu thang, nhưng nghe thấy tiếng lê bước ở chân cầu thang, Charlie liếc nhìn lại. Dagbert Endless đang đứng phủi vai áo chùng xanh da trời của nó. Tóc nó ướt nhoen nhoét như tảo biển và gấu quần nó bám đầy tuyết. Cảm thấy mắt Charlie đang nhìn mình, Dagbert ngước lên.

Charlie không nhịn được nên hỏi. "Mày giấu những linh vật của mày rồi à?"

Dagbert lẳng lặng gật đầu.

"Tốt." Charlie không muốn biết chúng ở đâu. Nhưng nó mừng là chúng đã ra khỏi tầm với của Lord Grimwald. Nó chạy tiếp lên lầu, với Dagbert tất tả theo sau.

Phòng Nhà Vua hình tròn, những bức tường cong kê toàn sách và chính giữa phòng có một cái bàn tròn thật lớn. Những đứa trẻ được ban phép thuật ngồi ở cái bàn đó để làm bài tập về nhà, dưới sự đe nẹt của thầy Giám sát Tài phép.

Khi Charlie bước vô phòng buổi tối hôm đó, nó ngạc

nhiên thấy Olivia đã ngồi thoải mái trong đấy rồi. Con bé này chưa bao giờ làm bài trong Phòng Nhà Vua, nhưng giờ nó đang ngồi giữa Dorcas và một đứa của chị em sinh đôi, với sách vở trải ra ngay ngắn trước mặt. Con bé đã được chấp nhận là một đứa được ban phép thuật và nhanh chóng ngồi vô chỗ của nó trong bọn.

Luôn luôn có hai nhóm rạch ròi ở bên bàn. Manfred ngồi với Dorcas, Joshua và chị em sinh đôi trong khi ở phía bàn bên kia có Lysander, Gabriel, Emma và Charlie ngồi sát nhau. Dagbert luôn ngồi trơ trọi ở khoảng trống giữa hai nhóm – không bao giờ sang hẳn bên phía này hay phía kia.

Lysander và Gabriel đã đắm chìm vô bài của mình. Charlie kéo ghế ngồi cạnh Gabriel, với Emma ngồi phía bên kia nó. Khi Charlie đặt sách xuống bàn, Gabriel ngước lên và tròn mắt, ngoắc đầu về hướng Olivia. Charlie cười khì và nhún vai. Gabriel nhíu mày. Charlie lại cười.

"Không làm mặt khỉ nữa, hai đứa kia," Manfred nhắc. "Nếu muốn chào đón thành viên mới thì hãy làm một cách hợp lý."

Gabriel và Charlie dòm nhau. Chẳng đứa nào hó hé gì.

Manfred thở dài. "Vì lợi ích của bọn bay và của tất cả mọi người khác, ta chính thức thông báo Olivia Vertigo đã gia nhập thành phần ưu tú của chúng ta. Olivia là một người tạo ảo ảnh, một điều cô ta đã giữ riêng cho mình trong một thời gian, nhưng giờ thì tài

phép của cô ta đã công khai, chúng ta mong chờ cô ta sẽ chỉ sử dụng nó khi học viện Bloor yêu cầu."

Tất cả mọi người trố mắt nhìn Olivia, con bé điềm nhiên chẳng màng gì đến ai. Nó cứ cúi xuống bài tập của mình, ngoáy viết lia lịa.

"Ngài có nghĩ rằng Olivia có thể chỉ cho chúng ta thấy, chỉ một lần thôi, người tạo ảo ảnh có thể làm gì?" Joshua hăng hái rít lên.

Manfred cân nhắc trước khi trả lời, "Ta không thấy tại sao lại không." Hắn quay qua Olivia. "Olivia, chỉ cho chúng thấy đi."

Đầu Olivia ngẩng lên. Vẻ mặt nó hơi hoang mang.

"Một ảo ảnh, Olivia, hãy vui lòng" Manfred dằn từng từ một như thể Olivia bị điếc.

Olivia chớp mắt, và rồi ngước lên trần nhà. Khi con bé thả ánh nhìn trở lại bàn, ngay lập tức một công viên bảo tồn thu nhỏ hiện ra. Cát phủ kín mặt bàn bóng nhoáng, trong khi cây bụi và những cây keo mọc túa ra từ những quyển sách và những hộp viết chì. Trước đây Charlie đã từng thấy nhiều ảo ảnh to-hơn-thật của Olivia, nhưng hôm nay con bé chọn cảnh thơ mộng, làm mê đắm lòng người hơn là cảnh kinh dị. Lẫn trong rừng cây, những con thú nhỏ xíu được trông thấy: voi, hươu cao cổ, sư tử, ngựa vằn và nhiều loài thú khác. Những tiếng rống, tiếng gầm gừ, tiếng rú được nghe thấy loáng thoáng khi sư tử đuổi theo con mồi và bầy chim tí xíu vỗ cánh bay khỏi cành.

Tất cả mọi người im lặng trầm trồ ngắm khung cảnh

đó. Tuy nhiên Charlie không thể cảm thấy bị mê hoặc với vẻ lạnh như đá trên gương mặt trơ trơ của Olivia, một vẻ rỗng không băng giá. Nó có thể thấy vật gì sáng lóe chỗ khoảng hở giữa tấm áo chùng màu tím của con bé. Olivia thường quàng khăn hoặc mặc áo ghi-lê có đính kim sa, nhưng sao ở đây có gì đó khang khác. Thỉnh thoảng con bé co giật vai, như thể bộ quần áo quá nặng đối với nó vậy.

"Đủ rồi," Manfred ra lệnh.

Cảnh thiên nhiên kỳ diệu biến đi, Dorcas và chị em sinh đôi vẫn nhìn Olivia trừng trừng, thán phục.

Joshua khen, "Giỏi lắm!"

"Tiếp tục làm bài đi," Manfred quát.

Sách, tập được mở ra và những cái đầu cúi xuống. Những bút chì và bút mực lại đưa tới đưa lui, nhưng Charlie không thể tập trung được. Nó thấy mình cứ nhìn đau đáu vô bức chân dung viền vàng treo trên tường. Đó là bức chân dung cổ của Vua Đỏ, đã nứt nẻ và tối sậm lại vì thời gian. Những đường nét trên mặt nhà vua đã mờ nhưng tấm áo chùng đỏ ngài mặc vẫn rực rỡ và chiếc vương miện vàng tinh xảo ngự trên mái tóc đen của ngài trông hệt như thật.

Trước giờ Charlie vẫn hay cố chu du vô quá khứ để gặp vị tổ tiên này của mình, nhưng mọi cố gắng của nó đều bị chặn lại bởi cái bóng đứng đằng sau nhà vua. Thầy bùa bá tước Harken đã tìm cách chêm cái bóng của hắn vô bức tranh. Đó chính là cái bóng đã bắt giữ Billy Raven vô xứ Badlock.

"Đã bao nhiêu lần tao bảo mày không được nhìn vô bức chân dung đó rồi hả?" giọng lạnh như thép của Manfred xông ào vô óc Charlie.

"Tôi đang làm tính," Charlie trả lời.

Trước khi Manfred buông lời châm chích cay độc nữa, Lysander nói, "Tại sao bức chân dung ở đó nếu chúng tôi không được phép nhìn vô đấy?"

Bị mất cảnh giác, Manfred nhìn sững vô Lysander, á khẩu. Anh người Phi châu, tận dụng lợi thế của mình và tiếp, "Chúng ta đang ngồi trong phòng của Vua Đỏ; ngài là tổ tiên của chúng ta; không có nhà vua thì chắc chắn chúng ta đã không có mặt ở đây. Vậy ngài không thấy lố bịch sao, thưa ngài, rằng chúng ta được lệnh là không bao giờ được ngắm nhìn bức chân dung đó?"

Thật hả dạ làm sao khi thấy bộ mặt giận tím tái, ngờ vực của Manfred. Trong tất cả những đứa trẻ được ban phép thuật, chỉ mỗi Lysander là có thể khiến Manfred nể sợ. Anh có thể triệu hồi những tổ tiên tâm linh của mình, không phải là ảo ảnh, mà là những chiến binh ẩn hiện có thể vung gươm đâm thẳng vô tim người ta.

Tất cả đám trong phòng chờ coi Manfred phản ứng thế nào. Cuối cùng thầy Giám sát Tài phép vọt ra một câu bình phẩm hèn hạ, "Tao hy vọng không thấy mày lâm vào tình thế chết dở như bạn mày," hắn nói, liếc nhìn Dagbert-kẻ-dìm-chết-người.

Tất nhiên Manfred đang ám chỉ tới Tancred, nhưng xem ra Dagbert không nghe thấy lời hắn nói. Mắt thằng này như có một bức màn che phủ, và Charlie đoán là nó đang nghĩ về những linh vật biển của nó.

Quàu quạu ngó Dagbert, Manfred quát tất cả đám trở lại bài làm đi.

Từng phút tích tắc trôi qua. Sau gần hai tiếng đồng hồ im lặng, bọn trẻ được ban phép thuật thu dọn bài tập về nhà của chúng và trở về phòng đi ngủ.

Ở phòng ngủ chung của nữ sinh, Olivia cởi áo chùng tím của nó ra, để lộ tấm áo gi-lê bằng nhung chi chít những vòng tròn phát quang, nhấp nháy.

"Đẹp quá há," Emma tấm tắc.

Olivia nhếch mép cười với cô bé và lững thững đi vô nhà tắm. Emma choàng áo ngủ vô và liền đi theo Olivia. Dorcas Loom đang ngồi trên giường nó ở ngay gần cửa ra vào. Con này mặc váy ngủ màu hồng, bèo nhún lồng phồng và đang cố chải cho thẳng mái tóc vàng quăn tít. Khi Emma đi ngang giường nó, Dorcas nói khẽ, "Có gì trục trặc với bạn mày à?"

Emma dừng lại và nhìn Dorcas, con này sủa, "Cái gì ăn thịt mày đó?" và bất giác Emma hiểu ra rằng Olivia đã bị bỏ bùa bởi chiếc áo ghi-lê choáng lộn kia. Bởi vì đó là tài phép của Dorcas – và cũng là thứ mà bà cô Venetia của Charlie luôn kiêu hãnh. Chắc chắn cả hai đã đồng lõa tạo ra cái áo kia.

Emma chạy vô buồng tắm. Olivia đang chải tóc trong gương. Con bé đã cởi áo gi-lê ra và mặc bộ đồ ngủ của nó vào, và giờ cái áo lóe chóe đang vắt trên một chiếc ghế. Chộp lấy cơ hội của mình, Emma vồ lấy nó.

"ĐỪNG ĐỤNG VÔ!" móng tay dài của Olivia cào vô lưng bàn tay Emma. Trong khoảng khắc, Emma

kháng cự. Cô bé giữ chặt cái áo, nhưng Olivia, giơ bàn chải lên và đập thẳng cánh vô khớp đốt ngón tay của Emma.

Emma buông tay, thét lên đau đớn và Olivia hấp tấp khoác tấm áo gi-lê trùm ra ngoài bộ đồ ngủ của nó. "Cấm làm thế nữa đấy," nó hục hặc.

Emma theo Olivia trở lại phòng ngủ chung. Cô bé nhìn bạn mình leo lên giường, vẫn mặc cái áo gi-lê. Chiếc áo cạ sột soạt vô chăn và tấm trải giường, và Emma nhún vai nói, "Chúc ngủ ngon, Liv!" Olivia không đáp, chỉ quay đi, nhắm mắt lại.

Sau khi có lệnh "Đèn tắt", Charlie và Fidelio đi vô buồng tắm, nơi chúng có thể yên ổn nói chuyện. Fidelio không được ban phép thuật nhưng cậu luôn là người bạn trung thành của Charlie. Ngồi vắt chéo chân dưới nền nhà tắm bên cạnh Charlie, cậu lắng nghe, với sự choáng sốc, kể về ngày cuối tuần nghiệt ngã của thằng bạn thân nhất của mình.

"Anh chưa bao giờ nghe về chuyện có người bị giết," Fidelio thì thào. "Tội nghiệp cụ Bittermouse quá."

"Chắc là trên tất cả các tờ báo sáng nay đều đăng rồi," Charlie nói. "Nhưng tay kiếm sĩ phải trở lại bức chân dung của y trước khi ai đó có thể bắt được y."

"Em có nghĩ..." Fidelio bắt đầu.

Cửa phòng tắm bật mở và Dagbert Endless ngó vô. Charlie nhận thấy thằng này đang run lẩy bẩy, nó bèn tự hỏi liệu hai đứa nó có sắp bị nhận chìm trong một ảo ảnh dưới nước của Dagbert hay không.

Dagbert bước vô nhà tắm, đóng cửa lại thật nhẹ đằng sau nó và đến ngồi phịch xuống bên cạnh Charlie. Một quãng im lặng dài trong khi cả Charlie lẫn Fidelio đang cố nghĩ ra cái gì đó để nói. Mùi tanh cá thường đeo bám quanh Dagbert đã được thay thế bằng mùi tảo biển – một mùi buồn băng lăng và thô nồng.

Sau khi mấy vài giây im thít trôi qua, Dagbert nói, "Tao xin lỗi."

Charlie quay qua nhìn nó. Trong ánh sáng lờ nhờ từ cửa sổ rọi vô, Dagbert hiện hình màu xanh tái.

"Mày nói mày xin lỗi về việc Tancred à?" Fidelio hỏi.

Dagbert gật đầu. "Về Tancred và về những điều cha tao sắp làm. Ông ta mang Quả cầu Đại Dương đến đây với chủ ý nhằm dìm chết ba mẹ của mày đó, Charlie."

"Tao biết," Charlie nói.

"Mày biết?" Hình như Dagbert ngạc nhiên. "Tao... tao xin lỗi. Nếu tao có thể ngăn ông ta thì tao sẽ làm, nhưng tao chưa đủ mạnh. Và nếu tao cố thử mà không có những linh vật biển bằng vàng, thì quả cầu đó sẽ nuốt tao. Cha tao thường hay cảnh báo tao điều đó sẽ xảy ra."

"Còn nếu mày có những linh vật biển thì sao?" Fidelio hỏi. "Lúc đó mày có thể phá hủy Quả cầu Đại Dương không?"

Dagbert nhún vai và rồi nó nói, "Tao không giống như *bọn chúng*, mày biết đấy. Tao không theo Manfred, Joshua và những người nhà Bloor."

"Tao đã không nghĩ mày theo bọn họ," Charlie nói khẽ.

"Đôi khi tao không thể cưỡng lại được... những gì tao làm," Dagbert tiếp tục bằng giọng tuyệt vọng. "Tao chỉ thấy khi mình tức giận hay... hay sợ hãi, thế là thế giới tất cả biến thành nước xung quanh tao."

"Này, Dagbert," Charlie nói. "Tao tình cờ biết là Joshua đang rắp tâm tìm những linh vật biển bằng vàng của mày, cho dù mày giấu chúng ở đâu. Tao sẽ làm tất cả những gì tao có thể để ngăn chặn hắn, nhưng... có lẽ tao không thể."

"Chúng..." Dagbert bắt đầu.

"Đừng nói ra với tao," Charlie gắt. "Manfred có thể sẽ cố moi điều đó từ tao."

"Ừ."

Fidelio bảo cả bọn nên đi ngủ trước khi bị chết cóng. Phòng tắm ở học viện Bloor là một trong những phòng lạnh nhất tòa nhà.

Charlie tỉnh giấc cảm thấy hôm nay sẽ là một ngày khó khăn. Một cái liếc mắt thấy vẻ mặt bạt vía của Dagbert nhắc nhở nó phải canh chừng từng động tịnh của Joshua Tilpin. Điều đó không dễ gì. Joshua học năm nhất, Charlie học năm hai. Joshua học hội họa, không phải âm nhạc. Nó ăn ở căn-tin khác, thay giày trong phòng để áo khoác khác và tập hợp ở một nhóm khác. Charlie chỉ có thể hy vọng Dagbert giấu những linh vật biển ở ngoài trời.

Dagbert đã làm đúng như thế. Joshua sục sạo trong giờ nghỉ giải lao đầu tiên. Nó đã tập suốt với mấy món nữ trang của mẹ nó từ trước, và giờ nó hơi tự tin mình có thể hút được vàng. Nhưng phải bắt đầu từ đâu? Nó phải có một chút manh mối bóng gió về chỗ những linh vật biển bằng vàng có thể được cất giấu.

Cuối cùng chính Dagbert mới là đứa buông xuôi trận đấu. Xem ra nó rơi vào trạng thái bất an nếu không có các thứ bùa ấy, và lo lắng thắc thỏm cho chúng đến độ nó bắt đầu ngong ngóng về phía chúng.

Tuyết trải ngoài sân chơi đã biến thành một ao bùn loãng do ba trăm cặp chân dẫm xéo. Nhưng vẫn có vài đứa trẻ không thể từ bỏ cố gắng lần cuối nặn những trái banh tuyết. Joshua và chị em sinh đôi nhà Branko ở trong số đó. Nhưng trong khi bốc những nắm nước đá lõng bõng, Joshua vẫn liếng liếc con mắt tới chỗ Dagbert.

Charlie đang chơi đá bóng quanh đó với Emma và Fidelio. Trông Emma rầu rĩ. Olivia không biết biệt tăm biệt tích ở đâu. Charlie hơi xoay người ra coi Joshua có còn đang chơi với chị em sinh đôi nhà Branko hày không và thấy nó không còn ở đó nữa. Vậy nó lỉnh đi đâu rồi?

"Joshua đâu?" Charlie hét lên.

Fidelio chỉ một dáng hình tí tẹo đang lén lút đi tới lâu đài.

"Thôi, em đi đây," Charlie bảo.

"Để anh đi cùng em," Fidelio đề nghị.

Charlie lắc đầu. "Không nên. Vậy thì quá lộ liễu."

"Chuyện gì thế?" Emma nôn nóng hỏi.

Fidelio nhăn nhó. "Một phút nữa sẽ nói cho em biết."

Cố tỏ ra tỉnh rụi, nhưng dấn bước tăng tốc bất cứ khi nào nó nghĩ là không có ai nhìn thấy, Charlie học tốc đi theo Joshua. Vừa kịp thấy thằng đó biến mất dưới ô cửa vòm lớn màu đỏ, nó chờ vài giây rồi phóng thục mạng theo. Joshua đã lại biến mất rồi. Charlie chới với đứng ngó năm cổng vòm khoét trong một bức tường đá, tất cả đều dẫn vô khu đổ nát. Charlie trước kia đều đã từng đi qua tất cả những ô vòm này. Nó biết mái vòm chính giữa dẫn trực diện vô lâu đài, trong khi bốn ô hai bên là những đường hầm lắt léo dẫn tới những ngõ ngách mịt mùng của khu đổ nát. Nhưng Dagbert và Joshua đã đi lối nào?

Một tiếng thét vang dội đường hầm ở mép ngoài phía bên trái. Charlie rên lên. Dagbert đã chọn lối vô khó nhất. Không còn cách nào khác ngoài việc phải đi theo nó. Khi Charlie phi thân vô đường hầm thì lại có một tiếng thét nữa vọng ra, lần này kinh rợn hơn lần trước. Đó là tiếng thét khiếp vía và tuyệt vọng.

Trượt lên trượt xuống đường hầm ẩm ướt, rêu mốc, Charlie dò dẫm tìm bức tường để làm điểm tựa, nhưng gạch ở đây nhầy nhụa nấm mốc khiến nó cứ trơn tuồn tuột, khi thì ngã khuỵu gối lúc thì té bò càng. Cuối cùng nó thòi ra một bờ đất đầy tuyết. Cây cối cao vút hai bên nó than thở với một cơn gió bất thần thổi tung, phả ra mùi của biển.

Bên dưới Charlie, trong một vũng tuyết lổng, Dagbert và Joshua đang vật lộn quanh một tảng đá lớn đen sì.

Nằm dưới mặt đất láng trơn là bảy con linh vật biển. Dagbert chắc hẳn đã giấu chúng ở dưới tảng đá kia, nhưng Joshua đã bới chúng ra khỏi chỗ giấu, Charlie nhận định như vậy.

Charlie tuột vội xuống bờ dốc. Khi nó rơi xuống đáy, Joshua bất ngờ đẩy Dagbert một cái và Dagbert rơi tõm vô vũng tuyết.

"Của tao!" Joshua thét lác, giơ cao bàn tay ra và những linh vật biển bằng vàng bị hút cả về phía nó. Nó bụm bàn tay lại và bắt đầu chạy lên bờ dốc.

"Không, mày không được lấy!" Charlie thét, tóm lấy mắt cá Joshua.

Joshua tuột xuống, la chói lói vì đau.

"Thả những cái bùa đó ra, Joshua Tilpin," Charlie quát, bám chắc lấy Joshua. "Chúng không phải là của mày."

"Chúng cũng không phải của mày," Joshua gào rống. "Buông tao ra, Charlie Bone." Nó đá vung chân kia một phát, trúng ngay mũi Charlie. Máu ộc ra đằng miệng nó, buộc nó phải buông mắt cá Joshua ra.

Dagbert lao tới Joshua và chụp lấy hai bàn tay thằng này. Nó vạch những ngón tay mềm như bún, cố nậy cho chúng mở ra, nhưng đám linh vật biển dính chặt vô lòng bàn tay Joshua như những con sao sao.

"Trả chúng lại cho tao!" Dagbert thét, bóc con cá ra khỏi da của Joshua, trong khi thằng nhóc con quằn quại như con lươn.

Charlie đứng dậy và quệt mũi vô ống tay áo. Máu giờ rỉ ròng ròng xuống áo lạnh của nó. Dagbert xé con cua ra khỏi lòng bàn tay đã mở của Joshua, nhưng bỗng dưng thằng người cá bắt đầu run lật bật như chiếc lá.

"Để tao lấy những cái còn lại," Charlie bảo Dagbert. "Nghỉ đi!"

Dagbert té vật ngửa ra, nắm thật chắc hai món bùa. Joshua lại bắt đầu leo lên bờ dốc, và Charlie sắp sửa tóm được nó thì không khí chợt như dao động và một ánh chớp xẹt ngang qua đầu tụi chúng, chém xuống đất một tiếng *choang*, xé tai.

Một thanh gươm dài oằn tới oằn lui, mũi gươm cắm phập xuống đất, cách bàn tay Charlie chỉ đôi ba phân.

"Cút đi, lũ trai thối tha," một giọng nói vang lên. "Không sẽ nếm cơn thịnh nộ từ thanh gươm của ta."

Charlie quay đầu qua, rất chậm, tá hỏa vì cái mà nó sẽ thấy. Và đó, đúng là Ashkelan Kapaldi, đang đứng trên tảng đá đen, hai tay chống nạnh và bộ mặt đính nụ cười ngạo mạn như trong bức chân dung.

"Đưa mấy cái bùa đó cho ta, Dagbert Endless," Ashkelan khệnh khạng, chìa ra một bàn tay đeo găng.

Dagbert lắc đầu và áp chặt hai con linh vật biển vô ngực.

Ashkelan tắt ngóm nụ cười. "Rất tiết," hắn thở ra. "Gươm, hãy nàm công việc của mi."

"Dagbert!" Charlie thét khi thanh gươm búng lên khỏi mặt đất và lao tới Dagbert, mũi gươm chết chóc nhắm thẳng tim thằng bé. Dagbert nhảy giật lùi, nhưng thanh gươm truy nó sát ván. Charlie không dám nhìn nữa. Nó định nhắm mắt lại thì, trong một ánh chớp, một bà ngựa trắng phi nước đại ra khỏi rừng cây và một thanh gươm khác, do hiệp sĩ mặc giáp sáng loáng vung lên, chặn thứ vũ khí ti tiện kia lại, gạt nó sang bên.

"Hèn hạ, chết tiệt, hiệp sĩ chết dẫm!" Ashkelan rủa. "Ngươi đừng hòng có nó theo cách của ngươi."

Thanh gươm của Ashkelan vồng lên thành một hình vòng cung và chẻ không khí bằng những cú chém vun vút. Nó nhắm cánh tay hiệp sĩ nhưng bà ngựa trắng bay né ngang né dọc.

Ba thằng bé ngồi co dúm trên bờ dốc, chết điếng và hồn siêu phách lạc, trong khi hiệp sĩ, với chùm lông chim đỏ bay phấp phới, và tấm áo chùng tuôn trải như một đám mây đỏ, tả xung hữu đột, gạt đỡ thanh gươm yêu ma. Ashkelan đứng trên tảng đá, hắn đang thét la một dòng thác mệnh lệnh không sao hiểu nổi, bỗng đột nhiên im bặt, chờ cho thanh gươm của mình lừa thế tìm một vị trí khả dĩ có thể tung ra đòn chí mạng.

Bà ngựa trắng quần thảo giữa Ashkelan và bờ dốc, trong khi thanh gươm ma thuật lượn lờ bên rìa rừng, phía trên mấy thằng bé. Joshua sợ bủn rủn đến nỗi lỏng nắm tay ra và năm con linh vật biển còn lại rớt lả tả khỏi tay nó.

"Bùa kìa," Charlie thì thầm.

Dagbert chộp lấy chúng.

Joshua thét lớn và chụp bàn tay Dagbert lại.

Hiệp sĩ Đỏ giật mình quay lại nhìn bọn chúng, tức khắc Ashkelan gầm lên một mệnh lệnh và thanh gươm bay chíu tới cổ họng hiệp sĩ. Hí lên một tiếng cảnh báo, bà ngựa trắng chồm hai chân trước lên, giật hiệp sĩ ra khỏi đường gươm tàn mạt. Thanh gươm sẵn đà lướt sém qua móng guốc đang quơ quào của bà, đâm luôn vô ngực Ashkelan, ngay phía trên dây nịt da giữ cái bao kiếm của hắn. Tay kiếm sĩ ngã ngửa ra sau cùng với một tiếng rống, thanh gươm cắm sâu vô tim hắn.

Hiệp sĩ tháo bao tay sắt ra, vỗ vỗ bàn tay lên cổ bà ngựa trắng, xoa dịu bà tức thì. Ngài quay đầu qua và Charlie thấy mình đang ngó trân trân vô những lỗ hở màu đen trên chiếc mũ giáp phẳng lì. Đôi mắt của ai đang nhìn ra mình thế kia? Nó tự hỏi. Có khi nào gương mặt đằng sau tấm mặt nạ thép kia biết nó?

Hiệp sĩ tra gươm vô vỏ rồi giơ tay lên chớp nhoáng, từ biệt bọn chúng. Bà ngựa trắng hí lên khi họ rời hiện trường, phi vùn vụt vô cánh rừng rậm của khu đổ nát.

Trong thoáng chốc, ba thằng bé đờ ra, không thốt nên lời, mãi rồi Charlie mới hét: "Chạy, Dagbert, chạy!"

TIẾNG SÓNG GẦM

Dagbert cắm cổ chạy. Không ai biết nó chạy đi đâu. Suốt thời gian còn lại trong ngày, không ai trông thấy nó nữa.

Charlie để mặc Joshua ngồi trên bờ dốc tuyết phủ, ôm tay khóc thút thít. "Mẹ, mẹ, mẹ ơi."

Khi Charlie lần mò trở lại trường, nó bắt đầu tự hỏi ai sẽ là người bị đổ cho tội gây ra cái chết của Ashkelan Kapaldi. Nhưng đằng nào hắn cũng chết rồi, Charlie tự nhủ rồi thắc mắc không biết bọn họ sẽ đưa Ashkelan trở lại bức chân dung của hắn bằng cách nào.

Chỉ có Joshua là tận mắt chứng kiến những gì xảy ra với cái xác của tay kiếm sĩ. Nó đưa nắm tay nhoét bùn lên dụi mắt, thoạt tiên không thể tin vào những gì mình đang chứng kiến. Một màn sương tuyết rỉ rả thấm vô khoảnh trống, bám kín những bức tường đổ nát, chôn vùi cây cối và bao bọc hoàn toàn tảng đá đen. Tấm màn tuyết chở đầy những âm thanh trận địa: tiếng thép va nhau chan chát, tiếng vó ngựa gõ rầm rập, tiếng người la thét và tiếng súng nổ.

Joshua giơ hai tay bịt lấy tai và đờ người ra nhìn thanh gươm tự rút ra khỏi ngực của Ashkelan rồi rơi vật xuống

bên cạnh hắn. Sau đó cái xác của hắn tự nhấc lên khỏi tảng đá và... biến mất.

Joshua run cầm cập đứng dậy. Miệng há hốc, mắt trợn ngược. "Đi rồi!" nó lầm bầm. "Cách nào?"

Joshua không biết rằng, do bởi một sự trùng hợp cực kỳ lạ lùng, Ashkelan Kapaldi tiếp cận cái chết lần thứ hai của hắn y hệt như cái cách hắn đã chết lần thứ nhất. Sự thật, hắn đã bị giết bởi chính thanh gươm của hắn trong trận chiến Chân Đồi năm 1642. Thanh gươm không chủ ý giết chủ nhân của nó, dĩ nhiên. Chỉ do đen đủi mà Ashkelan tình cờ đứng chặn đường đi của nó những hai lần.

Khi trở lại trường Charlie tuôn ào vô phòng để áo khoác xanh da trời, cố phủi sạch tuyết với đất cát. Nó nhớ ra rằng vết máu có thể được giặt sạch bằng nước lã, nhưng nó làm cái việc ấy không được mỹ mãn cho lắm. Hên làm sao, tấm áo chùng che gần kín áo lạnh của nó, và lỗ mũi nó đã ngừng chảy máu vào lúc nó vô lớp của cô Tessier.

"Có chuyện gì thế?" Fidelio thì thầm hỏi khi Charlie ngồi xuống bàn bên cạnh nó.

"Để kể anh nghe sau," Charlie nói.

"Suýt!" cô Tessier nhắc. "Nhìn vô sách của các trò đi," cô nói bằng tiếng Pháp.

Mãi đến giờ ăn trưa Charlie mới có cơ hội nói chuyện với Fidelio. Gabriel bưng tô súp lại bàn của chúng ngay lúc Charlie đang mô tả trận chiếc đấu trong khu đổ nát. Khi nó vừa kể xong, Gabriel trông hưng phấn hẳn lên.

"Tôi đã biết mà!" Gabriel hồ hởi.

Vài đứa trẻ ngó về phía bọn chúng và Fidelio nói, "Bớt bớt giọng lại, Gabe."

Hạ bớt âm lượng lại Gabriel bảo, "Tôi đã nghiên cứu kỹ bức chân dung của Ashkelan lúc đi ngang qua nó, và các em biết không, tôi thề là tôi đã thấy đốm sáng trong mắt hắn không còn ở đó nữa khi hắn 'ngủm'."

"Giờ hắn đã trở về nơi hắn thuộc về," Charlie nói rành rọt.

Fidelio ngó quanh căn-tin. "Dagbert đâu? Đáng ra nó phải vô lớp tiếng Pháp chứ."

Charlie nhíu mày. "Em chắc chắn nó đã thu lượm lại hết linh vật biển của nó rồi. Nhưng giờ nó đang lâm nguy. Mụ Tilpin sẽ nổi trận lôi đình. Và em hy vọng nó trốn ở đâu đó an toàn."

"Thật dị kỳ khi câu nói đó từ miệng em," Gabriel nhận xét.

Charlie ngó chằm chằm vô tô súp của nó. "Thằng đấy cần sự giúp đỡ của tụi mình," nó nói.

Cơn bão bắt đầu gào rú khi thầy Pope mới giảng được một nửa bài lịch sử. Gương mặt bành bạnh của thầy luôn đỏ gay như đang tức tối điều gì đó. Thậm chí cả khi không bực dọc, mặt thầy cũng vẫn nhăn nhó. Các cửa sổ trong lớp thầy dạy vốn được gắn lỏng lẻo và vào những ngày gió nhiều, tiếng lạch cạch liên tu bất tận của chúng khiến thầy Pope điên tiết. Thầy đập bàn, rống lên những câu hỏi mà cả lớp, và cả chính thầy cũng rối trí, không biết làm sao.

Gió tràn tới chẳng biết từ đâu. Mới phút trước không khí bình lặng mà giây sau mưa đá đã đập ình ình vô những ô kính cửa sổ, tiếng sấm nảy dội khắp tòa nhà, và gió lùa qua các cửa sổ lỏng vít, hằn học vờn quanh chân của tất cả mọi người.

"Làm sao tôi có thể dạy dỗ được trong bão bùng như thế này?" thầy Pope rít gióng. "Tôi sẽ ngưng bài kiểm tra này và về nhà nếu bão còn tiếp tục."

Nhận ra mình vừa mới nói hớ một câu, bởi vì, đương nhiên chẳng ai quan tâm nếu thầy bỏ về nhà, thầy Pope lầu bầu, "Tôi cho rằng tất cả các trò đều đã nghe nói đến bão tố ở biển, phải không nào? Không, tôi nghĩ là các trò chưa nghe nói." (Tivi và radio chỉ được phép với học sinh lớp sáu). "Hừ, để tôi khai sáng cho các trò đây." Một tiếng sấm nữa đinh tai, và thầy Pope ngước lên thiên đàng. Khi tiếng sấm phai đi, thầy nói, "Thời tiết khắc nghiệt ở Nam bán cầu đã tàn phá tất cả các bờ biển. Rất nhiều người chết đuối. Tàu bè bị đắm. Thuyền mất tích." Những lời cuối cùng thầy phải quát thi với một tiếng sấm kinh động khác.

Charlie giơ tay lên.

"Gì thế, Charlie Bone?" thầy Pope gắt gỏng.

"Thầy nói thuyền bè phải không thưa thầy?" Charlie hỏi.

"Đúng, *thuyền bè!* Trò điếc hả?" thầy Pope rống om. "Bão tố hoành hành suốt tới nay. Sóng cao hàng mấy chục mét. Khốn khổ cho những kẻ ở trên thuyền bè. Còn lâu họ mới mong có cơ may thoát được." Thầy hất hàm ra phía cửa sổ đang rung lắc. "Nên nhớ, đây chỉ là cơn gió nhẹ hều so với cơn cuồng nộ kinh khủng nhất ở biển. Nhưng đó chẳng phải là niềm an ủi khi người ta BUỘC PHẢI DẠY LỊCH SỬ CHO MỘT LŨ NGU XUẨN!" Nói xong câu đó thầy Pope thu dọn sách vở và hùng hổ bước ra khỏi lớp, đóng cửa lại đánh sầm sau lưng.

Ngay khi thầy giáo khuất dạng, Simon Hawke phóng ra khỏi bàn nó, duỗi tay, ngáp rồi hô hoán, "Tụi mình còn hai mươi phút mới tới tiết kế tiếp. Hãy chơi hít đất một chút đi tụi bay ơi."

Lũ con trai rên rẩm và tụi con gái dè bỉu. Cậu chàng Simon vui tính, không so đo liền nằm sấp xuống sàn và bắt đầu thực hiện bài thể dục của mình.

Fidelio chồm qua Charlie, thì thào, "Đi thôi."

Chúng dắt díu nhau rời khỏi lớp học. Môn tiếp theo của chúng là nhạc. Fidelio học violin với thầy O'Connor. Charlie có giờ với xê-nho Alvaro. Còn hai mươi phút rảnh rỗi, chúng quyết định đi gặp bà bếp trưởng. Chúng phóng bay qua tiền sảnh và đi qua Hành lang Chân dung, nhưng Charlie chậm bước lại rồi dừng hẳn bên cạnh bức chân dung của Ashkelan Kapaldi. Nó cúi sát vô, dòm đôi mắt hắn. "Em không thấy nó thay đổi gì cả," nó nói.

Fidelio giật mạnh vạt sau áo chùng của Charlie. "Coi chừng em chui vô đó với hắn bây giờ, nếu em không rời mắt khỏi đó mau. Đừng quên Gabe là nhà thần giao cách cảm. Đi lẹ lên, còn có mười lăm phút à."

Chúng tới căn-tin xanh da trời đúng lúc giáo sư

Saltweather sải bước ra, thầy hỏi chúng đang làm gì đó. Fidelio giải thích việc thầy Pope không thể dạy trong cơn bão. Thầy giáo dạy nhạc mỉm cười. "Nếu thầy ấy nghĩ điều này đã là tệ hại thì thầy ấy nên đi câu ở biển một chuyến," thầy nói, đoạn liếc nhìn Charlie.

"Nó có tệ hại thật không ạ?" Charlie hỏi.

Giáo sư Saltweather gật đầu. "Ta sợ là vậy, Charlie."

Charlie nuốt nước miếng. Nó có thể nếm thấy vị súp cà chua mà nó sẽ ăn trong bữa trưa, và cầu cho nó đừng phát bệnh. "Cha mẹ con đang xem cá voi, thưa thầy."

"Ta biết, Charlie," ông thầy dạy nhạc nói.

"Thầy có nghĩ..."

Fidelio nói chen vô, "Thầy có biết gì về Quả cầu Đại Dương không ạ?"

Charlie trố mắt dòm Fidelio, ngạc nhiên vì chính anh chàng nhắc tới Quả cầu Đại Dương với một chuyên gia. Giáo sư Saltweather nhíu mày một thoáng, rồi bảo, "Ta nghe nói nó đang ở đây."

"Và thầy có tin là Lord Grimwald có thể điều khiển đại dương bằng quả cầu đó?" Charlie buột miệng.

Giáo sư Saltweather hít một hơi thật sâu rồi mới nói, "Làm sao ta không tin, Charlie? Bà bếp trưởng là bạn của ta." Rồi thầy bước phăm phăm ra hành lang, hai tay chắp sau lưng, đầu chúi về trước.

"Thầy có giúp gì được không ạ?" Charlie hỏi với theo thầy. "Thầy có ngăn chặn hắn được không?"

Giáo sư Saltweather lầm rầm đáp lại cái gì đó rồi rẽ vô tiền sảnh.

Charlie chộp lấy cánh tay Fidelio. "Thầy vừa nói gì đó? Anh có nghe thấy không?"

Lỗ tai nhạy cảm âm nhạc của Fidelio đã dựng lên nghe thấy câu trả lời não nề của ông thầy dạy nhạc. "Anh nghĩ thầy đã nói rằng chỉ có con trai hắn mới làm được điều đó."

"Ý thầy ám chỉ Dagbert," Charlie nói. "Thể nào Dagbert cũng làm cho mà coi."

"Điều gì khiến em nghĩ như vậy?"

Charlie nhún vai. "Tụi mình phải kiếm ra nó, Fido."

Nhưng tìm ở đâu?

Charlie có một ý, nhưng nó phải đợi đến khi tan học thì nó mới nghĩ xong coi mình có đúng hay không. Fidelio đi tập với dàn nhạc, nhưng nó tình nguyện bỏ tập để giúp đỡ bạn. Charlie khăng khăng đó chỉ là một linh cảm thôi và một cặp mắt cũng đủ tìm ai đó rồi.

"Vậy em tính đi đâu?" Fidelio hỏi.

"Lên Tháp Nhạc," Charlie bảo.

Nơi đó được gọi là Tháp Nhạc là bởi vì có lần ba của Charlie đã dạy piano trong một căn phòng ở tầng trên cùng. Để lên tới đó, Charlie phải đi tới cùng dãy hành lang tối om dẫn tới phòng khiêu vũ. Tháp Nhạc bây giờ cấm không cho ai léo hánh tới, và Charlie phải chọn thời khắc thích hợp để vù tới cánh cửa nhỏ thông vô hành lang. Nó đợi trong phòng để áo khoác xanh da trời trong khi giày được thay, tay được rửa, toa-lét được giật xối nước và áo chùng ướt được cởi ra.

"Em ổn chứ, Charlie?" Gabriel hỏi.

Charlie gật đầu, nói thầm, "Em đi tìm Dagbert đây."

"Muốn phụ giúp không?"

"Chưa cần."

"Ừ." Gabriel rời phòng để áo khoác, nói một mình, "Nhưng tôi sẽ bảo đảm là em sẽ không bị cô độc đâu."

Gabriel là người cuối cùng rời phòng để áo khoác. Khi anh vừa đi xong, Charlie ngó ra tiền sảnh. Thấy vắng tanh nó liền vắt giò phóng tới cửa tháp. Vặn cái tay nắm cửa nặng nề bằng đồng, nó kéo cửa mở ra và lẻn vô hành lang. Đúng ngay chóc cái lúc Dorcas Loom rời phòng để áo khoác xanh lá cây. Con nhỏ trợn mắt dòm cánh cửa vừa đóng lại. Nếu nó không nhầm thì nó vừa mới nhìn thấy Charlie Bone đi vô Tháp Nhạc. Phải thông báo cho ai đó biết mới được.

Không hề hay biết là mình đã bị phát giác, Charlie quày quả đi xuôi hành lang. Khi nó đến cánh cửa phòng khiêu vũ, nó dừng lại và nhận thấy cái chốt nặng ở trên cùng đã bị kéo xuống trở lại. Nó áp tai vô cửa. Một âm thanh lờ mờ vọng tới chỗ nó: tiếng tóe nước óc ách, tiếng những đợt sóng khổng lồ tung lên và rơi xuống. Và một âm thanh khác. Tiếng ngâm nga quái dị. Lord Grimwald đang tụng niệm giai điệu gọi biển chìm chết người của riêng y. Charlie lùi bắn ra khỏi cánh cửa như thể nó vừa bị chích điện. Hai nắm tay nó bóp chặt lại, bất lực, không sao ngăn cản được những sự kiện kinh hoàng mà Lord Grimwald đang khiến cho xảy ra. Khi nó quay đầu đi tiếp hành lang, một bóng người hiện ra khỏi căn phòng nhỏ hình tròn ở đằng cuối.

"Dagbert." Charlie thì thào, giọng nó khản đặc. "Mày đã ở đâu vậy?"

"Đang suy nghĩ," Dagbert đáp. "Tao phải ngăn ông ta lại." Nó đi về phía Charlie, cầm chắc những linh vật biển bằng vàng trong cả hai tay, tựa hồ như nó sợ làm rớt chúng.

"Mày định làm cách nào?" Charlie hỏi. "Lời nguyền, Dagbert... cha mày sẽ cố trấn áp mày."

"Đúng vậy," Dagbert đồng ý. "Nhưng tao phải cố thôi. Không ai khác có thể ngăn ông ta, và cha mẹ mày sẽ chết đuối, Charlie."

"Có khi họ đã chết đuối rồi," Charlie ỉu xìu. Nó ngạc nhiên thấy mình muốn cho Dagbert cơ hội tránh đối đầu với Lord Grimwald.

Nhưng Dagbert cương quyết. "Mày đã cứu những linh vật biển của tao, và chúng sẽ ngăn chặn ông ta. Mẹ tao hẳn là đã muốn điều đó."

Hai thằng bé đứng cạnh nhau, quay mặt nhìn cánh cửa đôi của phòng khiêu vũ.

"Tao sẽ vô với mày," Charlie nói khi Dagbert đẩy một trong hai cánh cửa cao.

Charlie đã chuẩn bị tinh thần để thấy một quả cầu dậy sóng nước, nhưng cảnh tượng quả cầu khổng lồ khiến nó nín thở. Những khung kính đã được tháo dỡ và những đợt sóng được thả rông bây giờ tràn ra, tạo thành những đường vòng cung vĩ đại, bắn nước chạm tới tận mái trần cao.

Lord Grimwald đang đứng quay lưng lại hai thằng bé, nhưng y ngoắt lại ngay khi chúng bước vô. Dường như y đang chờ chúng. "Dagbert," y nói. "Chào cậu. Tôi thấy cậu mang theo một thằng bạn."

Dagbert vẫn im lặng. Nó tiến tới quả cầu, vẫn cầm chắc những bùa linh trong hai tay. Charlie theo sau, tự hỏi không biết Dagbert sẽ làm gì.

Lord Grimwald nhìn chòng chọc vô hai bàn tay của con trai, mắt y híp rịp lại. "Đưa những cái bùa cho tao," y ra lệnh. Giọng y xốp xộp nhưng bộ mặt y rắn lại như đá.

Dagbert bóp chặt những bùa linh trong tay hơn nữa. Nó bước về phía quả cầu và Charlie theo sau. Nước biển phun bắn vô mặt chúng, làm ướt sũng tóc chúng.

"Đưa nó cho tao!" miệng Lord Grimwald nghiến lại thành một nụ cười ác nghiệt. Y chìa tay ra.

Dagbert lắc đầu.

"Đừng lại gần nữa," cha nó cảnh cáo nó. "Nếu mày làm hư hại quả cầu thì nó sẽ hủy diệt mày."

Bất giác Charlie hiểu ra Dagbert định làm gì. Nó muốn thảy những bùa linh xuống biển. Hành động này sẽ làm dịu những con sóng khủng khiếp trên khắp thế giới? Không có sự bảo vệ của mẹ nó, Dagbert sẽ chết.

"Đưa chúng cho tao," Lord Grimwald ra lệnh, giật lấy hai tay đang bóp chặt lại của con trai.

"Không!" Dagbert thét vang. Nó té khuỵu gối xuống, toàn thân nó đổ tới chụp những món bùa quý giá.

Điên tiết, Chúa tể Đại Dương giơ cánh tay lên và một bức tường nước uốn cong ra khỏi quả cầu. Cùng với tiếng gầm hung dữ, con sóng nhướn căng lên tới trần và bắt đầu đổ ụp xuống. Charlie thấy mình bị bao trọn trong một đường hầm nước đen sấm rền. Nó ngã khuyu gối xuống bên cạnh Dagbert và chờ cho con sóng gầm cuốn trôi chúng đi. Nhưng trước khi ống nước bóp ngạt chúng, tiếng trống dồn dập thúc xuyên qua tiếng nước dội. Tức thời Charlie bị quật xuống bởi sức nặng của cơn sóng. Nó không sao thở nổi, phổi nó nổ tung đến nơi. Nó nhắm mắt lại, đầu óc tràn gập những âm thanh rền rĩ.

Rồi bỗng dưng trọng lượng nước biến mất và nó mở mắt ra. Nó đang nằm chèm mẹp trong một vũng nước, với nắm đấm tái xanh của Dagbert cách mặt nó có vài phân. Một con cá vàng lọt qua kẽ tay Dagbert và Charlie chụp lấy trước khi nó bị trôi đi mất. Những chiếc ủng đen lội nước bì bõm về phía nó. Một chiếc dậm mạnh lên bàn tay Charlie.

"Aaaah!" Charlie nghe thấy tiếng rú nghẹt ứ của chính nó giữa tiếng trống giục. Chiếc ủng đó nhấc lên khỏi những ngón tay nó và Charlie lăn ngửa người lên, vẫn nắm chặt con cá. Dagbert nằm bên cạnh nó, mắt nhắm chặt, mặt xanh bủng, vô hồn. Cả hai bàn tay nó đều trống trơn.

"Dagbert!" Charlie thét, cố lắc lắc cánh tay mềm rũ của Dagbert.

Thằng này không nhúc nhích.

Tiếng trống rõ hơn. Nhanh hơn. Gần hơn. Tiếng trống

phủ lấp không gian bằng những nhịp điệu đe dọa. Charlie ngồi dậy và dụi mắt. Lord Grimwald đứng trước mặt nó, cách không tới hai mét. Lưng y quay lại Charlie, hai cánh tay giang rộng ra.

Ánh sáng màu xanh biển đã được thay thế bằng màu đỏ và vàng rực của những đốm lửa nhảy chồm chồm. Charlie loạng choạng đứng lên. Lúc này nó đã thấy rõ họ: những tổ tiên tâm linh của Lysander. Những hình hài cao to, da đen đứng xếp hàng dọc theo các bức tường. Giữa họ là khoảng cách chưa bằng một bàn tay, họ mặc áo thụng trắng, đeo thắt lưng màu sắc như cầu vồng. Mỗi người trong tay này đều có một cây thương và trong tay kia là một bó đuốc đang cháy rừng rực.

Tiếng trống vọng đến từ những hình nhân đứng trên sân khấu. Xếp thành hai hàng dày đặc, họ đánh trống theo nhịp khẩn cấp, khiến cho những chùm đèn pha lê rung lên tựa hồ hàng ngàn cái chuông tí hon.

Lysander di chuyển quay cuồng khắp căn phòng mênh mông, nhanh đến nỗi Charlie không nhịp thấy gương mặt da đen và đôi mắt nhóe sáng của anh. Nhịp vung uyển chuyển nơi hai cánh tay anh làm cho tấm áo chùng của anh bay tốc lên không, tựa hồ như một vòng tròn màu xanh lá cây quay tít.

Charlie bước ra khỏi Quả cầu Đại Dương. Giờ nó có thể thấy gương mặt của Lord Grimwald quay ra. Cái gương mặt xám ngoét lại vì tức giận và kinh sợ. Thân người y chòng chành bên này bên kia, hai cánh tay vươn ra tự vệ trong khi lùi về phía quả cầu bảo bối của y.

Những hàng chiến binh rùng rùng xông tới. Gần và gần quả cầu hơn nữa. Charlie có thể cảm nhận sức nóng từ những bó đuốc họ cầm. Từng mảng hơi nước bốc lên nghi ngút khỏi quả cầu và những tổ tiên tâm linh vẫn tiến tới. Trong khoảnh khắc Charlie lạc bay hồn phách. Nó không biết phải chạy đâu. Họ áp sát nó, những gương mặt đen bình thản của họ chỉ còn cách nó vài phân. Và rồi họ lách qua hai bên sườn nó, nó có thể nếm được lửa khói và ngửi thấy mùi oi oi từ những cái áo thụng của họ.

Họ bao vây quả cầu. Sát nữa, sát nữa. Và họ triển khai hàng ngũ, từng cụm bốn người dồn kín vô cho vòng tròn nhỏ dần, nhỏ dần. Còn Lysander vẫn xoay tít và trống trên sân khấu vẫn đổ dồn.

Charlie không còn trông thấy Lord Grimwald đâu nữa. Y bị kẹt cứng trong vòng vây của những chiến binh. Họ ken đặc đến độ những bó đuốc trong tay họ tạo thành một vành đai lửa. Thình lình, một tiếng thét long trời khi Chúa tể Đại Dương bị ép vô chính những vùng biển mà y đã dùng để dìm chết biết bao nhiêu nhân mạng.

Tiếng thét lạc khản đi thành tiếng ục, ục kèm một cú tóe nước kinh địa khi Quả cầu Đại Dương dậy sóng, sôi sùng sục và nuốt chửng chủ nhân của nó.

Phía bên trên vòng cung thương giáo và đuốc, Charlie có thể thấy đỉnh của Quả cầu Đại Dương. Nước xanh đã biến thành xám đục, và bây giờ nó chỉ là hơi nước hơn là nước. Những mảng nâu biểu thị lục địa đang rạn nứt rồi teo quắt lại. Từ từ quả cầu chìm xuống. Charlie cuống quít bò thụp xuống sàn, mong ngóng sẽ thấy xem

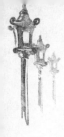

quả cầu biến thành cái gì. Nhìn xuyên qua những hàng áo thụng trắng, nó thấy lờ mờ những đại dương bốc khói mịt mùng và những đất liền cháy sém. Quả cầu Đại Dương đang giãy đành đạch, chìm lỉm và sôi tan đi.

Vài phút sau khi vang lên tiếng thét của Lord Grimwald, những tổ tiên tâm linh vẫn giữ nguyên hàng lối của họ, và rồi, rất chậm rãi, họ bắt đầu bước lùi về sau. Một lần nữa Charlie để họ trôi qua hai bên mình. Lửa trên những cây đuốc dài tắt dần, áo thụng trắng mờ đi thành những đám mây hơi nước. Charlie không kịp biết tiếng trống ngừng khi nào, hoặc khi nào những chiến binh biến mất, bởi vì nó đang trố mắt nhìn Quả cầu Đại Dương, hay chính xác là đang nhìn trộn trừng khoảng không gian mà quả cầu từng chiếm giữ. Ở đó không còn gì... ngoại trừ...

Một quả bóng thủy tinh nhỏ xíu, không hơn hơn trái banh tennis, đang lăn bập bềnh trong một vũng nước. Dagbert nằm bên cạnh nó.

Charlie cảm thấy một bàn tay chạm vô vai mình, nó ngước lên thì thấy gương mặt can đảm của Lysander.

"Anh kết liễu nó rồi," Charlie nói mà không tin nổi những gì mình vừa thấy.

"Không còn cách nào khác," Lysander bảo. Anh hất đầu tới Dagbert. "Nhưng có lẽ đã quá trễ với nó."

Charlie đứng bật dậy, chạy tới Dagbert. Mặt thằng này trông hoàn toàn mất hết sự sống. Và rồi, đột nhiên, đồng tử động đậy và đôi mắt băng giá khác thường trợn lên nhìn Charlie. "Tao còn sống hả?" nó ụ ợ.

"Ừ," Charlie nói, đỡ Dagbert dậy. Nó ấn con cá vàng vô lòng bàn tay Dagbert rồi, trông thấy mấy con cua vàng và con nhím biển trôi lờ đờ bên mép nước, Charlie vớt chúng lên, trao cho Dagbert và nói, "Giờ mày an toàn rồi."

Dagbert đút hết những linh vật biển vô túi quần rồi nó hơi lảo đảo khi nhìn quanh phòng khiêu vũ. "Đây là đâu?" nó nói, quay hẳn một vòng và ngó xuống vũng nước quanh chân nó. "Quả cầu Đại Dương đâu rồi?"

Lysander nhặt quả cầu thủy tinh xanh lục nhỏ lên. Anh vẩy cho nó ráo nước và trao cho Dagbert và bảo, "Tôi nghĩ cậu sẽ thấy đây là nó."

Dagbert toét miệng ra cười rạng rỡ. Nó nhìn trao tráo quả cầu tí hon rồi nhìn Lysander. "Làm thế nào nó...?" bỗng nó thở hốc lên, "Cha tôi đâu?"

"Quả cầu đã nuốt ông ta rồi," Charlie nói một cách điềm nhiên. Xem ra không còn cách nào khác để nói với một thằng bé là nó đang cầm cha nó trong tay.

Dagbert nhăn mặt. "Vậy là ông ta...?" nó nhìn quả cầu.

"Trong đó," Charlie nói.

Dagbert lắc lắc quả cầu, lật úp nó lại như thể phiên bản thu nhỏ của cha nó sẽ rơi xuống vũng nước. Có những tia nước biển màu xám lừ đừ rỉ ra khỏi đỉnh quả cầu, nhưng không có gì rơi ra khỏi đấy.

"Nó khá đẹp đấy chứ," Charlie nhận xét. "Giống như bão tuyết trong một quả cầu tuyết bằng thủy tinh."

"Bão biển chứ," Dagbert lầm bầm.

Lysander nắm lấy vai Dagbert và đẩy nó về phía cửa. "Cậu không thể ở đây được, Dagbert," anh cảnh báo nó. "Gia đình Bloor sẽ rất tức giận vì Lord Grimwald và quả cầu của ông ta đã biến mất. Để tụi này đưa cậu ra rồi sau đó là tùy cậu xoay xở."

"Tôi sẽ đi đâu?" Dagbert luýnh quýnh hỏi. "Tôi không biết ai trong thành phố này. Tôi không có gia đình."

Dagbert có thể đi đâu bây giờ? Lysander và Charlie nhận ra thằng này không còn an toàn trong cửa hàng cá, nơi cuối tuần nó hay về nữa. Quán cà phê Thú Kiểng đã đóng cửa và nó không thể về nhà Charlie trong khi nội Bone ở đó.

"Em biết rồi!" Charlie kêu lên. "Tiệm Ấm. Chỉ cách tiệm cá chỗ nó sống có vài căn thôi."

Lysander nghi ngại. "Nó ở trên đường Piminy, Charlie à. Theo như anh nghĩ, nơi đó là một ổ rắn độc."

"Em biết, em biết, nhưng bà Kettle rất hùng mạnh," Charlie cãi lại. "Đến giờ bà vẫn trụ vững được. Với lại lúc này em không thể ra được nơi nào khác."

Lysander lộ vẻ trầm ngâm một hồi. Anh gãi gãi cằm với phong thái gợi nhắc đến cha của anh, thẩm phán Sage, mỗi khi ông đang xét quyết điều gì. Nhưng cho dù mọi ý kiến phản đối gì lướt qua đầu Lysander, thì anh cũng chóng vánh gạt nó đi và đành phải tán thành ý kiến của Charlie. "Bảo với bà Kettle là cậu đến từ chỗ bọn tôi," anh nói. "Nhớ chỉ cho bà ấy xem quả cầu này."

"Nói cho bà ấy, rằng..." Charlie chần chừ. "Cứ nói từ 'Matilda' là bà ấy biết mày đã đi với tụi tao."

Lysander ngó Charlie một cái dò hỏi, còn Dagbert nói "Matilda là ai?"

"Không quan trọng," Charlie đỏ rần mặt. "Cứ nói thế thôi."

"Được."

Họ đưa Dagbert ra hành lang, băng qua tiền sảnh tới cửa ra vườn. Không có ai quanh quẩn nơi đó và họ nhận ra chắc hẳn chuông báo hiệu giờ ăn tối đã reng. Toàn trường đang ở trong sảnh ăn tối dưới lòng đất.

"Làm sao tôi ra được?" Dagbert trông tàn kiệt. Xanh mét và hoảng hốt, nó bước ra vườn và ngoái nhìn lại Charlie.

Charlie chỉ cho nó chỗ leo qua bức tường. Nó hy vọng đám dây leo xoắn xuýt vẫn còn nguyên dấu vết chuyến leo tường thần tốc của chính nó.

"Lẹ lên, Dagbert," Lysander thúc giục.

Họ nhìn Dagbert chạy về phía rừng cây, sau đó Lysander đóng cửa lại.

Khi hai anh em cập rập băng qua tiền sảnh, có ai đó vừa ra khỏi hành lang dẫn tới phòng khiêu vũ.

"Rất ấn tượng, Lysander Sage," Manfred nói qua hàm răng nghiến lại. Toàn thân hắn run lên cuồng nộ, tức giận vì sự hèn nhát của chính mình, bởi vì hắn đã không vận đủ can đảm để đối đầu với những tổ tiên tâm linh của Lysander.

"Nhưng mày quá trễ rồi," Manfred tiếp, sôi máu vì ánh nhìn khinh bỉ của Lysander. "Cha mẹ Charlie sẽ không bao giờ về nhà được nữa." Rồi hắn thảy cho Charlie một nụ cười gớm ghiếc.

TẤM BƯU ẢNH KHÓ HIỂU

Charlie nhìn Manfred lùi trở vô hành lang và đóng sập cửa lại.

"Điều đó không đúng, phải không Sander?" Charlie nói thống thiết.

Lysander vòng tay ôm vai nó. "Em không được để mình tin hắn, Charlie. Làm gì có chứng cớ nào. Rất có khả năng ba mẹ em đã lên bờ an toàn khi bão nổi lên."

"Dạ," Charlie trả lời máy móc. Đầu nó quay mòng mòng. Nó muốn chạy bay về nhà với ngoại Maisie và Ông cậu Paton. Nhưng liệu họ có biết sự thật không?

Khi Lysander dẫn nó đi vô Hành lang Chân dung nó bất thần nhớ ra mối nguy hiểm mà hai anh em đang đâm đầu vô. Ai đó phải trả giá cho sự hủy hoại Quả cầu Đại Dương và kết cục của Lord Grimwald.

Lysander cảm nhận được suy nghĩ của Charlie, anh trấn an nó, "Đừng lo. Em không làm gì sai cả, Charlie. Anh là người đã phá hủy quả cầu, mà gia đình Bloor thì không thể đụng tới anh được. Họ quá sợ những tổ tiên tâm linh của anh."

Dường như không ai để ý đến hai kẻ đi ăn tối trễ. Giáo viên ngồi bên bàn trên bục cao ở cuối sảnh ăn. Từ đó

họ có thể nhìn xuống bao quát những dãy bàn bên dưới. Nhưng hôm nay tất cả thầy cô đều tập trung vào món ăn của mình nên không nhận ra Lysander và Charlie rón rén đi vô.

Charlie quét nhanh con mắt qua ba cái bàn chạy dài khắp sảnh ăn. Ở bàn bên trái, bọn học trò khoa Nhạc áo chùng xanh da trời đang tía lia bên món hầm. Không đứa nào ngó về hướng nó, cho đến khi Fidelio vẫy nó một cái. Trong khi len lỏi lại gần chỗ Fidelio, Charlie nhận ra Olivia, ngồi ở bàn chính giữa, với chị em sinh đôi nhà Branko cặp hai bên. Lysander đi tới bàn khoa Mỹ thuật, nơi Emma đang ngồi cách Dorcas và Joshua vài chỗ, cái thằng èo uột đó có bàn tay trái băng kín mít.

"Có chuyện gì vậy, Charlie?" Fidelio thì thào hỏi khi Charlie chen vô băng ghế cạnh nó.

"Kể sau đi," Charlie nói rồi thì thầm vô tai bạn. "Lysander đã phá hủy Quả cầu Đại Dương và Lord Grimwald rồi!"

"HẢ?" Fidelio trợn mắt dòm Charlie, không tin.

Đúng giây đó, gã Weedon thòi ra từ một trong những cánh cửa đằng sau bàn giáo viên. Gã hầm hầm đi thẳng tới bên tiến sĩ Bloor, cúi xuống, bẩm báo gì đó. Tiến sĩ Bloor đứng bật dậy, đẩy phắt cái ghế kềnh càng ra, mặc kệ nó đổ chổng vó xuống nền nhà một cái rầm.

Những giáo viên khác sững sờ nhìn ông ta và tất cả bọn trẻ ngó lên bàn giáo viên, hóng hớt. Tiến sĩ Bloor tất tả đi ra ngoài, gã Weedon cung cúc theo sau. Tức thì một rừng tiếng la thét và reo hò nổ bùng lên. Cách huynh trưởng suỵt và nhắc bọn chúng nín một cách vô ích. Cuối cùng giáo sư Saltweather đứng lên, vỗ hai tay lại với nhau. Cả sảnh ăn bỗng im bặt. Giáo sư Saltweather vốn nhận được rất nhiều sự kính nể. "Yên nào các trò!" thầy rền vang. "Thầy hiệu trưởng vừa ra khỏi phòng không có nghĩa là các trò kêu réo lên như thú. Vui lòng hạ bớt giọng lại đi."

Bầu thinh lặng kéo dài thêm một giây nữa, sau đó tiếng huyên náo trở về mức êm bình hơn.

Gabriel, ngồi đối diện Charlie, chồm người qua và hỏi, "Vậy là Lysander tìm thấy em rồi hả, Charlie? Chuyện xảy ra thế nào?"

"Cảm ơn anh đã báo cho Lysander kịp thời, Gabe. Anh ấy đã cứu em và Dagbert."

"Dagbert?" Gabriel nhăn mặt.

"Để nó kể sau đi," Fidelio nói với vẻ cảnh báo. Vài đứa trẻ đang nhìn soi mói vô Charlie.

Gabriel liếc nhìn những gương mặt tò mò đó thì bảo, "Ừ."

Sau bữa tối Charlie hướng về phòng để áo khoác xanh da trời, với Gabriel và Fidelio theo sát nút. Chúng còn năm phút trước khi bắt đầu giờ làm bài tập về nhà. Hầu như không dừng lại thở lấy hơi, Charlie kể tuốt tuột cho đám bạn những sự kiện trong phòng khiêu vũ.

Mất một lúc bọn chúng bàng hoàng đến độ không nói được câu gì, mãi rồi Gabriel mới từ tốn. "Khi tôi báo cho Lysander là em đang đi lên Tháp Nhạc, tôi không

bao giờ tưởng tượng được... Ý tôi là anh ấy là người duy nhất có thể giúp em."

"Chắc là gã Weedon đã báo cho tiến sĩ Bloor biết rồi," Fidelio bảo. "Thảo nào ông ta sấp ngửa chạy ra."

"Manfred đã chứng kiến từ đầu đến cuối," Charlie bảo với chúng.

Bọn bạn nó nhướng mày nhìn nó, Fidelio nói, "Thế hắn không cố ngăn lại à?"

"Ngăn Lysander ư?" Charlie nhận thấy cảm giác ớn lạnh do những lời nói của Manfred gây ra cho nó tự dưng đã được cất đi, và nó cảm thấy hồ hởi một cách phi lý. "Không gì ngăn được Lysander."

Gabriel cười đồng ý, "Đương nhiên."

Charlie ngần ngừ không muốn phá hỏng tâm trạng lạc quan của cả bọn, thành ra nó chẳng đả động gì tới lời cảnh báo đáng sợ của Manfred.

Ba thằng bé rời khỏi phòng để áo khoác, và trong khi Fidelio vội vã lên lớp học của mình thì Charlie với Gabriel hướng lên Phòng Nhà Vua. Ngay trước khi chúng vô phòng, Gabriel chợt bảo, "Charlie, tôi quên nói em cái này. Tôi đã gặp bà bếp trưởng sau bữa trưa. Bà có một thứ cho em đó."

"Cái gì?"

Gabriel gãi đầu. "Hình như bà ấy nói là tấm bưu ảnh."

"Một tấm bưu ảnh? Cái...?" Charlie cảm thấy cái gì chọc mạnh vô sau lưng mình, nó quay lại thì thấy Joshua đang cầm một cây viết chì trong bàn tay băng bó.

"Mày có vô hay là không?" Joshua hậm hực.

Không đáp, Charlie mở cánh cửa và Joshua chen qua nó, vô trước.

Quả là lạ khi thấy Manfred đang ngồi tại chỗ thường lệ của hắn, làm như không có gì xảy ra. Hắn liếc Charlie một cái lạnh thấu xương khi nó bước vô; ngoài hành động đó thì không còn biểu hiện gì khác chứng tỏ hắn đã chứng kiến việc Quả cầu Đại Dương nuốt chủ nhân của nó rồi sau đó tự phân hủy. Trong thoáng chốc, Charlie tự hỏi có phải do gia đình Bloor không còn cần sử dụng quả cầu đó nữa chăng. Nếu ba Lyell Bone của nó đã thật sự bị chết đuối, thì cái hộp khảm xà cừ sẽ không bao giờ được tìm thấy. Nhưng Charlie kiên quyết không thừa nhận điều này. Nó một mực cho rằng chừng nào nó còn tin ba mẹ sẽ về nhà, thì chừng đó không gì ngăn cản được ba mẹ nó.

Một tiếng khịt khe khẽ ở bên cạnh khiến Charlie nhận ra Emma đang chậm mũi. Cả ngày hôm nay nó chưa nói gì với Emma và nó cảm thấy tội lỗi vì đã gạt bạn ra khỏi mọi chuyện. Khẽ thúc cô bé một cái, nó thì thầm. "Chút nữa gặp bồ trong phòng vẽ nha, Em."

Emma gật đầu mỉm cười và rồi, trong khi cái đầu Manfred cúi xuống quyển sách của hắn, cô bé thì thào lại, "Là áo gi-lê" đoạn nó nhìn thẳng qua Olivia ở phía bàn bên kia.

Charlie nhíu mày. Nó không có cơ hội hỏi Emma nói vậy hàm ý gì bởi vì Manfred lại đang nguýt nó. Cả Olivia cũng dòm nó. Cô nàng không còn là mình nữa, Charlie

thấy vậy. Da dẻ tai tái và có những quầng thâm nơi mắt. Khi cô nàng giở sách ra, Charlie bắt gặp mảng lấp lánh của chiếc áo cô nàng mặc bên dưới tấm áo chùng. À, hiểu rồi... cái áo gi-lê!

Sau giờ làm bài tập về nhà Charlie phóng thẳng tới phòng vẽ. Gabriel và Lysander nán lại để làm nốt vài bài tập và Charlie thấy mình bị bám theo bởi một đám con gái. Nó ngoái lại, thấy Dorcas, chị em sinh đôi và Olivia. Chúng dừng túm tụm ở chân cầu thang dẫn lên phòng ngủ chung của nữ sinh, và khi Charlie đi tiếp tới phòng vẽ, nó cảm thấy ánh mắt chúng dán theo mình.

Phòng vẽ ở cuối hành lang dẫn lên phòng ngủ chung của Charlie, vì vậy nó hy vọng tụi con gái không đoán ra được nó đi đâu. Nó liếc lẹ ra sau vai và thấy bọn con gái đã biến mất, tức thì nó chạy vù một mạch tới cuối hành lang, vô một căn phòng lớn có những cửa sổ dài nhìn ra vườn. Nơi này la liệt giá vẽ và toan để vẽ, Charlie bật ngay một trong những bóng đèn lên, đề phòng trường hợp vấp té. Ai đó muốn trốn sau những giá vẽ cao ngất này thì quá dễ, bởi vậy trong khoảnh khắc, nó không dám chắc chắn mình có phải là người duy nhất ở trong phòng không. "Emma?" nó khẽ gọi.

Không có tiếng đáp lại vì vậy Charlie bước vòng qua rừng giá vẽ về phía những cửa sổ tối. Nó phải đi qua một ô cửa sập che dãy cầu thang xoáy trôn ốc dẫn xuống phòng điêu khắc. Căn phòng nơi có lần Dagbert đã cố ý dìm chết Tancred. Mà có thật là thằng đó đã cố ý?

Charlie tới bên những ô cửa sổ và ngó ra ngoài vườn

sương giăng. Mây dày đặc che kín mặt trăng và những vì sao, nó chẳng thấy gì ngoài hàng tượng đá thẳng ngay bên dưới. Lão Ezekiel già khụ có thú trang trí vườn tược bằng những nhóm tượng người và tượng thú đặt lỗ chỗ khắp mặt đất. Thỉnh thoảng ta có thể bắt gặp một bức tượng cô độc tại nơi ít ai ngờ tới nhất, và khối đá xam xám nổi thù lù trong bụi rậm tối tăm đó rất dễ khiến người ta sợ hết hồn.

"Charlie!" có tiếng thì thầm.

"Em?" Charlie đáp.

Emma đi rón rén về phía nó. "Ra khỏi cửa sổ đó ngay, kẻo có người ngoài vườn trông thấy bồ bây giờ."

Charlie đã không nghĩ tới tình huống này. Nó lùi lại một cụm giá vẽ và thấy Emma đang ngồi thụp dưới sàn. Trông cô bé rõ là thất thần.

"Có chuyện gì đã xảy ra vậy, Charlie?" giọng cô bé nổi rõ mối lo âu. "Bồ tới ăn tối trễ, áo lạnh của bồ dính máu, còn Dagbert Endless thì biến mất."

Charlie lưỡng lự. Trông Emma hoảng hốt đến nỗi nó tự hỏi mình phải kể cho cô bạn nghe về một ngày thảm họa của mình như thế nào đây để không làm cho bạn sợ hãi hơn nữa.

"Charlie, làm ơn đi, chuyện gì đã xảy ra?" cô bé nài nỉ.

Vậy là Charlie kể hết. Nó cố kể một cách bình thản khi mô tả trận đấu gay cấn với Ashkelan Kapaldi, nhưng nó không ngăn được giọng hãi hùng khi thuật lại cảm giác

bị chết chìm mà nó cảm thấy khi cơn sóng gầm quét ập xuống đầu nó, rồi nó cũng không kìm nổi vẻ phấn khích khi mô tả cảnh tượng Quả cầu Đại Dương teo rúm lại.

Charlie đã lo hão. Lúc nó kể xong, tinh thần Emma được nâng lên đáng kể. Đúng ra, trông cô bé phấn chấn hẳn lên. "Ố, Charlie, có lẽ cuối cùng chúng ta sẽ chiến thắng," cô bé hớn hở. "Mình đã có cảm giác bi quan về tất cả mọi thứ, nhưng giờ thì mình tin là chúng ta sẽ trụ được và nếu mình có thể tống khứ được tấm áo gi-lê đó ra khỏi Olivia thì nó sẽ trở lại là nó ngay."

"Mình đã thấy cái gì lấp lánh dưới áo chùng của nó. Vậy đó có phải là tấm áo gi-lê mà bồ nghĩ là đã làm nó thay đổi?"

"Mình chắc chắn. Mình đã cố lấy đi khi nó thay đồ trong nhà tắm, nhưng nó đã suýt cào rách tay mình."

"Hừm." Charlie gãi mái đầu bù xù của nó và nói, "Bồ hãy quan sát kỹ tấm áo gi-lê nhe. Phải cố nhớ từng đường may và từng cái khoen đính kim sa. À, tối thứ sáu tới nhà mình nha, có cô Alice Angel ở đó đấy."

"Cô Alice!" Emma chập hai tay vào nhau sung sướng. "Ôi, cô Alice có thể cứu Liv, mình biết mà."

Một tiếng nói bất thình lình vang khắp phòng. "Charlie, em ở đó à? Bà giám thị đang nổi cơn lôi đình kia kìa."

Charlie và Emma nhảy bật dậy. Fidelio đang đứng ở cửa, tay để sẵn lên công tắc đèn. "Ra lẹ lên," dứt lời, cậu chàng tắt phụt bóng đèn luôn.

Hai đứa ù ra cửa, và khi chúng vừa ra khỏi, Fidelio đóng cửa ngay lập tức. Bọn con trai về phòng ngủ chung của chúng, Emma vẫn chạy tiếp về phía cầu thang liền kề.

"Bà giám thị đâu?" Charlie thì thào.

"Trong buồng tắm," Fidelio bảo nó. "Rupe Small làm mất bàn chải đánh răng và bà giám thị đang chờ cho nó tìm thấy."

Charlie ngoác miệng ra cười. Nhưng khi đi vô phòng ngủ chung thì chúng thấy rằng bàn chải đánh răng đã được tìm thấy và bà giám thị, tức bà cô Lucretia, đang đứng ở đầu giường của Charlie, hai tay chống nạnh. "Mày đã đi đâu?" mụ hạch sách ngay khi Charlie bước vô.

"Làm bài," Charlie xạo ke. "Thầy Pope cho cháu thêm bài về nhà."

Lời nói dối có tác dụng. Bà cô của Charlie hỉ mũi một cái và xỉa xói, "Đáng đời mày." Nó chỉ còn cách cầu khấn cho mụ đừng hỏi han thầy Pope về chuyện bài tập thêm.

Ở góc bên kia phòng ngủ chung, Simon Hawke tương ra một câu. "Dagbert Endless không có trong phòng."

"Ừ thì không," bà giám thị nói huỵch toẹt và rời khỏi phòng.

"Lạ lùng," Simon thắc mắc. "Xem ra bà ta không thèm đếm xỉa tới thằng người cá. Có ai biết nó ở đâu không?"

"Có lẽ về nhà rồi," Bragger Braine nói.

"Sao được," Simon tranh cãi. "Tụi mình mới học nửa tuần chứ mấy."

"Mày không nhận ra à?" Bragger vỗ vỗ gối của nó. "Thiếu gì đứa đã ra đi."

Charlie vô phòng tắm. Bragger nói có ngụ ý gì vậy? Không đứa trẻ nào được rời Học viện Bloor khi mới có nửa tuần trôi qua. Điều đó không được phép. Charlie chùng chình tốn nhiều thời gian đánh răng và chải cái đầu bất trị của nó. Đến lúc nó rời phòng tắm thì đèn đã tắt và vài thằng đã ngủ khò.

Charlie biết là mình sẽ chẳng ngủ được. Những hình ảnh của cái ngày khác thường hôm nay nối đuôi nhau đuổi bắt trong đầu nó. Mới thoắt cảm thấy lâng lâng đó mà nó đã lại mang tâm trạng hoài nghi. Bỗng nhiên nó sực nhớ tới tấm bưu ảnh. Làm sao nó ngủ nổi khi tin tức về ba mẹ chỉ cách nó có vài tầng bên dưới. Quăng chân xuống sàn, nó loay hoay xỏ chân vô đôi dép lê và khoác áo choàng vô. Mọi đứa học trò đều mang đèn pin tới trường và mặc dù pin trong cây đèn của Charlie đã yếu nhưng vẫn đủ sáng rọi cho nó thấy đường đi xuôi cầu thang không đèn xuống tiền sảnh.

Ở đây vô cùng rủi ro. Một ngọn đèn nhỏ sáng thường trực trong tiền sảnh, và bất kỳ giây phút nào một giáo viên cũng có thể bước ra từ một trong những cánh cửa mở ra tiền sảnh và bắt quả tang Charlie. Không còn cách nào khác ngoài hy vọng và co giò chạy thật lẹ. Hít một hơi thật sâu, Charlie nhón chân xuống cầu thang cót két, lẹ hết sức. Không dừng để ngó lại sau, nó bay qua Hành lang Chân dung tới căn-tin xanh da trời. Có tiếng người ầm ĩ được nghe thấy vọng ra từ căn-tin xanh lá cây. Gã

Weedon và mụ Weedon lại đang gấu ó, Charlie nghĩ vậy. Nó lẹ làng lỉnh vô căn-tin xanh da trời và đi vô nhà bếp.

Trong đây tối như hũ nút; mùi bắp cải nấu sực nức xông đầy lỗ mũi Charlie và nó phải bịt mũi lại. Đã lâu nó chưa thăm căn hộ của bà bếp trưởng, nhưng chỉ cần rọi cây đèn qua vài hàng tủ âm tường là nó đã nhận ra lối vào nơi ở của bà bếp trưởng. Nó luôn cảm thấy e ngại mỗi khi mở cánh cửa này, bởi vì nếu rủi ai đó phát hiện ra nơi ở bí mật của bà bếp trưởng thì chắc chắn bà sẽ bị trục xuất khỏi học viện. Gia đình Bloor tin rằng bà ngủ trong một căn phòng nhỏ lạnh lẽo ở chái phía Đông, và nghĩ rằng bà không hề hay biết gì về mê cung tuyệt diệu bên dưới tòa nhà.

Charlie bước vô tủ âm tường và đóng cửa lại, xong nó mở cánh cửa khác. Giờ nó ở trong một hành lang thắp sáng dìu dịu dẫn tới một tủ âm tường nữa, sau đó vô phòng của bà bếp trưởng.

"Trời đất quỷ thần ơi!" bà bếp trưởng kêu lên khi Charlie bước ra khỏi tủ âm tường ở cuối phòng của bà. "Sao con lại ở đây thế này, Charlie Bone?"

"Tấm bưu ảnh," Charlie nói. "Gabriel bảo là bà giữ một tấm bưu ảnh cho con."

"Đúng là vậy thật. Nhưng con không đợi được đến sáng mai sao."

"Không ạ. Con xin lỗi, nhưng con cần biết ba mẹ con viết cái gì."

"À, biết ngay mà. Bà Maisie đã đưa cho ta một tấm bưu ảnh khi bọn ta gặp nhau vào giờ thường lệ ở tiệm

tạp phẩm. Hên là bà nội của con không thấy nó." Bà bếp trưởng với lấy tấm bưu ảnh ở trên kệ phía trên lò sưởi. "Ngồi xuống mà đọc đi, trong khi ta pha một cốc ca-cao. Đã gặp con ở đây rồi thì chúng ta sẽ thảo luận xem việc gì đã xảy ra vậy. Xem ra tình hình không thoát khỏi suy đoán của ta rằng trong ngày hôm nay đã xảy ra mấy vố đảo ngược rồi thì phải."

Charlie vồ lấy tấm bưu ảnh và thả phịch người xuống chiếc ghế bành bên lò sưởi. Tức thì một tiếng gừ đặc phụt ra đằng sau nó, rồi May Phúc phi thân từ phía sau chiếc ghế, loạng choạng té ạch xuống sàn nhà, nằm chỏng gọng thành một đống.

"Xin lỗi May Phúc. Tao đã không thấy mày," Charlie lầu bầu trong khi lướt nhanh qua dòng chữ ở mặt sau tấm bưu ảnh. "Không hiểu nổi," nó van vỉ, sau khi đọc xong tấm bưu ảnh lần thứ hai, rồi lần thứ ba.

"Sao không?" bà bếp trưởng hỏi. "Ta thì thấy nó hoàn toàn dễ hiểu mà. Ba mẹ con an toàn, Charlie."

"Có thật thế không? Tấm bưu ảnh này có thể đã được gởi đi trước cơn bão, nhờ người nào đó trên một con tàu đi ngang qua."

Tấm bưu ảnh do mẹ Charlie viết như thế này:

Ba mẹ đang trên đường về nhà. Không còn lâu nữa đâu. Ba mẹ nhớ con quá. Chẳng mấy chốc gia đình mình sẽ đoàn tụ. Ba con dặn con cấm không được tìm chiếc hộp nữa.

Ba mẹ yêu con,

Mẹ xxx

"Vậy con không hiểu cái gì?" bà bếp trưởng hỏi, trao cho Charlie một tách ca-cao.

"Chiếc hộp. Sao mà rắc rối quá. Làm sao ba mẹ con biết con đang tìm một chiếc hộp, và tại sao ba con bảo con đừng kiếm nó nữa?"

"Chắc chắn là vì họ biết nó ở đâu," bà bếp trưởng đáp.

Charlie nhấp một ngụm ca-cao. "Nhưng làm sao... con không hiểu. Hay là bất chợt ba nhớ ra chỗ ba đã cất nó? Hay là ba luôn biết về nó? Và... và chỗ cất nó?"

"Ta không biết," bà bếp trưởng nói bằng giọng ấm áp và tinh thông của bà.

Charlie nhìn trơ trơ quầng lửa đỏ dễ chịu trong lò sưởi của bà bếp trưởng. "Con không biết tại sao ba con lại đi xa trong lúc thành phố đang lâm nguy," nó lầm bầm. "Đôi lúc con thấy bực ba dễ sợ, có khi thất vọng nữa. Nhưng chắc chắn ba con phải có lý do để làm như vậy, đúng không."

"Dĩ nhiên," bà bếp trưởng đồng ý.

"Phải là lý do rất, rất chính đáng. Và cho dù con tìm ra lý do đó thì con cũng không bao giờ tin rằng ba... ba không quan tâm đến con, hay đại loại."

Bà bếp trưởng mỉm cười. "Charlie, con khôn hơn tuổi của con nhiều đó."

Chưa ai từng bao giờ nói như thế với Charlie cả. Thực tế người ta toàn nói điều ngược lại. Nó cảm thấy khoai khoái.

237

"Nào, bây giờ hãy kể tất tật mọi sự cho ta nghe đi, mặc dù ta đã đoán ra phần lớn rồi."

Trong khi nhâm nhi thưởng thức tách ca-cao thơm ngậy, Charlie kể lại mọi việc đã xảy ra. Đến khi kể xong thì mắt nó đã bắt đầu díu sụp xuống, và bà bếp trưởng phải lay cho nó tỉnh dậy. "Charlie," bà nói dịu dàng. "Con có thể đưa Billy về lại cho ta được không? Ta nhớ nó quá." Bà nhìn con chó già. "Cả May Phúc cũng buồn bã suốt. Ta đã cố nói chuyện với nó nhưng vô ích. Chỉ có Billy mới nói được ngôn ngữ của nó mà thôi."

Charlie dụi mắt. "Con sẽ cố. Nhưng trước tiên con phải tìm ra bức tranh xứ Badlock đã. Đó là lối duy nhất cho con vô. Thật ra con rất muốn gặp lại Matilda."

Bà bếp trưởng lắc đầu. "Cháu gái của lão thầy bùa phải không? Hãy quên cô bé đi, Charlie. Cô bé đó đến từ một thế giới khác. Ta sẽ để ý truy tìm tông tích của bức tranh đó. Giờ thì con phải trở lại giường ngủ trước khi bị phát hiện vắng mặt."

Charlie uể oải nhấc mình ra khỏi lò sưởi ấm áp của bà bếp trưởng và bước vô tủ âm tường.

"Cẩn thận nhé, Charlie," bà bếp trưởng thì thầm khi bà đóng cửa lại đằng sau nó.

Vẫn như trước đấy, tiền sảnh vắng tanh và Charlie lên tới cầu thang lên phòng ngủ chung mà không bị phát giác. Nó không hay biết rằng đêm đó toàn bộ giáo viên đã quyết định tránh xa chái phía Tây. Thực tế, hầu hết thầy cô còn đi ngủ sớm hơn thường lệ, thà vậy để khỏi phải chạm mặt bất kỳ ai trong số những người, vào lúc đó, đang lăng mạ nhau trong phòng khiêu vũ.

Lão già Ezekiel vẫn không chịu tin về những sự kiện đã xảy ra. "Quả cầu mới đẹp làm sao," lão rú lên, đẩy xe lăn quay lòng vòng lòng vòng phòng khiêu vũ như thể vòng quay bất tận của lão sẽ có thể làm cho Quả cầu Đại Dương hiện ra vậy. "Hắn đã nhấn chìm hết bọn chúng rồi phải không?" lão hạch hỏi.

"Tôi đã nói với cố rồi, đúng vậy!" Manfred quát. "Chắc chắn thế. Phải chi cố tận mắt thấy những con sóng đó."

"Thì ra anh đã thấy tất cả nhưng lại không động một móng tay gì tới cái một bọn châu Phi đó!" lão Ezekiel rống rít. "Đồ hèn nhát. Đồ nhu nhược thỏ đế."

"Tôi mong ước thấy cố ra tay ngăn chặn hàng trăm bóng ma cầm giáo mác với đuốc và... đủ thứ đó," Manfred quát lại.

"Mày không phải tấn công chúng," lão Ezekiel lập luận. "Mày chỉ việc tống cho cái thằng Lysander Sage đó một cú vô đầu là xong."

"Không thể!" Manfred đá sủi vũng nước nằm ngay chính giữa phòng khiêu vũ – đó là tất cả những gì còn lại của Quả cầu Đại Dương, theo như hắn biết. Hắn đã không biết đến quả cầu tí hon mà lúc này Dagbert sở hữu. Một mùi cá tanh lợm bốc lên từ vũng nước và Manfred lại đá nó lần nữa. "Vả lại, Lyell Bone đã bị chết đuối rồi, cho nên hắn sẽ chẳng thể về nhà mà đào bới lùng sục chiếc hộp đó nữa."

"Còn ta thì sao?" mụ Tilpin gào to, ngúng nguẩy ở bên mép nước. "Thằng con ta bị thương, ngài kiếm sĩ của ta bị... đẩy về. Lord Grimwald đã hứa cho ta lâu đài,

đầy tớ, tiền bạc. Tất cả tiêu ma. Đồ hèn. Ta phải bóp chết ai đó. Ta sẽ làm cho tệ hơn nữa. Ta sẽ biến chúng thành ếch nhái."

"Xem ra..." Manfred mở mồm.

"Im hết đi!" tiến sĩ Bloor rống vang từ chiếc ghế ông ta đang ngồi ở cuối phòng. "Cứ nhiếc móc nhau bất tận thế này thì làm nên cơm cháo gì. Nếu muốn thực hiện điều gì thì chúng ta phải đoàn kết lại."

Giọng uy quyền của ông hiệu trưởng khiến tất cả nín thít. Mụ Tilpin trợn trừng vô cái vũng nước sền sệt, Manfred lẳng lặng nhịp bàn chân ướt của hắn vô mép nước và lão Ezekiel dừng phắt xe lăn lại.

"Không gì thay đổi," mụ Tilpin cuối cùng nói. Giọng mụ khẽ mà quỷ quyệt và mọi người thắc thỏm nhìn mụ. "Bởi vì *ngài* sắp tới. Bá tước Harken, cái bóng, thầy bùa. Thần dân của ngài đã ở đây cả rồi, và chẳng bao lâu họ sẽ tới đây thêm nữa. Như vậy các người vẫn có thể giữ được ngôi trường báu bổ của các người." Mụ khuỳnh hai cánh tay và nhún nhảy quanh vũng nước, gấu váy đen lấp loáng chạm quét mặt nước, khiến nó gợn lăn tăn trên bề mặt. "Rồi khi đó Charlie Bone và Billy Raven, Lysander Sage và những tổ tiên tâm linh của nó tất cả sẽ chỉ còn là một ký ức mờ."

"Thế còn Hiệp sĩ Đỏ?" Manfred hỏi.

"Hừ, Hiệp sĩ Đỏ," mụ Tilpin lặp lại, và ngừng nhún nhảy.

MÀN SƯƠNG ĐỘC

Giường của Billy là một kiện rơm đâm lên ngứa ngáy, đèn thắp sáng của nó chỉ là một cây đèn cầy ốm tong mà luôn luôn cháy tàn trước khi hết đêm. Nếu không thế thì chắc hẳn là Billy đã nhận ra được khi nào đêm bắt đầu và kết thúc. Không có cửa sổ trong xà lim lạnh căm của nó. Dẫu gì ít nhất nó vẫn còn có Rembrandt để mà trò chuyện.

Nhưng Rembrandt đã tìm được một bạn mới: một ả chuột be bé mắt xanh lá cây, lông màu nâu mà nó gọi là Gloria. Billy có thể thấy sức hấp dẫn của cô nàng. Gloria quả là xinh đẹp, lại được việc nữa. Nhỏ bằng nửa Rembrandt, cô nàng có thể chui qua cái lỗ tí hon trong xà lim của Billy, và có thể mang cho Rembrandt những món đặc sản mê ly bởi từ thùng rác nhà bếp. Bởi vậy nên Rembrandt không cần đến thứ bánh mì đen sì của Billy, và thay vì héo hon đi thì chú chàng cứ càng ngày càng phát phì.

Bá tước Harken và vợ là những người duy nhất ở xứ Badlock từng trông thấy chuột trước khi có Rembrandt tới. Họ đã mang một cặp chuột trở về từ thành phố của Vua Đỏ cách đây nhiều năm. Nhưng đôi chuột này đã biến mất và bá tước chắc mẩm là chúng đã bị xơi tái bởi

mấy tên đầy tớ tham lam (mặc dù họ thề sống thề chết là họ chưa bao giờ để mất tới chúng). Thật ra cặp chuột tinh khôn đó đã đào hang sâu trong lòng núi và gầy dựng một gia đình. Gloria là chắt-chắt-chắt-chắt-chắt đời cuối cùng còn sống sót của chúng.

Đôi lúc Rembrandt và Gloria lôi nhau đi đâu mất mặt cả ngày. Chúng đợi cho tới khi cai ngục của Billy vô nhà bếp ăn cơm thì lên chui qua những thanh chắn xà lim và nhảy lên những bậc thang đá vô cung điện. Rembrandt sẽ trở về với vô vàn câu chuyện về những cuộc phiêu lưu kỳ thú của chúng và cuối cùng Billy sẽ ngủ gật trong khi giọng kể rì rầm rì rầm của con chuột cứ chít mãi chít mãi. Nếu không có những câu chuyện đó Billy nghĩ rằng chắc hẳn nó sẽ không bao giờ ngủ được.

Một tên quỷ lùn tên là Ngón Cái Dị canh giữ ngục của Billy. Hắn là một sinh vật xấu xí, lùn chè bè và có một ngón tay cái kỳ quái, to bằng cả bàn tay hắn. Hắn căm ghét tất cả mọi người và tất cả mọi thứ từ thế giới của Billy, nhất là Charlie Bone, cái thằng đã có lần lỉnh vô rồi lại lỉnh ra khỏi xứ Badlock mà không bị tóm. Thằng này cũng đã xoay xở cứu được tổ tiên nó, người khổng lồ Otus Yewbeam, ngay dưới mũi Ngón Cái Dị.

Billy đã có lần từ chối cố gắng giải cứu của Charlie. Giờ thì nó hối hận vì quyết định đó biết bao. Chỉ một tuần trôi qua trong hầm ngục rùng rợn này đã đủ bẻ gãy tinh thần Billy. Giờ nó mong ngóng về nhà không kém gì Rembrandt. Nhưng nó biết, khó mà hy vọng Charlie lại thực hiện một cuộc hành trình nguy hiểm lần thứ hai.

"Billy! Billy!"

Giọng nói khẽ khàng đó không thể đánh thức Billy, nó đã ngủ chổng quèo sau một trong những câu chuyện của Rembrandt. Đầu nó nằm rúc vô cái lưng mềm mềm của con chuột, mắt kính gấp lại để ngay ngắn dưới sàn kế bên nệm rơm.

"Billy! Billy!"

Lần này tiếng gọi xuyên thủng qua những giấc mơ của Billy. Nó sờ soạng tìm mắt kính, đeo lên mũi và ngồi dậy. Ánh đèn cầy leo lét trong căn phòng bên ngoài xà lim. Billy chớp mắt và cố nhìn ngó. Cây đèn cầy được nâng lên và nó thấy gương mặt của một bé gái ôm trong những lọn tóc đen dài.

"Matilda?" Billy thì thầm.

"Tớ đang dự tính làm cho cậu một chiếc chìa khóa," Matilda nói khẽ. Cô bé chỉ cho Billy chiếc chìa khóa to sụ thường treo lủng lẳng ở cổ Ngón Cái Dị. "Tớ đã cho cai ngục của cậu uống một trong những loại thuốc ngủ của bà cố tớ. Tớ đã lén bỏ vô cốc bia của hắn trước khi đầy tớ mang xuống đây. Vì vậy Ngón Cái Dị sẽ không tỉnh lại trước khi tớ trả chiếc chìa khóa này lại cho hắn."

"Matilda!" Billy gọi khi cô bé bắt đầu leo lên cầu thang. "Sao bạn không mở cửa cho tôi ra vào lúc này?"

Cô bé quay nhìn lại, gương mặt ẩn hiện dưới ánh đèn cầy lộ vẻ hối tiếc. "Rồi cậu sẽ đi đâu, Billy? Người ta sẽ tìm thấy cậu và rồi mọi sự sẽ càng tệ hại hơn. Chúng ta phải chờ cho tới khi Charlie quay trở lại thôi."

Billy bấu chặt lấy những song sắt xà lim. "Bạn nghĩ anh ấy sẽ trở lại à?"

"Tớ sẽ làm hết sức," cô bé nói vẻ bí hiểm.

Khi Matilda rời hầm ngục, cô bé leo lên một dãy cầu thang dài, quanh co đến một căn phòng nhỏ ở tầng trên cùng của cung điện. Người hầu trung thành của Billy, Dorgo, đang chờ cô bé. Dorgo là một cư dân từng sinh sống ở xứ Badlock trước khi lão thầy bùa xâm chiếm nơi này và biến thế giới của họ thành một nơi khô cằn, khủng khiếp. Có rất nhiều người như Dorgo ở trong cung điện. Họ là những đầy tớ đủ mọi cấp bậc và tất cả họ trông đều giống nhau, với thân hình thấp bè, có bướu, gương mặt không có lông mày, còn tóc họ (nếu có) giấu tịt trong chiếc mũ len ôm sát đầu. Tất cả họ đều có chung một đặc điểm: đó là một khi họ đã kết bạn với một chủ nhân, thì họ sẽ trung thành với người đó cho tới chết.

Dorgo vốn là một thợ rèn. Trong căn phòng nhỏ mà Matilda đã tìm ra cho mình, anh đã bày biện thành một lò rèn hiện đại nhất, và trong một cái khay bằng gỗ, có một cục đất sét mềm nhằm để đóng khuôn chiếc chìa khóa. Kim loại lỏng đang chờ sẵn trong một cái tô treo từ trên xà nhà ở ngay bên trên lò rèn xuống.

"Làm đi, Dorgo!" Matilda hối liền khi cô bé phóng vụt qua cửa. "Bao lâu thì xong?"

Dorgo không bao giờ nói nhiều. Anh cầm chiếc chìa khóa từ Matilda, ấn nó vô cục đất sét, lẩm bẩm, "Ngay!"

Thật khó mà đoán biết trong cái từ "ngay" đó gồm có bao nhiêu phút. Nhưng Dorgo không dùng phút cho nên thật vô ích khi hỏi anh thời giờ chính xác. Dù sao Matilda cũng nóng lòng muốn biết về thời gian. Lão thầy bùa có một cái đồng hồ, một cỗ máy kỳ cục có thể chỉ ra những chòm sao và mây cũng như chỉ giờ và phút, và Matilda đã học lóm được rằng có năm giờ giữa mỗi bữa ăn. Bao tử cô bé mách bảo cô bé rằng chắc chắn còn hai giờ nữa thì sẽ tới bữa tối, nhưng cô bé cần phải đem chiếc chìa khóa trả lại cho Ngón Cái Dị sớm hơn thế.

"Gặp anh trong một giờ nữa," Matilda bảo Dorgo và, rời cái lò rèn tạm của anh, cô bé đi xuống căn phòng mà lão bá tước Harken cất giữ những bức tranh của lão. Lão thầy bùa là một họa sĩ tài ba, nhưng nhờ vào bao nhiêu tài năng và bao nhiêu yêu thuật, Matilda không thể đoán được. Dù sao cô bé chỉ chú ý tới một bức tranh. Trong số những tranh phong cảnh màu sắc rực rỡ và những tranh thú lạ kỳ, có một bức tranh về thành phố của Billy.

Matilda đã trải qua nhiều giờ ngắm nghía thành phố này. Billy đã chỉ cho cô bé biết nơi tọa lạc của Học viện Bloor, gần khu đổ nát của lâu đài nguy nga do Vua Đỏ xây nên. Vị vua là ông tằng tổ của cô bé, và cũng là tổ tiên của Billy.

Thỉnh thoảng, lúc cô bé nghe thấy có tiếng người đi tới, Matilda sẽ trốn trong những tấm toan lớn. Cô bé không bao giờ bị cấm nhìn vô căn phòng này, nhưng có gì đó luôn khiến cô bé sợ mình bị phát hiện ở trong đây. Một ngày nọ, trong lúc đang lẩn trốn, cô bé nghe thấy tiếng một phụ nữ vọng ra từ bức tranh thành phố của Billy. Và lão thầy bùa đáp lại nó. Matilda đã biết

được về một phụ nữ tên là Titania như thế đó, mụ ta đang cố giúp bá tước Harken trở lại thành phố ấy. Tại sao lão ta lại thấy việc đó khó khăn dữ vậy, Matilda không thể tưởng tượng nổi.

Bức tranh đó tuyệt đẹp theo cách rất riêng của nó. Cứ như lão bá tước đã vẽ nó từ một đám mây, bởi vì ta thấy tất cả đường phố và những tòa nhà trải rộng trong một khung cảnh ngút ngàn, tuy nhiên góc cạnh của những ngôi nhà thì lại dốc đến độ ta không thể thấy những bức tường và những cánh cửa và cửa sổ xiên chếch khỏi những mái nhà lợp ngói xám.

Matilda hay ngó trân trân những tòa nhà, cố đoán xem chuyện gì đang xảy ra đằng sau những cửa sổ tối tối kia, và thường thì cô bé nghe thấy thoang thoảng tiếng nhạc, tiếng chó sủa, tiếng ai đó hát hoặc tiếng gầm rú từ một trong những cỗ máy trông quái dị lấp đầy các con đường – xe hơi, Billy gọi chúng như vậy. Nhưng trên hết, Matilda thích ngắm ngôi nhà có một cái cây to đằng trước, bởi vì nơi đây có một cậu bé tên là Charlie Bone sống; một cậu bé dũng cảm, dám phiêu du vô xứ Badlock, một cậu bé sống xa đến chín trăm năm. Liệu cô bé có thể đi đến thế giới của Charlie? Matilda tự hỏi. Có được chăng?

Matilda đặt bàn tay lên bức tranh. Những ngón tay sờ một ô cửa sổ cao, ngay bên trên cái cây cạnh nhà số 9, đường Filbert. "Mình làm được không?" cô bé thì thầm. "Được không? Charlie, bạn có ở đó không?"

Vào ngày thứ Sáu, cô Alice Angel quyết định dọn dẹp gác xép ở tầng trên cùng. Ngoại Maisie xem ra không bao giờ có thời gian để làm việc này. Những cái kệ xếp hàng hai bên tường nhích đầy va-li, quần áo cũ, đồ sành sứ, sách, báo, và vô số hộp có-trời-biết-là-hộp-gì. Dưới sàn nhà bị chiếm lĩnh bởi những cây vải dài, ghế hỏng cần sửa, các loại bàn nhỏ thỉnh thoảng mới cần dùng đến, và một bàn máy may đạp chân kiểu xưa, và một cái ghế bập bênh cũ. Cô Alice đẩy chiếc ghế bập bênh tới cửa sổ và ngồi xuống. "Hừm, cửa sổ này cần lau chùi," cô bình luận, và rà bàn tay lên khung cửa kính kít bụi bẩn.

Một cảm giác kỳ lạ bất chợt lan truyền qua các ngón tay của cô Alice. Nếu không phải là người như cô, thì hẳn cô đã nghĩ rằng bề mặt của tấm kính này bị nhiễm điện. Nhưng vì cô là cô Alice, nên cô không một chút mảy may nghĩ theo hướng đó. Là cô Alice, cô không quá ngạc nhiên khi có một giọng nói xa xăm, nhưng nghe thánh thót và trong trẻo gọi, "Charlie, bạn có ở đó không?"

"Charlie lúc này không có ở đây, cưng à," cô Alice đáp, khẽ chạm vô tấm kính. "Cưng gọi lại sau nhé."

"Cháu cảm ơn cô," cái giọng đó đáp.

Cô Alice mỉm cười một mình. Cô tự hỏi giọng nói đó phải di chuyển bao xa. Qua bao nhiêu năm?

"Cháu sẽ gặp lại bạn ấy được chứ?"

Cô Alice không biết phải trả lời thế nào. Lần này giọng nói nhuốm vẻ buồn buồn và hơi lưỡng lự. Cô Alice luôn không thể nói dối. Cô chỉ nói được sự thật. "Cô không

biết, cưng à." Cô biết bé gái đó đã đi khỏi ngay khi cô vừa nói xong.

"Mình thắc mắc..." cô Alice nói một mình. Cô không thể ngồi thêm được nữa, vì vậy cô tiếp tục dọn dẹp, phủi bụi sách, sắp xếp chúng lên kệ.

Cơn mưa bất chợt ập tới. Cô Alice nhìn ra cửa sổ, hy vọng đừng báo hiệu một cơn bão nữa. Cơn bão vừa rồi đã khốc liệt quá đỗi. Dĩ nhiên cô biết kẻ nào đã gây nên nó. Cô Alice mặc nhiên nhận thức được là Lord Grimwald ở trong thành phố và cô biết hắn đang rắp tâm nhấn chìm Lyell Bone. Cô biết sứ mạng của mình là phải biết về những việc đại loại thế này. Linh cảm mách bảo cho cô rằng Lord Grimwald không còn ở đây nữa. Nhưng cũng có lúc, hiếm thôi, linh cảm phản bội cô. Cô không thể tin chắc hoàn toàn.

Mưa rơi lúc này đã rất nặng hạt. Một cơn mưa khác thường, những hạt mưa to như cả một tách nước đầy. Những tách nước mau chóng biến thành những thùng nước. Bộp! Bộp! Xe cộ hú còi, chim chóc bay tìm nơi trú ẩn.

Nhìn xuống đường, cô Alice thấy một khách bộ hành đơn độc mặc áo mưa màu nâu và đội mũ chống thấm nước rộng vành. Anh ta sải bước dài, tung tẩy cái giỏ kiểu cũ mà bác sĩ thường mang, xem ra chẳng lưu tâm gì đến cơn mưa. Anh ta dừng lại trước nhà số 9 và nhấn chuông.

Cánh cửa trước mở ra và từ hành lang xa dưới tầng trệt, một tiếng thét dội âm lên cầu thang. Cô Alice thảy quyển sách cô đang phủi bụi và chạy xuống hai tầng lầu. Khi cô xuống tới nhà bếp, cô thấy cái người đội mũ chống thấm nước kia đã ngồi ở bên bàn với cái giỏ xách để trước mặt. Mũ với áo mưa rỏ nước lỏng tỏng và bộ ria mép to đùng của anh ta cũng đang nhỏ nước.

"Ngoại Maisie!" cô Alice hét, ngó trân trân người lạ. "Tất cả... ổn chứ?"

"Ổn, ổn." Ngoại Maisie nhíu mày trước những vũng nước nhỏ đang hình thành dưới sàn nhà bà vừa mới lau. "Chỉ tại tôi không quen nhìn cậu trẻ này gắn ria mép thôi."

Tancred đưa tay lên bộ ria mép và ngoại Maisie vội can, "Đừng, đừng, đừng gỡ ra. Coi chừng bà Bone thấy cháu đấy."

Ấn cho bộ ria chặt vô môi trên của mình, Tancred nói "Cháu xin lỗi cảnh bừa bộn này, bà Jones. Cháu đang luyện tập."

"Nghĩ chu đáo đấy," ngoại Maisie lầm bầm, với lấy ghẻ lau. "Alice, đây là Tancred Torsson, bạn của Charlie. Cứ gọi nó là cậu bé thời tiết."

"À, cơn mưa!" cô Alice liếc nhìn ra cửa sổ. "Vậy là không đến trường," cô bình luận.

"Cháu bị coi là đã chết rồi," Tancred nói rầu rầu. "Một thằng bé tên là Dagbert Endless đã dìm chết cháu... suýt chết."

"Ra vậy." cô Alice hiểu ngay tức khắc.

"Cháu chán quá," Tancred tiếp. "Suốt cả tuần không có ai để nói chuyện. Cháu không biết ở trường đang có

những chuyện gì xảy ra, cháu cảm thấy mình bị đứng ngoài lề. Cháu sống cách đây vài dặm, cô biết không. Ở khu..." Cậu thình lình ngừng lời và nhăn mặt nhìn cô Alice, như thể cậu e là mình đã nói quá nhiều. "Xin lỗi, nhưng, cô là ai?"

"Cô là mẹ đỡ đầu của Olivia Vertigo. Olivia đang gặp rắc rối. Chính vì vậy mà cô ở đây."

"Thật à?" Tancred chồm tới nhiệt thành. "Thì ra là vậy. Giờ cháu chẳng hề biết cái gì hết. Olivia bị rắc rối gì ạ?"

"Con bé không còn là mình nữa," cô Alice đáp như khiển trách. "Nó bị sập bẫy đối thủ của cô."

Tancred ngả người ra sau, cố hiểu điều này. "Á," cuối cùng cậu nói, "chắc chắn cô hàm ý đến mụ Tilpin."

Cô Alice thở dài. "Cô sợ là vậy." Bất giác cô nhìn ngoái ra sau vai. "Có người đến. Tancred, chuẩn bị."

Tancred ngồi thẳng đơ lên và đặt một tay lên túi xách. Cánh cửa bật mở và nội Bone bước vô. Mụ mặc váy ngủ và trông như đang buồn ngủ díp cả mắt. "Trà?" mụ vừa ngáp vừa hỏi. "Giờ uống trà ư?"

"Phải đó, Grizelda," ngoại Maisie nói và đặt ấm nước lên bếp.

Nội Bone quay qua dòm trừng trừng cô Alice và Tancred. "Các người không sống ở đây," mụ nói.

"Tôi đang trú tạm một thời gian thôi." Cô Alice nở với nội Bone một nụ cười ngời sáng. "Tôi là Alice Angel. Bà nhớ không?"

"Hình như nhớ." Nội Bone lại ngáp. "Thế còn mày là ai?" mụ hỏi Tancred.

Tancred đứng bật dậy và mở cái giỏ xách ra. Trong đó lủ khủ đồ sành sứ bể, gói qua quít bằng giấy lụa. Tancred đã thu gom hết chén dĩa bể mà mẹ cậu đã dẹp qua bên, chờ gắn lại. Bà Torsson đáng thương bây giờ chỉ toàn dùng tách với dĩa nhựa thôi, bởi vì chồng và con trai bà đã đánh bể không còn sót thứ nào với thời tiết dữ dội mà họ gây ra.

"Cái gì?" nội Bone thò ngón tay khẳng khiu ra chọc chọc mớ chén dĩa bể. "Mày định bán cái đồ đồng nát này á? Trông chúng bể hết trơn rồi."

"Chính xác, thưa quý bà," Tancred nói bằng giọng eo éo. "Tôi sẽ sửa nó lại. Bà có chén dĩa bể không?"

Nội Bone nhướn đôi mắt lờ đờ nhìn Tancred. "Không. Mà nếu có ta cũng không cho mày đâu."

Tancred dẩu mỏ ra và ngồi xuống.

"Đây này, Grizelda," ngoại Maisie nói. "Tôi để hai chiếc bánh bích quy Marie lên dĩa cho bà đây."

Nội Bone cầm lấy trà và bánh của mình rồi rời nhà bếp, không nói thêm lời nào nữa.

"Bà Bone có bình thường không vậy?" Tancred thì thào hỏi thầm. "Trông như bà ta đang ở đâu đâu."

Ngoại Maisie bật cười. "Bà ta như thế kể từ khi Alice tới đây. Tôi nghĩ cô đã bỏ bùa bà ta rồi phải không, Alice?"

Cô Alice nhìn những ngón tay thon dài của mình và bảo. "Chắc là vậy. Ố, mưa tạnh rồi."

Tancred cười bẽn lẽn và đứng lên. "Cháu định đợi Charlie về, nhưng cháu nghĩ phải một tiếng nữa nó với về, cho nên cháu đi đây. Bảo nó ngày mai cháu sẽ gặp nó, có lẽ tại tiệm sách."

Ngoại Maisie nhìn theo Tancred ra cửa. "Tốt hơn bà phải báo trước cho Charlie về... của cháu." Bà gõ gõ môi trên và nháy mắt với Tancred một cái.

"Chào bà Jones."

Tancred đĩnh đạc bước đi trên đường Filbert. Cậu để ý thấy nhiều người chất rương, hòm, giường, nệm, giỏ xách, và thậm chí cả cây kiểng lên xe hơi của họ. Dân chúng vốn thường hay ra khỏi thành phố vào ngày thứ Sáu để nghỉ cuối tuần. Nhưng đống của nả chất đầy trong mấy chiếc xe kia khiến người ta nghĩ chủ nhân của chúng đang chuẩn bị đi xa nhiều tháng, hay có khi nhiều năm vậy.

Đường Đồi Cao gần như hoang vắng. Có chuyện gì không biết? Cơn tò mò xâm chiếm Tancred. "Xin lỗi," cậu nói với một bà mẹ trông lộ vẻ lo lắng đang đẩy con trong xe nôi. "Chắc là có gì xảy ra phải không cô? Ý cháu muốn hỏi rằng tất cả mọi người đâu cả rồi?"

"Sương mù," người phụ nữ đáp.

"Sương mù?" Tancred nhìn ngược nhìn xuôi con đường. "Cháu không thấy sương mù gì cả."

"Nó đang tới." người phụ nữ bước đi khỏi.

"Đang tới?" Tancred hỏi với theo. "Làm sao cô biết? Loại sương mù gì?"

"Rất tệ. Nó từ sông lan tới." Người phụ nữ giờ đã dợm chân chạy. "Hãy nghe radio đi thì biết."

Tancred đứng ngây như phỗng. Cậu nhìn quanh. Các cửa tiệm đều đóng cửa. Xe gầm rú hết tốc lực trên đường Đồi Cao. Tancred đổi ý, không đi về nhà nữa. Tiệm sách gần hơn. Cậu bắt đầu chạy.

Dự tính của Tancred là chạy thẳng một mạch tới tiệm sách của cô Ingledew, nhưng khi cậu chạy ngang qua đường Piminy, có gì đó thúc giục cậu rẽ vô đấy. Cậu quyết định đến thăm bà Kettle. Đã khá lâu cậu chưa gặp bà và cậu muốn chắc chắn bà vẫn an toàn trên con phố toàn bọn vô lại và bọn ma cô này.

Không hề có dấu hiệu dân cư của đường Piminy đang chuyển đi. Mà đúng ra, thậm chí con đường này còn có nhiều người hơn bình thường. Những người ăn mặc quái đản, đã lỗi mốt từ lâu. Những người đàn ông râu ria cười ngạo mạn và sấn thẳng vô Tancred, tống cậu văng qua bên. Có những phụ nữ choàng khăn và đội nón buộc quai bóng nhẫy, váy áo họ dài lượt thượt, quệt lê dọc theo rãnh thoát nước.

Vừa tức giận vừa lo lắng, Tancred gây ra một cơn gió quét phăng qua phố. Tóc cậu dựng lên hất bay chiếc nón đi và mưa lại bắt đầu rơi xối xả.

Trong tiệm Tượng Đá, những sinh vật chạm khắc mặt mũi hung tợn ngó trợn trạo ra phố, mắt chúng loe lóe trong làn mưa chảy tuồn tuột xuống những tấm kính cửa sổ.

Tancred rùng mình, cắm cổ chạy tới Tiệm Ấm. Một toán thanh thiếu niên mặt mũi bợt bạt, mặc áo khoác nhung, tóc thắt bím trợn mắt lườm Tancred khi cậu ấn

ngón tay vô chuông cửa, nhấn, nhấn, và nhấn. Bộ ria mép giả rớt khỏi gương mặt ướt rượt của cậu, kích động tràng cười giễu cợt ré lên từ bọn choai choai. Cậu quay qua định phả một luồng gió về hướng bọn chúng nhưng lại bị xao nhãng bởi bóng dáng của Norton Cross đang đứng ở bên kia đường, gắn tịt con mắt vô Tancred.

Cuối cùng cánh cửa được bà Kettle mở ra, cao lớn và tươi cười, mái tóc đỏ của bà ánh lên loáng nhoáng, tựa như đồng được đánh bóng. "Vô đi, cậu trẻ," bà nói, kéo tuột Tancred qua ngạch cửa. "Còn lũ chúng mày," bà trừng mắt với bọn loai choai, "Cút đi!" rồi đóng sầm cửa lại.

Tancred đứng bên trong tiệm, nhìn hàng hàng lớp lớp ấm sáng choang. Chỉ mới cách đây vài tuần, hầu như không một cái ấm nào là không bị bức tượng quỷ lùn, do Eric Shellhorn làm sống lại, phá hủy. "Bà đã sửa lại hết rồi ạ. Mọi thứ trông đàng hoàng quá," cậu nói.

"Vô phòng khách của ta đi," bà Kettle nói, dẫn đường qua khung cửa vòm vô chốn riêng tư của bà. Bỗng bà dừng sững lại, chống tay lên cằm và nói, "Ta nghĩ ta nên báo trước cho cưng biết..."

Nhưng Tancred đã trông thấy thằng bé đó, đang tỉ mẩn chà bóng một cái ấm đồng to kềnh. Đó là Dagbert-kẻ-dìm-chết-người.

Hai thằng bé nhìn sững vô nhau, chết trân, và rồi Dagbert hộc lên một tiếng rú khàn đặc, lắc đầu. "Mày chết rồi mà," nó van vỉ. "Chết, chết, chết!" đoạn phóng sượt qua Tancred, nó lao ra khỏi tiệm.

TIẾNG GỌI XA XĂM

"Có rủi ro rồi," ngoại Maisie nói khi Charlie và Emma bước vô bếp nhà số 9.

"Thôi đừng thêm rủi ro nữa!" Charlie thả mình xuống ghế và hau háu dò la đồ ăn bày trên bàn. "Quá ngon, ngoại Maisie. Con sắp chết đói đây."

Emma kéo ghế ngồi xuống cạnh nó và Charlie trao cho cô bé một đĩa xăng-quít kẹp thịt gà.

"Emma tới thăm cô Alice," nó bảo với ngoại Maisie.

Trước khi nó nói thêm câu nào, cô Alice bước vô và ngồi xuống bàn. "Emma, gặp cháu cô mừng quá!" cô Alice cười sung sướng, cả Emma cũng cười tít.

Charlie gấp rút giải thích kế hoạch giải thoát Olivia khỏi bùa mê của nó. Cô Alice chăm chú nhìn nó, đầu ngoẹo qua bên, sau đó cô bảo, "Charlie, ý kiến tuyệt vời đó." Cô quay qua Emma. "Vậy con có thể mô tả kỹ cho cô về tấm áo gi-lê này được không – từng chi tiết nhỏ về vị trí những kim sa, cỡ ống tay áo, chiều dài và cỡ khuyết áo?"

"Tối nào, khi Liv cởi áo ra trong phòng tắm, con cũng đều quan sát nó rất kỹ," Emma nói. "Olivia thường chụp đại chiếc áo lên, hầu như không thèm nhìn chút nào khi

nó mặc áo trở vô. Vì vậy con nghĩ nó sẽ không nhận ra đâu nếu cái áo mới không chính xác trùng khớp." Emma thò tay vô túi và rút ra một tờ giấy gấp lại, mở ra và đặt xuống trước mặt cô Alice.

"Bản phác thảo! Emma, thế này thật tuyệt!" cô Alice cúi xuống bức vẽ tấm áo gi-lê của Emma và nghiên cứu nó tỉ mỉ.

"Bà, có rủi ro gì vậy ạ?" Charlie hỏi, không thiết tha cho lắm.

"Bà tưởng con không bao giờ hỏi chứ." Ngoại Maisie đặt một đĩa bánh nướng lên bàn và ngồi xuống. "Tancred bạn con đến đây và..."

"Tancred?" Charlie thốt lên bằng cái miệng phồng thịt gà.

"Ừ, với ria mép," ngoại Maisie nói.

"Ria mép," Emma ngạc nhiên. "Con hy vọng không ai trông thấy anh ấy. Con hy vọng anh ấy bình an. Ý con là con hy vọng anh ấy không bị bắt."

"Hừ, chắc chắn bây giờ *bọn chúng* đã biết nó còn sống rồi."

Ngoại Maisie vừa nói dứt câu này xong thì tay Emma vội ập vô tim, mắt cô bé mở to, lóng lánh.

"Bởi vì," ngoại Maisie tiếp, "nó đã đến đường Piminy, bị bay hết cả nón mũ và rơi mất ria mép. Vả lại căn cứ vô thời tiết nó gây ra cũng đủ biết. Vậy nên cậu ta chỉ phải tự trách mình thôi. Thế đấy, nó đi vô Tiệm Ấm và bắt gặp thằng bé dìm người ta chết, Dagbert gì gì đó.

Thằng nhóc phóng chạy ra ngoài đường, hên mà cô Ingledew trông thấy nó láng cháng bên ngoài tiệm sách, nhớn nha nhớn nhác, cho nên cô ấy đã dỗ nó vô tiệm rồi."

"Sao bà biết hết mọi việc này thế ạ, bà Jones?" Emma hỏi.

"Dì của con gọi điện cho bà ngay trước lúc các con về tới đây. Bà bảo cô ấy có muốn nói chuyện với ông Paton không thì cô ấy trả lời dứt khoát là không."

"Dì ấy từ bỏ ông ấy rồi," Emma nói.

"Bỏ á?" Charlie nhấp nhổm. "Không thể nào. Mình nghĩ Ông cậu Paton muốn cưới dì ấy mà."

"Đáng lý ra ông ấy phải nghĩ về việc đó từ trước." Emma tỏ ra rất lạnh lùng và thực tế. Cứ như Ông cậu Paton làm chính cô bé giận hờn vậy.

Làm như để châm dầu thêm vào lửa, đúng giây phút ấy Ông cậu Paton bước vô nhà bếp. Tất nhiên ông đã nghe rõ lời nhận xét của Emma và không ai là không nhận thấy rằng ông đang rất cáu. Chẳng nói chẳng rằng, ông bước thẳng tới bệ bếp, đặt ấm nước lên và lấy một chai sữa từ trong tủ lạnh ra.

Ngay cả ngoại Maisie cũng không thốt nên lời. Emma, tuy nhiên, lại phớt lờ những cảm xúc của Ông cậu Paton. "Vậy Tancred ổn chứ?" cô bé hỏi. "Bây giờ anh ấy ở đâu ạ?"

"Tất cả ở hết trong tiệm sách rồi." Ngoại Maisie e dè liếc nhìn Ông cậu Paton. "Bà Kettle và Tancred đã ở đó, đang cố dàn xếp mọi việc, Julia nói thế." Bà lại liếc Ông cậu Paton một cái nữa. "Có trời biết thế có nghĩa là gì.

Nhưng cô ấy gọi là vì Dagbert chỉ chịu nói chuyện với một mình con thôi, Charlie. Nó nói nó không tin ai cả."

"Con?" Charlie nuốt chửng một miếng bánh nướng to thật to và vội chiêu nó xuống bằng một cốc trà. "Thế thì tốt hơn con nên tới đó." Nó đứng bật dậy và, đi tới chỗ ông cậu, nó vỗ cánh tay ông và bảo. "Chào, Ông cậu Paton. Con mừng ông đã về."

Ông cậu Paton hơi mỉm cười với Charlie và nói, "Chúng ta nói chuyện sau nhé, Charlie."

Suốt thời gian này, cô Alice vẫn đang lặng lẽ nghiền ngẫm bức phác họa của Emma. Mặc dù không nói gì nhưng cô đã chăm chú lắng nghe trọn cuộc đàm thoại, lúc này, đột nhiên cô nhìn xoáy vô Charlie và nói, "Đi cùng với con chó, Charlie à. Ngoài đường không hay gì đâu." Rồi cô gật đầu về phía cửa sổ.

Charlie định hỏi cô xem "con chó" có nghĩa là gì thì chuông cửa reo và, chạy ra mở cửa trước, Charlie thấy Benjamin và Hạt Đậu hiện ra nơi khung cửa.

"Lạ quá trời," Charlie nói. "Có người nghĩ đến bồ trước khi mình nghĩ tới."

"Hả?" Benjamin nhăn mũi. "Bồ không làm sao chứ, Charlie?"

"Ừm." Charlie cố nuốt miếng bánh nướng cuối cùng còn tắc trong cổ họng. "Mình định đi tới tiệm sách đây. Muốn đi không?"

"Thì vì vậy mình mới tới đây nè," Benjamin nói. "Đi chứ."

Emma hiện ra ở hành lang đằng sau Charlie, và khi

cả hai đứa đã khoác áo jacket và quàng khăn vô xong, chúng nhập bọn với Benjamin trên vỉa hè rồi cả ba đứa bắt đầu đi xuôi đường Filbert, dẫn đầu bởi một con chó vô cùng năng động.

"Mấy bồ có nhận thấy gì không?" Benjamin nói. "Quá trời xe rời khỏi con đường này."

"Cả người nữa," Charlie quan sát. Trên đường đi từ trạm xe buýt của trường về hồi nãy, nó đã không để ý đường phố đã trở nên vắng ngắt như thế nào, bởi vì lúc đó nó mải nghĩ đến bữa trà, nhưng bây giờ nó thấy những khoảng trống rộng thênh thang ở chỗ vốn thường ngày những chiếc xe đậu nối đuôi nhau dọc theo con đường. "Tất cả mọi người đi đâu cả rồi?"

"Do sương mù đó," Benjamin nói. "Hàng xóm hai bên nhà mình cũng đã rời thành phố. Họ nói trên radio thông báo rằng sương mù sẽ rất dày đặc, đến nỗi không thể an toàn để mà đi ra hay đi vô thành phố. Nhưng nhà mình sẽ không đi đâu hết. Ba mình nói nếu tất cả mọi người đều đi cả thì bọn vô lại sẽ rảnh tay."

"Rảnh tay làm gì?" Emma hỏi.

Benjamin nhún vai. "Cướp bóc và tàn phá, mình nghĩ vậy."

Nghe sao man rợ giống như thời Trung cổ quá. Charlie chưa bao giờ nghe nói đến sương mù dày đến nỗi không thể xuyên qua được. Chắc chắn luôn luôn phải có ít nhất một cách ra hoặc vô thành phố. Nó nhẹ cả người khi nhìn thấy một chiếc xe cảnh sát đi tuần trên đường Đồi Cao vắng lặng.

Khi tới ngõ Nhà Thờ Lớn, chúng có thể nghe thấy tiếng nhạc trôi lãng đãng về phía chúng. Tiếng nhạc lớn dần và khi chúng đi ngang qua đầu đường Piminy, chúng thấy một đám rước đang thực hiện đủ thứ trò tiêu khiển. Tên thì nhún nhảy giữa đường, trong khi một nhóm nhạc công áo nhung và nón quả dưa, cao như ống khói tấu lên điệu nhạc hoang dã. Vài kẻ cò kéo loại đàn violin tí hon, một kẻ đánh trống trong khi những người khác chơi sáo, trên cây sáo của bọn họ trang trí rua băng sặc sỡ, bay phất phới trong gió, và những vũ công xoay tít theo điệu nhạc và dậm những đôi giày nhọn hoắt xuống đường.

Charlie và Benjamin há hốc mồm ra nhìn khi điệu vũ càng lúc càng quay cuồng và réo rắt. Bỗng nhiên Hạt Đậu cất tiếng sủa, thế là bao nhiêu cái đầu đồng loạt quay về phía bọn chúng. Mặt bọn vũ công xoắn lại đầy hiểm ác, Emma vội giật ống tay áo Charlie, giục giã, "Đi lẹ lên!" Chúng chạy ù té tới tiệm sách.

Tancred, đã gần trở về diện mạo của chính mình, đang sắp xếp lại những quyển sách mà khách hàng của cô Ingledew đã lấy ra xem trong ngày nhưng chưa xếp lại. Vì đã là cuối tuần nên cô Ingledew đang tính toán sổ sách bên ngăn kéo đựng tiền.

Emma chạy ào xuống những bậc thang, reo lên. "Tancred, anh an toàn! Em nghe kể hết về rìa mép và những chuyện khác của anh rồi."

"Ừm, giờ thì bọn chúng đã biết anh còn sống, vì Norton Cross đã trông thấy anh, cho nên chẳng còn cần phải giấu tông tích nữa," cậu nói và mỉm với Emma một nụ cười chào đón đặc biệt.

"Thế...?" Charlie ngó quanh tiệm sách.

"Dagbert hả?" cô Ingledew nói. "Nó mệt lử rồi, cho nên cô đã đưa nó vô phòng Emma ngủ một lát."

"Ối!" Emma không biết phải phản ứng với cái tin này ra sao.

Tấm rèm đằng sau quầy thu ngân căng phồng lên một cách đáng lo ngại, và Hạt Đậu hộc lên một tiếng tru e sợ khi bà Kettle vén rèm bước ra tiệm. "À, Charlie, cưng đã tới," bà nói. "Tốt hơn cưng đi lên nói gì với thằng bé tội nghiệp trên lầu đi. Nó đang sợ phát sốt."

"Tội nghiệp á?" Emma phản đối. "Nó không hề tội nghiệp gì hết. Nó đã cố ý dìm chết Tancred."

"Xem ra giờ nó vô hại rồi," Tancred bảo, đặt quyển sách cuối cùng vô chỗ của nó. Cậu quay ra nhìn mọi người. "Cháu nghĩ nó đã thay đổi. Chẳng còn gì phải sợ nó nữa. Thậm chí cả mùi cá tanh ở nó cũng không còn."

"Nói chuyện với nó đi, Charlie," bà Kettle nói. "Cứ an ủi cho nó bớt sợ. Thành phố này đã quá đủ rắc rối rồi. Chúng ta cần tất cả mọi thủy thủ trên boong."

Một kiểu nói ví von tức cười quá, Charlie nghĩ khi nó bước quành qua quầy, vô phòng khách của cô Ingledew. Nó giật mình khi thấy Dagbert đứng ở cuối phòng. Tay nó nắm chặt quả cầu bão biển, và Tancred nói đúng, trông nó hoàn toàn bình thường, chỉ như một thằng bé sợ phát hoảng và kiệt quệ. Nó hơi nhếch cười với Charlie và bảo, "Tao nghe thấy tiếng chó sủa. Họ sẽ làm gì tao hả, Charlie? Tao biết Tancred còn sống. Tao cứ tưởng là tao gặp ma."

Charlie bước vài bước về phía Dagbert và nói khẽ, "Họ sẽ chẳng làm gì mày đâu, Dagbert. Mày an toàn ở đây. Tancred không bị chết đuối, như mày đã thấy đó. Anh ấy đã tha thứ cho việc mày làm. Không việc gì phải giận dữ kẻ không tồn tại."

Vẻ kinh hãi nháng lên trong đôi mắt xanh nhợt của Dagbert. "Nhưng tao tồn tại. Đúng không?"

"Đương nhiên," Charlie nói rành rọt. "Nhưng thằng bé khác, tức là cái thằng bé ích kỷ, ác ôn, dìm chết người ta, từng là mày, đã đi rồi, phải không nào?"

Dagbert lật đi lật lại quả cầu bão biển trong hai tay. "Hình như đi rồi," nó lầm bầm. "Tao không còn sợ cuộc đời tao sẽ kết thúc nữa." Nó giơ quả cầu bão biển và nhìn cơn mưa sóng bạc rơi từ đỉnh xuống đáy quả cầu. Và rồi nó nhoẻn cười với Charlie một nụ cười bình thản, sung sướng.

"Giờ mày đã là một người phe chúng ta, Dag," Charlie nói. "Rồi mày sẽ được cần tới. Biến động sắp xảy ra trong thành phố này."

Charlie nhận ra một làn sóng người tràn ngập căn phòng. Trước tiên là bà Kettle, rồi đến Emma và cô Ingledew, Benjamin và Hạt Đậu, cuối cùng là Tancred. Mỗi người kiếm một chỗ ngồi xuống rải rác quanh phòng và, cố không lộ liễu quá, nhìn Dagbert xem lời nói của Charlie có tác dụng hay không. Hạt Đậu dường như cũng cảm nhận được vẻ nghiêm trang của tình huống nên không vuột ra tiếng sủa nào.

"Charlie nói đúng đấy," cô Ingledew bảo. "Có biến

cố gì đó sắp diễn ra. Cô nghĩ chỉ trong vòng vài tiếng đồng hồ nữa thôi là chúng ta sẽ được kiểm chứng. Chắc mọi người đã để ý thấy một nửa cư dân thành phố đã rời đi. Cô đoán rằng trong vài ngày tới thậm chí còn có thêm nhiều người nữa bỏ đi, tới khi nào chỉ còn lại một nhúm người mà thôi. Họ cố rời đi trước khi sương mù cô lập chúng ta."

Bà Kettle đứng dậy và bắt đầu đi đi lại lại trong phòng, mái tóc màu đồng khiến bà giống như đang đội mũ giáp hơn bao giờ hết. Thậm chí cái áo khoác ngắn bóng lộn của bà cũng mang dáng dấp của một tấm áo giáp. "Nhưng chúng ta phải ở lại và chiến đấu, bằng không thì cái bóng sẽ kéo toàn bộ thành phố này về quá khứ và Vua Đỏ và tất cả những gì ngài đại diện thậm chí sẽ không còn được là ký ức."

"Chiến đấu?" Emma khẽ khàng. "Bằng cái gì?"

"Bằng bất kỳ thứ gì có trong tay, cưng à." Bà Kettle cười khích lệ cô bé. "Rủi thay chúng ta không cách chi biết lão bá tước Harken sẽ ra tay hành động vào lúc nào và bằng cách nào. Nhưng chắc chắn nó sẽ xảy đến sớm thôi. Việc phình ra của dân cư ở đường Piminy, sự gia tăng số tượng đá, sương mù, tất cả những dấu hiệu này chứng tỏ hắn sắp tới rồi. Đường dẫn của hắn, Gương Thần Amoret, đã bị nứt, sự thật là thế, nhưng hắn sẽ tìm ra một con đường khác. Chúng ta phải thừa nhận điều đó. Dù gì hắn cũng là một thầy bùa."

Cô Ingledew đứng lên và vỗ mấy cái gối cô vừa tựa vô. "Bà Kettle và cô đã hoạch địch như thế này. Bà ấy

sẽ ở đây với cô và Emma; Dagbert, cả cháu nữa. Chúng ta sẽ dọn một chỗ ngủ trong phòng này. Bây giờ đường Piminy quá nguy hiểm."

"Con còn một việc phải làm trước khi quá trễ," Charlie bất thần kêu lên.

Mọi người quay lại nhìn nó. Bà Kettle nhíu mày lại dữ tợn. "Ta hy vọng là việc không quá nguy hiểm," bà nói.

Charlie nhún vai. "Không hẳn. Cháu phải đưa Billy ra khỏi xứ Badlock. Cháu đã hứa với bà bếp trưởng rồi."

Những cái nhíu mày biến thành những cái trợn mắt hoang mang.

"Giờ không phải là lúc thuận tiện," cô Ingledew nhận xét.

"Con nghĩ bây giờ hoặc không bao giờ," nó đáp. "Nhưng con phải tìm cho ra bức tranh xứ Badlock, không thì con không bao giờ vô đó được. Mụ Tilpin đã dời nó đi khỏi nhà nguyện cổ, nhưng con không biết mụ đã cất nó ở đâu rồi."

"Hẳn là nó ở trong Học viện Bloor," cô Ingledew phỏng đoán.

Charlie lắc đầu. "Không phải. Con đã tìm khắp mọi nơi. Tất cả mọi chỗ con biết. Gia đình Bloor không thích nó, cho nên bảo đảm nó không có ở chái phía Tây."

"Không chừng nó ở Ngách Tối," Tancred đề xuất. "Đúng ra anh cá rằng chắc chắn nó ở dưới tầng hầm nhớp nháp tại nhà một trong những bà cô của em."

Charlie ngẫm nghĩ thấy Tancred có lý. Nhưng bà cô nào chứa bức tranh, và làm thế nào nó vô được bất kỳ căn nào trong những căn nhà rùng rợn đó mà không bị tóm? "Để mai tính đi," Charlie nói.

Đêm buông xuống. Đến lúc Charlie và Benjamin phải về nhà. Chúng không muốn đi ngang qua đường Piminy khi trời tối, cho dù có Hạt Đậu đi cùng.

Tancred xung phong đi với chúng đến đường Đồi Cao. Emma đứng bên ngoài tiệm sách nhìn theo ba người bạn đi tới tận ngõ Nhà Thờ Lớn. "Cẩn thận nha," cô bé gọi. Tancred quay lại vẫy. Cậu định thả một cái mi gió, ít nhất là trông như vậy đối với cô bé, nhưng rồi cậu nghĩ lại.

Khi chúng chia tay ở đường Đồi Cao, Charlie áy náy nhìn Tancred cô độc sải bước về phía khu đồi. Anh ấy phải đi một quãng đường khá xa. Sau đó anh ấy rút vật gì ra khỏi túi quần, và một ánh chớp bạc mách bảo Charlie rằng anh thời tiết đang gọi điện thoại cho cha. Vài phút sau, tiếng xe lướt gió ầm ầm của ông Torsson sẽ từ khu Đồi Cao lao ào ào xuống dốc. Nhưng trước khi bác ấy tới, có ba hình hài sáng rực phóng ra từ một con hẻm tối và quấn quanh chân Tancred, sát đến nỗi anh ấy suýt vấp phải chúng.

"Những con mèo lửa," Benjamin nói. "Anh ấy an toàn rồi."

"Cả tụi mình cũng vậy." Charlie cười toét với Hạt Đậu, con chó sủa lên một tiếng tán thưởng.

Dẫu cảm thấy an toàn vậy nhưng hai thằng bé vẫn nhận biết về những tiếng rì rầm bí ẩn hình như trôi lẩn quất trong không khí phía trên đầu chúng. Đồng thời chúng cũng cảm nhận những âm thanh xuyên thúc dưới đế giày của chúng, làm như bên dưới những lát vỉa hè

có nhiều sinh vật sống dưới lòng đất đang động đậy. Xem ra sương mù đã tiến vô gần hơn rồi, khiến cho nhà cửa hai bên đường trông lờ mờ, xa xăm.

Lúc Charlie về đến nhà thì trời đã gần tối. Ngoại Maisie đang đứng bên cửa sổ nhà bếp ngóng ra đường. Benjamin và Hạt Đậu băng qua nhà số 12, Benjamin gào tướng lên, "Mai gặp lại nha."

Đường Filbert vắng tanh vắng ngắt. Nhà số 12 và nhà số 9 là những nhà duy nhất lên đèn.

"Con trở về làm bà mừng hú hồn, Charlie." Ngoại Maisie đợi cho Charlie vô nhà xong rồi đóng cửa lại và đứng dựa vô cửa. "Ngoài đó phát ớn."

Charlie biết bà ngụ ý gì. Không còn kiểu nào khác hơn để mô tả ngoài ấy. "Dạ, ớn thật," nó đồng ý.

"Cô Alice muốn gặp con," ngoại Maisie bảo nó. "Cô đang ở trên gác xép."

Charlie cởi áo jacket và tất tưởi chạy lên tầng trên cùng trong nhà. Một hàng nến cháy trên bậu cửa sổ gác xép, và cô Alice giải thích rằng Ông cậu Paton vừa giúp cô dọn dẹp. Charlie để ý một tấm áo gi-lê nhỏ màu đen đặt trên bàn máy may.

"Đến Chủ nhật nó sẽ xong," cô Alice bảo Charlie khi cô nhận thấy nó ngó săm soi chiếc áo. "Trước tiên cô phải tìm cho đủ số kim sa bạc để đính vô. Căn phòng này là một kho tìm đồ đấy."

Charlie đoán rằng chiếc áo gi-lê không phải là lý do thật sự khiến cô Alice muốn gặp nó. Quả nhiên, nó đoán không sai.

"Có một chuyện..." cô ngập ngừng, "rất lạ, không biết mô tả làm sao, nhưng mà lạ còn hơn cả lạ nữa. Thần diệu có lẽ đúng hơn. Phải rồi, có một chuyện thần diệu đã xảy ra ở đây trước khi cháu đi học về, Charlie à. Không có thời gian nói cặn kẽ về nó, nhưng cô nghĩ cháu nên biết, rằng có ai đó... phát tín hiệu gọi cháu."

"Phát tín hiệu?" Charlie ngồi phịch xuống mép chiếc ghế bập bênh, và một cọng mây kêu cái *đét* dưới mông nó.

"Cô đã chạm vô cửa sổ, ngay đây này," cô Alice đặt bàn tay lên tấm kính sát vai cô, "và cảm thấy có một..."

Charlie chờ cô nói tiếp, nhưng cô chỉ cười với nó một cách khó hiểu. "Một cái gì?" nó hỏi dồn.

"Một người nữa, Charlie. Và cô nghe thấy tiếng cô bé. Cô bé hỏi cô có cháu ở đây không, và cô đành phải trả lời là không, nhưng có lẽ cháu sắp về."

"Giọng nói đó thế nào?" Charlie hỏi, hầu như không dám thở.

"Mơ hồ, nhưng rất dễ thương. Cô tin là mình đã nói chuyện với người nào đó cách xa hàng mấy trăm năm."

"Matilda!" giọng Charlie mơ hồ gần như giọng của bé gái ngàn trùng xa.

Cô Alice đứng xa cửa sổ ra cho Charlie có thể chạm vô đúng chỗ tấm kính. Nó nín thở và đặt bàn tay lên cửa sổ. Mặt kính có cảm giác cứng và lạnh. Nhưng nó cứ để tay ở nguyên đó mấy phút liền.

Một lát sau, cô Alice nhỏ nhẹ, "Cô phải cảnh báo cháu, Charlie à, rằng cháu không bao giờ cảm nhận được sự

liên lạc của cô bé đó đâu. Còn cô thì lại đặc biệt nhạy cảm với quá khứ."

"Cháu sẽ đợi. Cháu sẽ đợi cho tới khi cô bé liên lạc trở lại."

Cô Alice để mặc Charlie chồm người bên cửa sổ ở đó, bàn tay nó bắt đầu tím xanh lại vì tấm kính lạnh. Lúc đóng cửa gác xép cô cảm thấy áy náy vô cùng. Chắc tại cô đã cấy vô Charlie niềm hy vọng hão huyền, khi bảo cho nó biết về bé gái xa xôi. Tuy nhiên, làm làm sao cô có thể không nói điều đó với Charlie?

Một giờ sau cô Alice mang cho Charlie một cốc ca-cao và một ít bánh quy. Nó bảo cô đặt tất cả trên chiếc bàn ọp ẹp bên cạnh nó, để nó có thể nhoài một tay ra với lấy.

"Cô bé đó lúc này chắc là đi ngủ rồi, Charlie." cô Alice thận trọng nhấc bàn tay nó lên và áp bàn tay mình vô tấm kính. "Có lẽ Matilda không thể chạm tới cánh cổng ngăn cách giữa hai thế giới. Cô nghĩ cháu nên đi ngủ đi, Charlie, để ngày mai hẳng cố tiếp."

Charlie lắc đầu, khăng khăng, "Cháu sẽ đợi."

Khi cô Alice đi khỏi, nó nhấp ca-cao và đổi tay thật lẹ. "Matilda!" nó nói sát vô tấm kính, hơi thở của nó phà cuồn cuộn ra cửa sổ. "Tớ ở đây. Charlie đây. Tớ sẽ tới xứ Badlock."

Nhưng làm sao nó tới đó?

Charlie ngồi lại xuống chiếc ghế bập bênh và, một tay vẫn chạm vô cửa sổ, nó ngủ thiếp đi.

CHIM ĐẠI BÀNG KẺ TRỘM

Emma đi ngủ mà lòng dạ thấp tha thấp thỏm. Cô bé nằm trằn trọc mãi, ý nghĩ cứ lẩn vẩn về Olivia và Tancred. Sau đó cô bé lại lo lắng cho dì của mình. Ông Paton Yewbeam đã hờ hững với dì một cách tội nghiệp bằng những thay đổi đột ngột trong kế hoạch của ông và bằng sự đãng trí, hay quên của ông. Còn về phần lão thầy bùa, liệu quyển sách cổ có ghi đúng? Lẽ nào bá tước Harken có thể bao vây thành phố bằng màn sương mù yêu thuật rồi kéo nó về quá khứ?

Thành phố đã rục rịch thay đổi. Nhiều khu trở nên hoang vắng, trong khi cư dân của đường Piminy xem ra lại tăng gấp đôi trong vòng một tuần.

Emma nghĩ về Billy, lẻ loi ở cái xứ thê lương đầy hiểm họa ấy, và đột nhiên cô bé ngồi bật dậy. Mình có thể làm gì đó. Mình có thể giúp Charlie cứu Billy trước khi quá trễ. Cả hai phải hợp sức cùng nhau thì cơ hội làm được điều đó sẽ khả quan hơn. Cô bé quyết tâm sẽ thức dậy thật sớm và lên đường tới Ngách Tối. Tancred đã đoán bức tranh xứ Badlock có thể ở đó. Mà Tancred thì luôn đúng. Emma cố lờ đi những lần anh ấy sai lẻ.

Tâm trí đã quyết, Emma ngủ ngon lành mấy tiếng liền, sau đó thức giấc lúc bình minh, tỉnh táo và kiên quyết.

Cô bé quyết định diện đồ đẹp rồi mới đi, cho dù mình sẽ đi theo cách của chim. Khi cô bé mở cửa sổ ra, mùi sình lầy ngai ngái ùa vô phòng. Một đám mây xám rêu dày đặc lơ lửng bên kia rìa thành phố. Phải đó là sương mù mà radio đã dự báo?

Emma leo lên bậu cửa sổ và nhắm mắt lại. Cô bé nghĩ tới một con chim nhỏ lông màu nâu cho kín đáo. Lông chim phụt ra từ những đầu ngón tay, và cô bé cảm thấy mình teo rúm lại. Nhỏ và nhỏ nữa. Lớp lông tơ phủ khắp cánh tay và đầu. Trong vài giây một con chim hồng tước đậu trên bậu cửa sổ. Nó dang cánh bay vào bầu trời mới rạng đông.

Thành phố bên dưới tĩnh lặng và bất động. Vài chiếc xe đậu trên những con đường hẻo lánh, nhưng còn những nơi khác thì hoang vu. Không có xe giao sữa, không có xe đưa thư, không có người lao công. Không có gì chuyển động ngoài lũ chim trên trời và vài con mèo đang rình mồi trong công viên hay trong vườn.

Emma chao liệng về phía Vòng Cung Ụ Xám và lướt dọc theo ngõ cụt gọi là Ngách Tối. Hình thù ba ngôi nhà luôn khiến Emma rùng mình. Mình sẽ chọn thám thính căn nào trước đây? Có lẽ bà cô Venetia của Charlie đang cất giữ bức tranh. Mụ này có nhiều điểm giống với mụ Tilpin. Đúng, Emma hình dung một kẻ đầu độc và một mụ tiểu phù thủy sống phởn phơ cạnh nhau tại nơi u ám, ít người lai vãng kia.

Con chim nhỏ quần tới quần lui bên ngoài ba ngôi nhà, mọi cửa sổ đều che rèm kín mít và cô bé không thể thấy cửa sổ nào mở. Có thể mình sẽ may mắn hơn ở nhà sau, cô bé nghĩ. Nhưng cả sau nhà cũng rèm che và cửa sổ đóng. Không chịu bỏ cuộc, Emma bay vô vườn nhà bà cô Venetia. Nhìn là biết chẳng ai chịu mất công xén cỏ ở đây – cỏ khô cao đến tận thắt lưng, che khuất toàn bộ phần phía dưới của ngôi nhà. Với một con chim tí xíu thì điều này không thành vấn đề. Nhảy len lỏi qua những cuống cây, cô bé tới cửa sổ tầng hầm. Cái này tuy không có rèm nhưng cũng không mở.

Emma bay tới bậu cửa sổ, ngó nghiêng vô căn phòng. Tấm kính bám kít bụi và mạng nhện, nhưng cô bé có thể nhìn thấy một chiếc bàn dài chất vô số các thứ phụ liệu. Chai lọ đựng chất lỏng đủ màu để ở một bên đầu bàn – thuốc độc đó mà, Emma nghĩ, nghiêng đầu bên này bên kia hầu nhìn cho rõ hơn. Bây giờ cô bé có thể nhận ra những đống kim sa ở đầu bàn bên kia, xếp cạnh những cuộn chỉ màu, kim, và kéo kích cỡ khác nhau. Những bó thảo dược treo thòng từ trần nhà và những loại cây đen bóng bò ngoằn ngoèo trên các bức tường. Nhưng không thấy bức tranh đâu.

Có vật gì chiếu sáng ở cuối phòng. Đôi mắt chim tinh tường lục lọi một chiếc bàn khác, cái này nhỏ hơn và hình tròn. Ở đó, đặt bên trên một đống vải lụa, là một tấm gương. Dù nhìn từ xa Emma vẫn có thể thấy rằng nó tuyệt đẹp. Vòng gương được ốp trong khung vàng, tay cầm là một hình ô-van dát vàng, bạc. Những hoa văn cầu kỳ được khảm chen những hạt ngọc li ti trên khung, và cho dù nằm trong bóng tối nhưng tấm gương tỏa ra một thứ ánh sáng chói lọi. Chắc chắn đó là Gương

Thần Amoret, bị mụ Tilpin đánh cắp và bị Joshua làm bể. Xem ra bà cô Venetia đang cố hàn gắn lại nó.

Làm sao mình có thể tới được đó? Emma nhảy lách chách dọc theo bậu cửa sổ. Cô bé quá nhỏ để mổ vỡ kính. Phải chi mình chọn biến thành một con đại bàng hay một con kền kền nhỉ. Cô bé thầm nghĩ. Ước thì sẽ thấy thôi. Và thế là cô bé thấy một con chim đại bàng xòe đôi cánh đen rộng như một tấm áo chùng in trên nền trời, với một cái đầu trắng và một cặp chân vàng sắc như lưỡi dao.

Emma rùng mình và vươn rộng cánh. Có thể nghe thấy tiếng lông của mình kêu lắc rắc trong lúc chúng mọc và lan rộng ra chóng mặt. Giờ cô bé đã cao đến mức có thể nhìn xa hơn vô phòng làm việc của bà cô Venetia và đã to ngang đến độ không còn đậu được trên bậu cửa sổ chật hẹp nữa. Một tiếng kêu khốc phọt ra từ cái cổ họng trắng của cô bé đưa con chim bay vút lên không. Liệng quanh một thoáng, ở cao tít bên trên khu vườn hiu quạnh, cô bé ước lượng khung kính cửa sổ bằng thị lực tuyệt hảo của mình, và rồi sà xuống, nhanh đến mức tưởng như nín thở. Một tiếng *đoàng*, vang dội tựa như tiếng súng trường khi đôi chân chim đạp bể kính.

Gập cánh lại, Emma lướt qua khung cửa sổ bể nát, vươn chân ra quặp lấy tấm gương. Rồi ngoặt một phát nhanh như tia chớp, cô bé lại bay chíu qua căn phòng vút ra ngoài trời. Thành công khiến cô bé vuột lên một tiếng reo đắc thắng, và trong khi bay lấy độ cao cô bé thấy cửa sổ của cả ba ngôi nhà số 13 đồng loạt mở tung.

"Đại bàng!" bà cô Venetia thét lạc giọng từ tầng trên

cùng của ngôi nhà kiêu sa của mụ. "Nó lấy tấm gương của Titania."

"Đại bàng cướp!" Eric hét từ cửa sổ bên dưới mụ. "Giết nó!"

"Để ta!" bà cô Eustacia thét, xuất hiện với một chiếc nỏ ở một cửa sổ của ngôi nhà chính giữa. Một tia chớp bằng sắt rít sượt qua đầu Emma. Cô bé rú lên khiếp đảm, suýt nữa thì đánh rơi tấm gương.

"Hụt!" bà cô Lucretia gào rống từ cửa sổ ngôi nhà thứ ba.

Trước khi có thể bị tia chớp sắt thứ hai đâm trúng, Emma đã vụt ra khỏi tầm bắn và bay tít trên bầu trời thành phố. Ngôi nhà của Charlie rất dễ nhận ra nhờ cây dẻ ở trước nhà. Emma xé không khí hạ xuống đúng ngọn cây. Đại bàng là loài chim to nặng và cành cây mà Emma đáp xuống kêu răng rắc dưới trọng lượng của cô bé và nhún bập bênh bên cửa sổ dưới mái hiên.

Áp chặt vô kính cửa sổ là một bàn tay. Đằng sau bàn tay ấy là Charlie Bone. Thằng này đang ngồi trong một cái ghế, trông hình như đang ngủ gà gật. Emma dùng mỏ gõ tấm kính và mắt Charlie mở choàng ra. Nó ngó chối chết vô con chim khổng lồ lọt vô khung cửa kính, lông chim vương đầy vụn thủy tinh, và nó nhìn thấy tấm gương thần quặp chặt trong những móng vuốt bàn chân trái của con vật.

Charlie thận trọng mở cánh cửa sổ ra, để không đẩy con chim rớt khỏi cành cây. "Em, phải bồ không?" nó nói, kinh ngạc trước kích cỡ hoành tráng của cô bạn.

Emma thò bàn chân qua khung cửa sổ mở và Charlie e ngại nhận lấy tấm gương từ những móng vuốt trông gớm chết kia. Trước khi nó kịp cảm ơn con chim, cô bạn đã bay vụt đi khỏi ngọn cây lắc lư, phóng vút lên trời cao.

Charlie ngồi lại vô ghế, dòm sựng vô tấm gương. Nó tự hỏi không biết Emma đã xoay xở lấy được nó bằng cách nào. Con chim đại bàng đó lông dính đầy miếng kính. Hay là cô bạn đã liều mạng đi lấy tấm gương này? Nó hy vọng là không phải, bởi vì tấm gương vẫn còn bị nứt, vẫn còn vô dụng. Nó sẽ không bao giờ đi vô được xứ Badlock bằng tấm gương bể này.

Từ ngoài đường có tiếng gọi. "Charlie, cho mình vô." Nó nhìn ra cửa sổ còn để mở và thấy Emma đang đứng dưới vỉa hè, đã gần hoàn hình xong, có điều tóc tai còn rối bời.

"Chờ chút!" Charlie nói. Nó chạy vù xuống tầng trệt của ngôi nhà và mở cửa trước ra.

Emma lật đật bước vô. Những mảnh kính nhỏ còn vương trên mái tóc dài và có vài vết xước trên trán cô bé.

"Bồ bình yên chứ, Em?" Charlie hỏi, vẫn còn bàng hoàng trước những gì cô bé vừa làm.

"Mình đã định là sẽ tìm bức tranh cho bồ," cô bé vừa nói vừa hớp không khí. "Phù! Xin lỗi, không thể lấy lại hơi."

"Rất... è, cảm ơn, Em." Nó không biết làm thế nào để nói với cô bạn rằng tấm gương vô dụng. "Chưa ai dậy đâu. Bồ muốn lên gác xép không?"

"Gác xép? Bồ đã ngủ trên đấy à, Charlie?"

Nó đỏ mặt. "Chắc vậy."

"Sao kỳ vậy? Có gì cho mình uống với được không?"

"Ừm, ừ." Charlie ngọ nguậy chân này chân kia. "Bồ tự pha lấy đi nha? Mình phải lên lầu trở lại đây."

"Kỳ vậy?" Emma thất vọng. Charlie có vẻ không hồ hởi với tấm gương.

"Bởi vì mình đang đợi một người." Charlie nói trong khi đã vù lên lầu, "Mình xin lỗi. Rất khó giải thích. Gặp lại bồ ở trên đó nhe."

Không hiểu nổi, Emma vô nhà bếp và tự pha cho mình chút sô-cô-la nóng thay vì trà. Dậy sớm quá khiến cô bé cảm thấy đói kinh khủng nên tự lấy vài cái bánh quy trong hộp thiếc để trên nóc chạn.

Đến lúc Emma lên gác xép, Charlie đã ngồi lại hẳn hoi trên ghế bập bênh và đặt bàn tay lên cửa sổ. Đúng chính xác ở vị trí như trước, tất cả năm ngón xòe bẹt ra trên tấm kính. Tấm gương đặt nằm trên bàn bên cạnh nó.

"Charlie, bồ đang làm gì đó?" Emma hỏi, càng lúc càng thắc mắc hơn.

"Cô Alice đã khởi động đó," Charlie nói, để lộ vẻ bồn chồn. "Cô ấy đã cảm nhận được bàn tay của Matilda ở ngay chỗ này, và đã nghe được giọng nói của bạn ấy."

"Matilda?" Emma chẳng biết ai có tên như thế.

"Bé gái ở xứ Badlock," Charlie nói với vẻ hơi thiếu kiên nhẫn.

"Xin lỗi, mình quên bạn ấy rồi," Emma thú nhận.

Charlie rõ ràng chưa quên.

"Ý mình là hình như mình chưa bao giờ gặp bạn ấy," Emma chống chế. "Nhưng sao bồ cứ phải áp tay ở đó? Nó tím tái rồi kìa."

"Bạn ấy muốn nói chuyện với mình," Charlie giải thích, "Với lại, Em, mình thật sự muốn gặp lại bạn ấy."

"Úuuuu." Cuối cùng Emma đã hiểu ra. "Chính vì vậy mà bồ muốn trở lại xứ Badlock chứ gì."

"Mình muốn *cứu Billy*," Charlie nhấn mạnh, "Nhưng mình cũng hy vọng được gặp Matilda."

"Thử dùng tấm gương coi."

"Nó nứt rồi, Em. Mình xin lỗi, nhưng mình không nghĩ là nó linh nghiệm."

Vẻ mặt đau khổ của Emma khiến Charlie thấy hối hận, nhưng đột nhiên, mặt cô bé sáng rỡ lên và chỉ vô tấm gương, "Charlie, coi kìa!"

Suốt cả đêm Claerwen đã đồng hành cùng Charlie, nằm ổ trong miếng giẻ lau mà cô Alice đã để lại trên kệ. Bây giờ con bướm trắng đang cuồng nhiệt bay xà quần bên trên tấm gương bể. Chuyển động nhanh của đôi cánh bạc bắt đầu tạo ra những luồng ánh sáng phản chiếu với ánh sáng tỏa ra từ tấm gương. Mặt gương trở nên sáng đến nỗi bọn chúng không thể nhìn vô đó được.

"Nó đang chữa gương đó!" Tức thời quên phéng tấm kính cửa sổ, Charlie nheo mắt nhìn chăm chăm vô mặt gương. Nhưng nó sáng quá. Charlie phải đứng lên, dụi mắt.

Thị lực của Emma vẫn còn tinh tường như thị lực của chim. Cô bé không thể ngoảnh ánh nhìn ra khỏi tấm gương đang chói lọi. "Nó đang mờ dần, Charlie," Emma nói. "Đường nứt. Vết nứt đang biến mất dần."

"Claerwen, bồ làm được rồi," Charlie trầm trồ tán thưởng con bướm trắng. Khi sứ mệnh đã xong, cô nàng liền rời tấm gương đến đậu trên vai Charlie.

Ánh sáng chói lòa trở nên dịu bớt và cuối cùng mắt Charlie có thể nhìn vô tấm gương. Dĩ nhiên, không có gì trong đấy. Không có hình phản chiếu gương mặt nó hay bức tường đằng sau nó. Gương Thần Amoret vốn không vận hành kiểu như thế.

"Bây giờ nó có thể giúp bồ chu du không, Charlie?" Emma hỏi, khấp khởi hy vọng. "Giống kiểu chu du của bà Amoret ấy?"

Charlie gật đầu. "Mình đã sử dụng tấm gương một lần và đã nhìn thấy ba mình rồi. Lúc đó mình sắp tới được chỗ ba, nhưng vì có bùa yểm ba mình nên mình không thể. Sau đó Olivia giật tấm gương khỏi tay mình vì mình la thét khủng khiếp đến nỗi Olivia cứ tưởng là mình sắp chết."

"Mình sẽ không giật ra đâu," Emma hứa. "Trừ phi bồ thấy mình cần phải."

"Không, đừng. Đừng chạm vô tấm gương, cho dù có gì xảy ra. Claerwen sẽ mang tụi mình, mình với Billy, trở về."

Emma nhìn xoáy vô mặt Charlie. Nếu có ai trông như bị ếm bùa thì đúng là thằng bạn Charlie đây. Cô bé dằn vặt không biết mình có nên để Charlie đi vô xứ Badlock hay không, khi nhìn bộ dạng thằng bạn mình mất hồn và sắp đi tới nơi như thế kia.

"Hãy nhìn vô tấm gương," Charlie nói đều đều, nhớ lại những lời của Ông cậu Paton. "Nhìn vô tấm gương, và người mà ta ước ao gặp sẽ hiện ra. Nếu ta muốn tìm người đó, hãy nhìn một lần nữa, và tấm gương sẽ mang ta tới chỗ họ, cho dù ta đang ở đâu."

"Vậy tất cả những gì bồ cần làm là nghĩ về Billy, và bồ sẽ thấy nó trong gương và rồi thì..." Emma nín thở, "rồi thì bồ sẽ chu du."

"Đúng," giọng Charlie trượt đi, đến nỗi Emma hầu như không nghe thấy.

Charlie không nghĩ tới Billy. Nó luôn thấy gương mặt mà nó muốn gặp lại kể từ khi nó trở về từ cuộc hành trình đầu tiên vô quá khứ.

"Nó có ở đó không?" Emma hỏi, cô bé đã trông thấy một màn sương bốc lên trên bề mặt tấm gương.

"Hừm," Charlie lầm bầm lơ đãng, nhưng gương mặt bắt đầu hiện ra trong tấm gương không phải là Billy. Mà là một bé gái – một cô bé có đôi mắt màu nâu đậm và những lọn tóc đen mềm mại.

"Matilda," Charlie lầm bầm.

Một luồng điện truyền qua những ngón tay của Charlie và nó suýt làm rơi tấm gương. Đoạn tay cầm trở nên nóng đỏ và Charlie phải dùng cả hai tay mà cầm chắc lấy.

"Cái gì đó?" Emma hét, hoảng sợ trước nét mặt nhăn vật vã của Charlie.

Và rồi nó chu du.

Emma ngó trơ khấc vô khoảng không gian Charlie vừa chiếm giữ mới đây vài phút. Cô bé không ngờ Charlie lại biến mất hoàn toàn như vậy. Có một lần cô bé thấy Charlie chu du, thì lần đó thân xác nó vẫn còn ở nguyên chỗ nó đứng, chỉ có tâm trí của nó mới chu du mà thôi.

Charlie đã tiến bộ. Hẳn là tài phép của nó đã mạnh lên, Emma nghĩ, bởi vì hành trình chu du của nó bây giờ diễn ra cực nhanh.

Nhưng đối với Charlie thì sự việc không hề như thế chút nào.

CON RUỒI CỦA REMBRANDT

Cuộc hành trình bằng tấm gương của bà Amoret không hề giống chút nào với chu du qua tranh. Cho tới lúc chạm đích, đầu óc Charlie bị nhồi nhét hàng đống hình ảnh mà nó sẽ không bao giờ quên được: những cồn cát vàng óng ả, êm tựa như nhung, một con lạc đà lao qua những hàng cây, có một thằng bé tí xíu đang cười trên lưng, những thành phố lô nhô mái vòm và một mặt biển màu ngọc bích.

Sau đó Charlie đứng trong một lâu đài bằng đá trắng, nơi đang diễn ra một trận đọ kiếm tay đôi giữa một thanh niên châu Phi áo đỏ sẫm và một người trẻ tuổi tóc vàng áo xanh lục bảo. Tiếng thanh gươm chát chúa dộng vô tai Charlie trong khi nó vù chíu qua cảnh này để rồi trôi bồng bềnh trên mặt biển xám bao la, phía trên nó, một cánh buồm màu cam bay phần phật trong gió. Tiếp đến là những vách đá trắng, một khu rừng bất tận và một lâu đài đỏ như máu trôi vụt qua.

Giờ thì Charlie đang rơi, lộn tung phèo, loáy xoáy giữa một trận đá lở; bay vèo qua một đồng bằng cằn cỗi, nơi có những ngọn tháp đen sì chĩa lên bầu trời vần vũ. "Xứ Badlock," Charlie thét bể cuống phổi khi bị gió quăng quật trên không. Nó quay tít tới một ngọn núi chắn đột ngột trước mặt như một tấm màn đá. Nhưng trước khi đâm sầm vô đó Charlie đã được nâng bổng lên khỏi một cung điện bằng đá hoa cương đen, nơi có những đống lửa chảy tràn ra từ những giá sắt đóng vô tường. Và rồi nó tiếp tục rơi, rơi, rơi...

Ai đó la thét lên. Charlie lắc đầu, dụi mắt. Thấy mình đang ngồi bệt trên một tấm thảm cực êm, trang trí hoa văn sặc sỡ.

"Charlie Bone!" tiếng ai hoảng hốt.

Charlie quay đầu lại. Và kìa, Matilda đang ngồi ở phía đầu của một chiếc giường bốn cọc mùng. Cô bé vẫn mặc váy màu hoa mao lương vàng như lần trước.

"Chào bạn!" Charlie thấy mình mừng rỡ cười toe toét, dù cho đầu nó vẫn đau nhức và cảm thấy bầm dập khắp người.

Matilda tuột vội khỏi giường và nhẹ nhàng đỡ Charlie đứng dậy. "Tớ mừng là bạn tới đây," cô bé nói. "Nhưng tớ tưởng bạn phải đi qua bức tranh của ông cố tớ chứ."

Charlie giơ tấm gương lên. "Tớ đã dùng cái này."

"Ố," Matilda sững sờ. "Nhưng tớ đã thấy nó ở đây, ở trong phòng bùa chú của ông cố tớ mà. Lúc đó cách đây lâu lắm rồi, khi tớ còn nhỏ xíu xiu."

Charlie nhíu mày nhìn tấm gương. "Làm sao nó có thể ở hai nơi cùng lúc?"

"Không, không." Matilda lắc đầu. "Thầy bùa đã mang nó tới thế giới của bạn rồi. Ông ấy bảo với tớ rằng ông đã chôn nó ở đó, để cho tương lai sử dụng. Ông hy vọng như vậy. Bạn đã tìm được nó rồi à?"

"Chuyện dài lắm," Charlie lật qua lật lại tấm gương trong tay. "Tớ muốn biết lịch sử của nó."

"Có lẽ một ngày nào đó bạn sẽ biết." Matilda cầm lấy tay Charlie và kéo nó ngồi xuống cạnh mình ở trên giường. "Tớ không sao diễn tả được mình hạnh phúc như thế nào khi thấy bạn," cô bé nhìn sâu vô mắt nó. "Bạn đã không nghe thấy tiếng tớ gọi, khi tớ chạm vô một cửa sổ nhà bạn ở trong bức tranh."

Charlie lắc đầu lấy làm tiếc. "Có một người phụ nữ tên là cô Alice ở nhà của tớ. Cô ấy là một thiên thần hộ mệnh. Cô đã nghe thấy tiếng gọi của bạn. Cô ấy có tài linh cảm sự việc và gây ảnh hưởng lên mọi người. Bà nội tớ là người hay quát tháo, sưng sỉa, nhưng từ khi cô Alice đến bà ấy cứ lừ đừ và buồn ngủ."

"Thầy bùa cũng có thể làm được thế," Matilda nói, "nhưng ông ta thường không thèm làm. Bà cố của tớ khó tính lắm, cả anh trai tớ cũng vậy. Nhưng thầy bùa thường thích thú theo dõi họ quát mắng người khác."

Chúng mỉm cười với nhau và Charlie ước gì khoảnh khắc này kéo dài mãi mãi. Nó tưởng tượng nó sống ở đây, trong căn phòng không thể tin được này, với những bức tường đá hoa cương xanh lá cây, trải thảm sặc sỡ, êm ái và bày biện toàn đồ đạc đen bóng.

"Bạn tới vì Billy phải không?" Matilda nói. "Tớ biết thể nào bạn cũng tới mà."

"Đúng là vì Billy," Charlie tần ngần. "Có lẽ vì bạn nữa. Bạn nghĩ coi, Matilda? Bạn có thể về với tớ không?"

Cô bé cười sáng rỡ với nó nhưng rồi lập tức quay mặt

đi, như thể che giấu vẻ buồn bã thình lình hiện lên trên mặt. "Thầy bùa có thể đọc được ý nghĩ của tớ," cuối cùng cô bé nói. "Ông ta biết là lần trước bạn đã tới đây, cố cứu Billy. Và ông ta cũng biết tớ thường hay nghĩ đến bạn."

"Thường hay?" Charlie khoái chí.

Matilda liếc nhìn nó một cái kiêu kỳ. "Chứ tớ còn nghĩ đến ai khác nữa, khi sống cô độc trong cung điện rộng mênh mông này? Bên ngoài gió rít ù ù, không gì tồn tại được, ngoài những sinh vật đen thui, bò nhung nhúc." Cô bé huých cánh tay Charlie. "Cho nên bạn tuyệt đối không được nghĩ quá nhiều về bản thân mình."

Charlie cười toe. "Bạn đang nói... về lão thầy bùa," nó nhắc cô bé.

Nụ cười của cô bé tắt liền và cô bé bảo, "Một ngày kia thầy bùa bảo tớ rằng ông ta biết tương lai của tớ, và rằng tớ không bao giờ chu du chín trăm năm về sau để sống ở thành phố của Vua Đỏ. Tớ sẽ cưới anh họ tớ, anh này sống ở nơi tên là Venice. Anh ta rất giàu có và đẹp trai, và khi mười sáu tuổi tớ sẽ đi đến đó bằng thuyền và xe ngựa. Bạn thấy đấy, tớ không thể đi với bạn cho dù," cô bé hạ giọng xuống, "tớ rất ao ước."

"Chỉ vì lão thấy tương lai của bạn trong quả cầu pha lê nào đó không có nghĩa là điều đó không thể thay đổi được," Charlie nói xẵng.

Matilda tuột khỏi giường. "Không có quả cầu pha lê nào hết, Charlie. Đó là định mệnh của tớ. Nào, bây giờ chúng ta tới chỗ Billy. Nếu may mắn thì cai ngục đang

uống bia trong nhà bếp. Hắn hay la cà ở đó lâu hơn bổn phận, vì biết rằng Billy không thể trốn thoát được."

"Trốn?" Charlie nói. "Billy ở đâu?"

"Trong hầm ngục, nơi họ đã nhốt tổ tiên của bạn, người khổng lồ."

Charlie búng dậy khỏi giường. "Sao nó lại ở đó? Tớ tưởng nó rất hạnh phúc ở đây, được đối xử như một hoàng tử cơ mà."

"Đó là lỗi tại con chuột của nó," Matilda bảo với Charlie. "Con vật đó gây náo loạn."

Charlie phải bật cười. "Rembrandt thiệt tình." Và rồi bất thình lình, nó sực nhớ ra rằng mình đã chu du một cách cẩu thả. Nó đã bỏ con trăn ở lại, phải có con trăn này mới làm nó vô hình được. Nó giật tóc, rên rẩm, "Ối, Matilda, sao mà tớ ngu quá sức. Tớ đã quên con trăn. Làm sao mình đi qua cung điện mà không bị nhìn thấy?"

Matilda không tỏ một mảy may lo âu. Cô bé lấy bên trong chiếc váy của mình một chiếc chìa khóa bằng sắt to sụ. "Bản sao," cô bé bảo Charlie, "do một người bạn làm." Rồi cất cao giọng cô bé gọi, "Dorgo, anh có ở đây không?"

Cánh cửa mở ra và một sinh vật lăn vô. Charlie không thể kìm chế nổi một cái hít vô, không hẳn là thở hốc, nhưng cũng đủ khiến Matilda mỉm cười. "Billy hay bảo với tớ là trong thành phố của bạn không có ai giống như Dorgo cả," cô bé vừa nói vừa vỗ vai anh hầu.

Charlie thở ra. "Ừ, không có." Thật vậy, nó chưa bao giờ trông thấy sinh vật nào chắc thịt, vuông vắn mà nhỏ đến vậy. Tóc anh ta, nếu có, bị giấu biệt trong cái mũ len to, thân hình trùm kín, hơn là mặc, trong một cái váy thụng dài màu nâu. Nhưng anh ta có nét mặt hiền lành và đôi mắt nâu xám lộ vẻ ân cần.

"Dorgo, đưa quần áo của anh cho Charlie đi," Matilda bảo.

Không một chút ngạc nhiên hay ngượng ngùng, Dorgo giật tuột cái mũ ôm sát đầu ra, để lộ một mớ tóc nâu cứng quèo, trông hệt như cạnh hàng rào. Charlie nhận lấy cái mũ và đội lên, sau đó Matilda giúp nó nhét hết tóc vô trong. Việc này chẳng mấy khó khăn vì cái mũ rộng rinh, đủ che kín hai tai và sụp qua khỏi chân mày nó. Trong khi hai đưa lui cui với tóc của Charlie thì Dorgo vén tấm váy thụng nâu[1] qua khỏi đầu và thả phạch nó xuống sàn.

Charlie nhẹ cả người vì thân hình vuông vức của Dorgo vẫn còn được che kín bởi lớp đồ lót màu vàng. Lượm váy thụng lên, Matilda tròng nó qua đầu Charlie. "Cong đầu gối của bạn lại," cô bé ra lệnh. "Đi thôi."

Charlie lúp cúp theo Matilda đi ra cửa. Nhưng trước khi lách ra, Charlie quay lại cảm ơn anh bạn bé nhỏ đã cho nó mượn đồ mặc.

Dorgo cười rạng rỡ nói, "Tốt."

"Gấp lên!" Matilda giục giã. "Chúng ta phải thật vội. Tớ có thể nghe thấy tiếng chuyển động bên dưới rồi. Lính canh đang rời khỏi nhà bếp."

1 Loại trang phục của đàn ông thời trung cổ ở châu Âu

Charlie lom khom chạy theo sau cô bé. Thật chẳng dễ tí nào khi phải chạy lẹ với đôi đầu gối cong lại.

"Thấp nữa," Matilda thì thầm. "Bạn vẫn còn cao quá."

Charlie rên rỉ và khum xuống thấp hơn. Giờ thì nó không làm sao bước đi cho ra bước. Nó liểng xiểng đảo bên này bên kia mỗi khi nhích đôi đầu gối cong gập tới trước.

Matilda đưa tay lên bụm miệng nhưng vẫn không nhịn được cười. "Giờ thì đúng là bạn giống hệt Dorgo rồi," cô bé thì thào.

Chúng tìm đường đi tới một cầu thang đá hoa cương dẫn xuống những khu vực bên dưới của cung điện, nhưng trước khi chúng tới được đó một người phụ nữ hiện ra ở đầu cầu thang. "Cô nương Matilda," chị ta nói. "Nữ bá tước muốn gặp cô nương. Thợ giày đã mang da thật đẹp tới. Cô nương phải để bàn chân của cô nương được đo."

"Ối!" Matilda dừng lại giữa hành lang, tay đặt lên vai Charlie. "Ta phải đi ngay à?"

Người phụ nữ tiến về phía chúng. Chị ta có vẻ mặt đanh sắc, nhờn nhợt, tóc nâu chải ngược ra sau và búi gọn trong một cái đồ chụp tóc màu bạc. Váy chị ta màu rêu đậm và đeo một chuỗi hạt sáng lấp lánh trên cổ. "Đầy tớ này là ai?" Đôi mắt lạnh tanh màu xám của người phụ nữ găm vô Charlie. "Trước giờ tôi chưa thấy nó."

Matilda bật cười lớn, lộ vẻ hồi hộp. "Dĩ nhiên làm sao chị thấy được, hả Donata. Nhưng không phải bọn họ đều giống nhau y chang sao? Anh này còn trẻ. Ta đang huấn luyện anh ta."

"Bà bá tước sẽ không chịu để bị chờ đợi." Donata quay gót và lẹt phẹt đi xuống cầu thang.

Matilda và Charlie nhìn nhau, tá hỏa.

"Bạn có nhớ đường đi xuống hầm ngục không?" Matilda hỏi khẽ. "Giờ tớ không dám đi cùng với bạn."

"Tớ cũng nghĩ vậy," Charlie đau khổ thừa nhận, "Ờm, Matilda, tớ không thể tin được rằng là mình sẽ không bao giờ còn gặp lại bạn nữa."

"Phải đấy," cô bé nói. "Thật buồn bã khi rơi vào cảnh này."

"Cô nương!" Donata từ dưới chân cầu thang gọi nhóng lên.

"Ta tới ngay!" Matilda đặt một chân xuống cầu thang, rồi quay lại Charlie, "Chìa khóa đây," cô bé nói thầm và dúi nó vô tay Charlie. "Hãy chờ vài phút sau khi tớ đi. Và nhớ mang theo đồ của Dorgo đi về cùng với bạn luôn. Anh ấy sẽ nguy to nếu bạn bỏ bộ đồ ở lại trong hầm ngục. Tớ sẽ dễ dàng kiếm một bộ khác cho anh ấy."

Charlie gật đầu, đút chiếc chìa khóa vô túi, bên dưới tấm váy thụng. "Tạm biệt, Matilda," nó lầm bầm.

"Vĩnh biệt, Charlie." Cô bé cúi xuống hôn nó, rồi đi khỏi, tiếng đôi giày da tinh xảo của cô bé gõ vô nền cầu thang đá hoa cương một lúc rồi từ từ tắt dần. Từ đâu đó sâu tít trong cung điện, một cánh cửa nặng nề đóng sầm lại. Và rồi tất cả chìm trong im lặng.

Tấm gương hình như đang động đậy bên dưới những ngón tay Charlie, nóng và trơn. Nó phải lẹ lên. Quyết định không phải cố đi xuống bằng đầu gối gập lại nữa,

Charlie thẳng người và chạy ù xuống cầu thang. Đến hết các bậc thang, nó lại chùng người xuống, khó nhọc lê tấm thân tới trước. Nó phải mất một lúc mới bắt chước lại được dáng đi của Dorgo.

Cung điện của bá tước Harken có cực ít cửa sổ. Hành lang mà Charlie đang đi lảo đảo được trải thảm lông thú và thắp sáng bằng đèn bấc. Vừa đi vừa hé mắt dòm những hành lang cắt ngang qua hành lang mình đang đi, cuối cùng nó nhận ra một hành lang quen, bèn thẳng đầu gối lên, phóng vèo vô đó. Ở đây không có đèn bấc, và càng đi thì càng tối hơn. Claerwen bò khỏi cổ áo Charlie, bay đẳng trước, ánh sáng dìu dịu chỉ cho nó thấy những bức tường đá và sàn nhà gạch, nhiều chỗ bị vỡ vụn.

Cả hai đi càng lúc càng sâu thêm. Không khí ngột ngạt, tù túng. Cuối cùng Charlie tới một hàng rào chắn bằng sắt quen thuộc, quây lại hình bán nguyệt. Đằng sau hàng rào là một cầu thang lởm chởm, uốn lượn vô khoảng không gian thậm chí còn đen tối hơn.

Tên cai ngục có đang ở đó, rình bắt nó? Charlie không cách chi biết được. Nó thận trọng đi xuống những bậc thang dốc. Mới đi xuống được nửa đường nó đã nghe thấy tiếng những bước chân đi tới, và rồi có tiếng nói khàn đục vang dội dọc theo hành lang phía trên nó. Kẻ nào đó, không chừng là gã quỷ lùn, đang ư ử rặn ra một giai điệu tẻ nhạt.

Charlie cắm đầu phóng nốt quãng cầu thang còn lại, mặc cho có trượt chân hay vấp mấy lần suýt té trên mặt đá gập gềnh. Cuối cùng nó tới một căn phòng trông tựa như một cái hang, có một ngọn nến cháy phập phù trên bàn. Qua khỏi cái bàn Charlie thấy những song xà lim. Nó đâm bổ tới đó, và dòm qua những song chắn, thấy một thân hình bé tẹo đang nằm co rúm trên một cái nệm rơm sần sùi.

"Billy!" Charlie gọi khẽ. "Anh nè, Charlie!"

Billy ngồi dậy. Nó trợn mắt dòm Billy, bàng hoàng. "C...cái?"

Charlie lột phắt cái mũ của Dorgo ra. "Coi! Anh nè! Anh tới để đưa em về."

"CHARLIE!" Billy thét vang.

"Suyt!" Charlie cảnh báo. "Có người đang tới."

Những bước chân phía trên dồn dập hơn. Giờ đang đổ dồn xuống những bậc thang gồ ghề.

Charlie tra chiếc chìa khóa Matilda đưa vô ổ trên cửa xà lim, nó mở bung ra. Charlie nhảy tòm vô trong.

"Làm... làm sao... tụi mình đi...?" Billy lắp bắp.

Charlie giơ tấm gương lên. "Bằng cái này, và bằng Claerwen. Giữ chắc tay anh."

"Khoan!" Billy thét. Nó chạy tới con chuột của nó, đang ngồi chồm hổm bên cạnh một cái lỗ nhỏ trong tường. "Nó đang chờ bạn nó," Billy nói. "Nhưng, Rembrandt, tụi mình phải đi ngay." Nó vồ lấy con chuột, con vật chít lên một tiếng chói lói và bắt đầu giãy giụa phản đối kịch liệt.

"Lẹ lên!" Charlie giục, túm chặt bàn tay Billy. "Tụi mình phải đi, NGAY!" Nó nhìn vô tấm gương và nghĩ

tới Emma, đang chờ nó ở trên gác xép nhà số 9. Giờ nó đã có thể trông thấy mặt cô bạn, lờ mờ và lo lắng. Charlie ao ước nó ở bên cạnh Emma. "Claerwen, đi thôi," nó thét to.

Những bàn chân xuất hiện, khua chộn rộn vô trong phòng của tên cai ngục. Và gã quỷ lùn Ngón Cái Dị đâm bổ tới xà lim, bàn tay có ngón cái khổng lồ vươn về phía chúng.

Thình lình Charlie bị nhấc hổng chân và bị giật mạnh lên cao, tấm gương nóng cháy một bên tay nó, và bên kia có những ngón tay của Billy bóp chặt.

Cuộc hành trình thứ hai này không giống cuộc hành trình lần đầu tiên tí nào. Tấm gương này có thể thực hiện được bao nhiêu trò mưu mẹo? Charlie tự hỏi khi chúng ngật ngưỡng khoan xoáy màn đen. Gió hú rít trong tai chúng, mưa đá quất vô mặt chúng. Chân cẳng chúng đạp vô định, cố tìm một khối vững chắc đặng mà đáp xuống. Cứ thế, chúng xoay tít, quay cuồng, quay cuồng và lộn nhào xoáy trôn ốc.

"Áaaaaah!" Charlie rên xiết. Đầu gối nó đập bụp xuống mặt sàn và nó té nhủi thành một đống, sấp mặt, không làm sao thu được tay nào về để tự chống đỡ thân mình, do bởi một tay vẫn nắm chắc tấm gương và thay kia tóm chặt Billy Raven.

"Xem ra được rồi," một giọng cất lên.

Charlie buông tay Billy ra và lăn vật ngửa lên.

Emma từ trên nhìn đăm đăm xuống nó. Cô bé đang mỉm cười. "Bồ cứu được nó rồi. Giỏi lắm."

Charlie quay đầu qua. Billy đang nằm bẹp dí bên cạnh nó. Một bên mắt kính bị nứt và trông mặt nó nhăn nhó với một chòm hoa thị che con mắt bên ấy.

"Vậy là, bồ đã không có thời gian thay đồ," Emma nhận xét.

Charlie lồm cồm đứng lên. Nó vẫn còn mặc bộ đồ thùng thình và cái mũ len ôm sát đầu của Dorgo. Billy thì trong chiếc áo jacket nhung màu xanh da trời viền vàng rực ở cổ áo và cổ tay áo, với quần dài cũng bằng nhung xanh da trời. Cả bộ xem ra đã sờn tưa vì mặc đã lâu. Đằng trước áo ố lem và quần rách tơi tả. Một bàn chân nó còn xỏ chiếc giày dài sọc, mũi nhọn. Chân kia để không.

Rembrandt đang ngồi trên ngực Billy, kêu chít chít không thôi. Billy ngồi dậy. "Tớ xin lỗi về Gloria," nó bảo với con chuột bằng một tràng lít rít. "Nhưng lúc đó không đi thì không bao giờ đi được. Vả lại, tụi mình cũng không thể mang được cô ấy trở về cùng đâu."

"Hừ," Rembrandt quay lưng lại Billy, và một con ruồi bay ra khỏi lông nó. Con chuột hờn dỗi lập tức chất vấn: "Thế làm sao mà chúng ta lại xoay xở mang được một con ruồi trở về?"

Billy không thể trả lời được câu này. "Chào, Em," nó nói. "Em rất vui gặp lại chị."

"Chị cũng vậy," Emma nói. "Đồ đẹp quá ta."

"Nó đã từng đẹp." Billy ngó xuống những vết bẩn trên áo jacket. "Em hy vọng có gì đó để ăn. Em đói, đói rã họng luôn." Nó đứng dậy và đi ra cửa, nhưng Charlie giữ nó lại.

"Tốt hơn em cứ ở đây, Billy," Charlie nói. "Coi chừng nội Bone trông thấy em, và nếu gia đình Bloor biết em đã trở lại thì họ sẽ truy bắt em cho mà coi."

Billy thở dài, ngồi xuống một cái thùng và xoa xoa cái bụng.

"Để chị đi lấy cho em cái gì đó," Emma chạy biến đi.

Trong lúc Charlie cởi bộ đồ của Dorgo, nó liếc nhìn ra cửa sổ và thấy những mái nhà mà thường ngày nó vẫn thấy bây giờ đã chìm khuất hoàn toàn trong sương mù.

Đến lúc nó đã thay đồ khá chỉnh tề xong, Emma trở lên, bưng một khay bánh nướng và nước cam, và với cả cô Alice Angel. Khi Billy trông thấy cô Alice, con mắt đằng sau tròng mắt kính còn lành của nó trố lên kinh hãi, nó tự đủn cả mình lẫn cái thùng lùi sâu vô góc phòng. Nhưng cô Alice quỳ xuống bên cạnh nó, không quá gần, nhưng cũng đủ gần cho nó cầm tay cô nếu nó thấy cần. "Billy, cháu không nên sợ," cô nói. "Cuộc hành trình cháu vừa trải qua thật khủng khiếp. Giờ cháu an toàn rồi. Tên cô là Alice Angel và cô sẽ không để bất kỳ chuyện gì xảy ra với cháu nữa đâu."

Billy thả lỏng người lại và nụ cười nở trên khóe môi nó. "Cháu là Billy Raven," nó nói và cầm lấy tay cô. "Còn kia là Rembrandt." Nó chỉ con chuột, vẫn còn đang cáu kỉnh ngồi một góc, đâu mặt vô tường. "Nó vừa phải bỏ lại bạn gái ở xứ Badlock và nó đang rất bực mình vì chuyện đó."

Cô Alice đưa tay lên che miệng, nhưng vẫn không sao kìm được một tràng cười rũ. Emma hòa theo và ngay cả Billy cũng bật cười khúc khích. Nhưng Charlie nghĩ tới Matilda, nó không thấy có gì tức cười cả.

"Cháu mừng là mình đã về lại được," Billy nói. "Cả Rembrandt cũng sẽ vui mừng cho xem, khi nó tìm được một bạn gái khác. Cháu nghĩ mình thật ngu ngốc mới mê thích cái xứ Badlock đó. Ban đầu lão thầy bùa tử tế với cháu. Lão làm ra những loài thú cho cháu chơi, mặc dù chúng không có tim, nhưng chúng để cháu vuốt ve chúng, còn con cọp thì kêu rừ rừ. Nhưng sau đó thì cháu bị nhốt vô hầm ngục. Cháu nghĩ tại vì lão bá tước đã chán cháu rồi. Có lẽ ban đầu lão nghĩ cháu có ích gì đó, nhưng sau thì nhận ra tất cả những gì cháu có thể làm chỉ là nói chuyện với thú vật." Billy tháo mắt kính ra và nắn nắn cái gọng kính phía bên mắt bị nứt. "Tài phép đó không hay ho gì."

"Bá tước Harken nhốt em trong xứ Badlock là vì gia đình Bloor muốn như thế," Charlie bảo.

"Tại sao?" Billy thắc mắc.

Charlie nghĩ bây giờ không phải là lúc thích hợp để kể cho Billy nghe rằng nó sẽ thừa kế tài sản của gia đình Bloor nếu một bản di chúc trong một cái hộp được tìm thấy. Ông cậu Paton dạo gần đây vẫn còn rất ngại ngùng khi thảo luận về bản di chúc bị giấu biệt đó. Biết đâu bây giờ ông đã đổi ý rồi.

Chuông cửa reng và những tiếng nói được nghe thấy dưới hành lang. Charlie đi ra chiếu nghỉ và gọi, "Ai đấy ạ, ngoại Maisie?"

Ngoại Maisie đi ra chân cầu thang và nói lên, "Cô Ingledew tới tìm Emma."

"Cô Ingledew à? Sao vậy?" Charlie hỏi.

Emma chạy ra chiếu nghỉ, kêu to. "Con xin lỗi dì. Con xin lỗi, đáng ra con nên về thẳng nhà."

"Cô ấy không nghe được con nói đâu," ngoại Maisie hét lên. "Cô ấy nhất định không vô nhà, nhưng cô ấy không muốn con đi về một mình. Sương mù đã dày đặc hơn rồi."

"Emma, cầm lấy cái này, xong rồi đấy." Cô Alice trao cho Emma một cái bịch nylon màu trắng.

"Tấm áo gi-lê," Emma nói, ngó vô trong cái túi.

Cô Alice gật đầu. "Chúc con may mắn."

"Cảm ơn, cô Alice!" Emma hôn má cô Alice và chạy xuống lầu. Cô bé xuống tới chiếu nghỉ tầng dưới ngay lúc nội Bone từ trong nhà tắm đi ra.

"Mày đang làm gì ở đây?" nội Bone hỏi, vồ lấy vai Emma.

"Cháu ghé thăm một chút," Emma nói, luồn người lách ra và phóng vèo xuống cầu thang tiếp theo.

"Vào giờ sớm bảnh mắt này?" Nội Bone nhoài người ra khỏi thanh vịn và ngó chằm chặp xuống hành lang. "Bà Maisie, tại sao cửa trước mở? Có gì thế?"

Trước khi ngoại Maisie đáp lời, cô Alice xuất hiện ở cầu thang trên cùng và gọi xuống nội Bone, "Không việc gì phải lo lắng cả, bà Grizelda. Đi ngủ lại đi, tôi sẽ mang cho bà một tách trà thật ngon."

"Ờm." nội Bone trông bộ hoang mang. "Ừ, thế thì được." Mụ lóc cóc trở lại phòng ngủ của mình và đóng cửa lại. Emma cũng rời khỏi nhà vào đúng giây phút ấy và ngoại Maisie đóng cửa trước. Nửa giây sau Ông cậu Paton mở cửa phòng riêng của ông và, ngó lên Charlie hỏi, "Có chuyện...?"

"Cô Ingledew, Ông cậu Paton," Charlie đáp.

"Thế cô ấy có vô không?" ông cậu hỏi một cách thăm dò.

Hơi sượng sùng, Charlie đáp. "Không, ông à."

"Ra vậy." Ông cậu Paton thụt đầu vô và Charlie cảm thấy càng lúng túng hơn.

Ở trong gác xép, Billy đã dỗ Rembrandt ra khỏi xó phòng bằng một miếng bánh nướng trái cây, món khoái khẩu của con chuột. Con ruồi đã từ xứ Badlock tới đây trong lông của Rembrandt đang bay vù vù gần cửa sổ.

"Cô không thích bộ dạng của con ruồi đó tí nào," cô Alice vừa nói vừa cố đập nó bằng một cái giẻ lau.

Charlie nhận thấy, trong ánh sáng thích hợp thì con ruồi đó có màu xanh lá cây. Claerwen vỗ cánh đuổi theo nó, nhưng con ruồi đáp ra sau một chồng sách trên kệ, im re luôn.

Cô Alice đi thông báo cho ngoại Maisie biết những gì đã xảy ra và đi lấy cho nội Bone một tách trà. Charlie chạy xuống phòng ngủ của nó để tìm ít đồ cho Billy thay. Ai cũng kết luận là Billy phải ở trên gác xép cho tới khi những sự sắp xếp khác được thực hiện. Tuy nhiên, đó là những sự sắp xếp gì thì chưa ai nghĩ ra. Ngay cả cô Alice cũng rối trí. Và khi Charlie hỏi ông cậu xin lời

khuyên thì Ông cậu Paton nhìn Charlie trừng trừng, như thể nó vừa thông báo với ông rằng có một người sao Hỏa đang ngồi ở trong gác xép.

"Ta không biết phải có ý kiến gì," Ông cậu Paton cuối cùng nói. "Ừ, cứ giữ nó trên gác xép một thời gian đi đã. Dầu gì nó cũng không thể ở đó mãi mãi."

"Làm sao mà mãi mãi được, phải không Ông cậu Paton?" Charlie nói. "Bởi vì sắp có chuyện gì đó xảy ra. Rất gần thôi. Một biến cố mà sẽ thay đổi *tất cả mọi thứ* mãi mãi."

"Thật vậy," ông cậu nó đồng ý, với vẻ không nhiệt tình cho lắm.

Đó là một ngày quái đản, thinh lặng và im lìm. Sương mù đã tiến vô sâu hơn và toàn thành phố đang nín thở. Benjamin cùng ba mẹ nó tới vào giờ uống trà, thế là ngoại trừ nội Bone và Billy, tất cả họ quây quần trong nhà bếp để nghe những gì chú Brown kể. Là một thám tử tư có nghĩa rằng chú phải tìm mọi cách để biết sự thật từ những lời đồn đại đầy ắp xung quanh.

Thị trưởng và một số hội đồng viên đã rời thành phố. Một bộ phận cảnh sát không còn thấy ở vị trí của họ nữa, mặc dù cảnh sát viên Singh và cảnh sát viên Wood vẫn được nhìn thấy đi tuần ở trên đường Đồi Cao. Tất cả mọi trường học đều đóng cửa, ngoại trừ Học viện Bloor. Bưu điện và tất cả những ngân hàng cũng đóng cửa. Chỉ có một hay hai chiếc xe buýt còn chạy. Không hề có bóng dáng chiếc taxi nào.

"Vậy là chúng ta sẽ phải tự cung tự cấp thôi," cô Brown vui vẻ nói. "Tôi đã trữ đủ thực phẩm cho nửa tháng, và sương mù không bao giờ kéo dài lâu đến thế."

Không ai muốn nói rằng loại sương mù này xem ra rất có khả năng sẽ bao phủ vĩnh viễn.

Gia đình Brown ở lại ăn bữa tối, và khi họ ra về, một chiếc giường đã được kê xong cho Billy ở trên gác xép. Với Rembrandt trên gối, chẳng bao lâu Billy ngủ thiếp đi.

Giữa đêm khuya có một tiếng nổ inh tai, rung chuyển ngôi nhà. Tòa nhà lung lay tới tận chân móng. Đồ sành sứ bay khỏi tủ và đồ đạc kêu cót két, bị lệch khỏi chỗ.

Lao bổ ra khỏi giường, Charlie thấy ông cậu đang bấu chặt thanh chắn cầu thang ở chiếu nghỉ. Ngoại Maisie và cô Alice xuất hiện ở chiếu nghỉ tầng trên và cũng chạy vội xuống để gặp hai ông cháu. Cửa trước bị mở toang và một luồng gió lạnh lùa thốc vô nhà.

"Động đất hả?" ngoại Maisie kêu lên.

"Hình như sao băng rơi," Ông cậu Paton nói.

"Chắc là một ánh chớp?" Charlie đoán.

Cô Alice lặng lẽ nói, "Hoặc là tiếng của một con ruồi biến thành một cái gì đó lớn hơn."

Tất cả cùng khiếp hãi nhìn cô, Charlie lào thào, "Con ruồi của Rembrandt!"

SOLOMON GIẢI CỨU

Ít ai trông thấy cái hình hài đen sải bước trên đường – diện mạo lộng lẫy của một lão người lạ thật chẳng ý nghĩa gì với những sinh vật sống về đêm đang cuống quít tìm lối chạy trốn. Vòng ngọc lục bảo sáng loe lóe trên cổ lão, tấm áo chùng vàng rực đổ xuống như một thác nước, cái áo chẽn màu đen đính ngọc trai, và bộ tóc thì dát vàng.

Từ trên nóc nhà số 9, những cặp mắt sáng trưng của ba con mèo xuyên qua màn sương, dõi theo bước tiến của lão thầy bùa. Khi lão đi hết con đường, lũ mèo leo xuống đất và bắt đầu đi theo. Không lâu sau lão linh cảm thấy sự hiện diện của chúng, liền quay phắt lại, rít lên một tiếng mà hẳn là sẽ làm đông máu bất cứ con mèo nào. Nhưng những con mèo lửa không phải là mèo thường. Chúng có trái tim và khối óc của loài báo. Ngay khi lão thầy bùa trở về lộ trình của lão, chúng lại bám theo, ẩn trong bóng tối nhưng không bao giờ đánh mất dấu con mồi.

Không lâu sau đã rõ rằng lão thầy bùa đang nhắm hướng đi tới Học viện Bloor. Lũ mèo nhìn lão đi lên những bậc thang giữa hai tòa tháp, băng qua mảnh sân gạch dẫn tới lối vào. Chạy vượt qua dãy cầu thang, đi men theo hông tòa nhà, tới một bức tường đá cao vút thì lũ mèo nhảy phóc lên, nổi rõ ba dáng hình sáng rực trong màn đêm. Chúng đi dọc theo bờ tường, nhìn xuống sân chơi dày đặc sương mù ở bên dưới và ngó ra cánh rừng đằng xa xa, nơi có cổng vòm đỏ uy nghi dẫn vô khu lâu đài đổ nát.

Một chuyển động trên vòm cây mùa đông trơ trụi khiến chúng cảnh giác. Chúng đi sát lại gần nhau hơn, tựa hồ như mỗi con mèo đều biết rằng những giác quan của mình sẽ nhanh nhạy hơn lên khi ở gần con khác. Trước tiên chúng trông thấy bà ngựa trắng, sau đó trông thấy ky sĩ của bà: một hiệp sĩ đội mũ giáp bạc, từng vòng sắt trên bộ áo giáp của ngài lấp lóe trong ánh sáng lù mù của mặt trăng bị sương mù che khuất. Cả ba tiếng rừ đồng loạt ngân lên trong cổ họng ba con mèo. Chúng nhảy xuống đất và chạy tới bên cạnh bà ngựa trắng.

Không thèm chờ ai trả lời cho tiếng gõ cửa của mình, lão thầy bùa quơ những ngón tay đeo đầy nhẫn ngọc và nhẫn vàng ra giật lấy tay nắm cửa bằng đồng. Rồi vặn mạnh một cú, lão dứt phăng ổ khóa, gây ra một trận mưa dăm gỗ trút rào rào.

Cánh cửa đôi nặng nề mở ra loảng xoảng và lão thầy bùa bước vô tiền sảnh.

Một gã đàn ông to xác mặc pyjama len kẻ ô vuông hoảng vía nằm mọp xuống nền nhà trước mặt lão thầy bùa, run bắn. "Thần đang... ra..., thưa chúa tể... bá tước Harken," hắn lắp ngắp. "Xin thứ lỗi... thần không biết..."

"Đứng lên, Weedon." Bá tước Harken đá một cú vô

be sườn của tấm thân nằm sóng xoài dưới sàn, khiến nó giãy nảy lên một cái.

Gã Weedon bủn rủn đứng lên. Hắn không làm sao bắt mình đứng cho thẳng được, cứ cúi gập thắt lưng, giống như một tư thế cúi chào luộm thuộm. "Chúng thần đã không biết," hắn lắp bắp, "mặc dù bà Tilpin luôn dặn chúng thần phải chuẩn bị sẵn sàng."

"Bọn chúng đâu?" bá tước chất vấn.

"Ở chái phía Tây, thưa chúa tể, đang ngủ."

"Không ngủ lâu được nữa," lão thầy bùa rít. "Đưa ta tới đó."

Gã Weedon hơi thẳng người lên một phân và đi chập chững qua cánh cửa chái phía Tây. Hắn giữ cửa cho lão thầy bùa, và lúc bá tước lướt ngang qua, tấm áo thụng vàng quất sượt vô bàn tay hắn, cào rách những khớp đốt ngón tay. Gã Weedon cố kìm nén một tiếng kêu đau đớn rồi cung cúc đi theo sau bá tước.

"Để thần đánh thức họ dậy, thưa chúa tể của thần," gã sai vặt lầm bầm. "Xin thứ lỗi cho thần, nhưng trời đã quá nửa đêm rồi. Cần phải một lúc mới triệu tập được họ."

"Nhấn chuông. Đánh cồng đánh chiêng lên!" Lão bá tước ra lệnh. "Chắc chắn phải có cồng." Lão bắt đầu leo cầu thang lên lầu một.

"Dạ, thật sự là có," gã Weedon nịnh nọt, chân nam đá chân xiêu đi theo tấm áo chùng dát vàng sắc bén.

Chiếc cồng khổng lồ bằng đồng treo trong một khung

gỗ sồi bên ngoài thư phòng của ông hiệu trưởng. Một cái dùi đầu tròn bọc da để bên dưới nó. Trước nay gã Weedon chưa bao giờ phải đánh chiếc cồng này. Có lẽ tại hắn không dám. Thực ra, hắn chỉ nghe tiếng cồng duy nhất một lần, khi Manfred, trong một cơn nổi tam bành tuổi dậy thì, đã nện cái cồng thẳng cánh đến mức đầu dùi bị tét ra làm đôi. Âm thanh dội óc. Vang đi tới từng ngóc ngách của tòa nhà và phải mất mười lăm phút mới lắng đi. Cái dùi đã được sửa lại, và Manfred bị cấm đụng tới món đồ đó bất kỳ lần nào nữa.

Lão thầy bùa khoái chí xem xét chiếc cồng, tuyên bố là nó thích hợp tuyệt đối cho mục đích của lão. "Để tự ta làm," lão bảo, xoa hai bàn tay vào nhau một cách đắc ý. Nâng cái dùi lên, lão vồng cánh tay dát vàng ra sau và động vô cái cồng một lực kinh khủng đến nỗi màng nhĩ bên trái của gã Weedon bị đục thủng vĩnh viễn.

Tiếng cồng rúng động cả tòa nhà, lan xuống tới tận dãy phòng của bà bếp trưởng ở dưới lòng đất. Và đối với bà bếp trưởng, âm thanh đó như báo hiệu sự cáo chung của một kỷ nguyên. Bao nhiêu năm nay bà đã giữ thế cân bằng cho Học viện Bloor. Bà tự xem mình là viên đá nam châm của tòa nhà, dõi cặp mắt bảo vệ lên từng đứa trẻ được ban phép thuật, và làm bất kỳ những gì có thể để bảo đảm cho phe của bọn sử dụng những thủ đoạn thâm hiểm không chế ngự được bọn kia: lũ trẻ từ chối để cho gia đình Bloor dắt mũi.

Bà bếp trưởng biết không ai giữa đêm khuya thế này mà dám đánh cái cồng đồ sộ ấy. Linh tính mách bảo bà rằng Cái bóng xứ Badlock đã lại đột nhập vô thành phố.

Và lần này sẽ rất khó mà trục xuất được lão. Lần này lão đã cài sẵn lực lượng theo đuôi ở trong thành phố. Thậm chí ngay cả lúc bà bếp trưởng đang ngồi sốt ruột suy tính phải làm gì, cũng có những đội quân từ quá khứ đang sống dậy.

"Sao ta vẫn còn ngồi đây?" bà bếp trưởng lẩm bẩm một mình. Bà lôi chiếc va-li từ trong tủ âm tường ra và bắt đầu gói ghém đồ đạc.

Trên mặt đất ở cánh phía Tây, một nhóm người pha tạp đã tập hợp trong thư phòng của ông hiệu trưởng. Bọn họ hết thảy đều đứng, ngoại trừ lão thầy bùa ngồi sau bàn viết của ông hiệu trưởng, và mụ Titania Tilpin đã ngất xỉu khi trông thấy bóng dáng lão bá tước tổ tiên của mụ. Tiến sĩ Bloor mặc áo ngủ đàn ông vải tuýt mà chắc hẳn nếu ở trên sân gôn thì trông rất dị hợm. Manfred xuất hiện trong bộ pyjama lụa màu tím, trước sự bất bình ra mặt của cha hắn, và lão Ezekiel đội nón chụp đầu màu đỏ, vốn chỉ chụp ban đêm, áo jacket kẻ ô vuông và một cái áo ngủ ngắn cũn cỡn (thêm một sự mất mặt nữa đối với tiến sĩ Bloor). Titania, nằm sóng sượt bên cánh cửa, mặc kimono đen, trong khi Joshua, với bộ đồ xanh lá cây thường nhật của nó đang cố lay cho mẹ nó tỉnh lại, bằng cách vỗ vỗ vào má mụ ta.

"Thằng ngu," bá tước Harken nói. "Vậy không ăn thua."

"Weedon, lấy một ít nước," tiến sĩ Bloor ra lệnh.

Ôm chặt lấy bên tai trái, gã Weedon loạng choạng đi ra.

"May phước là gã vẫn còn một tai nghe được," Manfred nói, cười khục khục tự thưởng thức câu nói đùa của mình.

Không ai cười hùa theo. Đây là giờ phút trọng đại và Manfred càng mau chóng hiểu ra càng tốt. Tất cả mọi người chờ lão thầy bùa nói, trong khi lão bá tước chờ gã Weedon trở lại. Cuối cùng tên gác cổng cũng thò mặt trở vô, với một bình nước và bà vợ, choàng khăn tím trên vai cùng hàng đống lô cuốn tóc trên đầu.

"Đặt vô mặt nó," lão thầy bùa ra lệnh, chỉ vô Titania.

"Đặt?" gã Weedon ngơ ngác, giơ cao cái bình như định đặt nó lên mặt mụ Tilpin.

"Rót nước!" lão thầy bùa gầm rống.

"Rót? Tuân lệnh." Gã Weedon nghiêng cái bình để cho một dòng nước tóe xuống mặt Titania.

Mụ ngồi dậy, đớp không khí. "Ta chết đuối!" mụ thét.

"Không phải," bá tước nói. "Tỉnh lại coi!"

"Tâu chúa tể, phải là ngài không!" Níu chặt lấy con trai, Titania gồng mình đứng lên. "Thần biết là ngài sẽ đến mà, nhưng tấm gương bị bể, và..."

"Ta đến bằng lối khác," bá tước Harken nói, với một cái nhếch mép kín đáo.

"Hãy kể cho chúng tôi thế nào," lão Ezekiel nài nỉ. "Chúng tôi mong muốn được biết."

"Bằng thằng bé," bá tước ơ hờ nói. "Charlie Bone. Ta biết nó sẽ trở lại xứ Badlock. Cháu gái ta rất mê nó. Con bé đã cố gắng liên lạc với thằng bé qua bức tranh của ta, nhưng thằng này lại dùng tấm gương."

"Tấm gương?" Titania thét lên. "Gương Thần Amoret? Nhưng nó bể rồi."

"Giờ đã hết bể. Ta cho phép thằng bé đến, ta thậm chí còn xem nó dùng bộ đồ lố bịch để cứu bạn nó, Billy, rồi ta trở về cùng với bọn chúng."

Tức khắc tiếng phàn nàn, thắc mắc lao nhao nổi lên và, giơ tay lên ra hiệu im lặng, lão thầy bùa đắc ý nói, "Ta đi bằng cách nào ư? Như một con ruồi. Và tại sao ta lại cho phép Billy trở lại thành phố của các ngươi? Bởi vì thằng đó đã vô dụng đối với ta."

"Nhưng còn bản di chúc?" lão Ezekiel kêu the thé. "Thằng đó đứng tên thừa hưởng tất cả mọi thứ nếu bản di chúc được tìm thấy. Chúng ta đã mặc cả rồi, thưa ngài. Ngài giữ Billy, và chúng tôi sẽ giúp ngài trở lại thành phố."

Toài người ngang sát mặt bàn, lão thầy bùa rống vào mặt lão Ezekiel, "Nhưng bọn ngươi đã chẳng giúp gì hết, đúng không?"

"Cái, cái gì?" lão Ezekiel líu lưỡi. "Cô ta đã cố." Lão chỉ Titania. "Và Venetia Yewbeam đã ra sức hàn gắn vết nứt trong tấm gương."

"Thần đã gọi cái bóng của ngài trong bức chân dung Vua Đỏ," Titania rú lạc giọng. "Nhưng tất cả đều vô ích. Thần đã mang tổ tiên của thần, Ashkelan Kapaldi, trở lại để trợ giúp, nhưng Hiệp sĩ Đỏ đã giết ngài ấy rồi."

"Hiệp sĩ Đỏ?" lão thầy bùa ngồi thẳng lại, những ngón tay đầy nhẫn gõ nhịp trống xuống bàn. "Hiệp sĩ Đỏ cái gì?"

"Một kẻ sát nhân, một tên phiến loạn, một con quỷ mặc giáp kín..."

Giọng bình thản của tiến sĩ Bloor cắt ngang cơn bột phát cuồng loạn của Titania. "Một hiệp sĩ cưỡi ngựa trắng thỉnh thoảng được trông thấy phi qua thành phố. Hắn xuất hiện để bảo vệ một số đứa trẻ được ban phép thuật, trong đó có Charlie Bone. Hiệp sĩ này có một chùm lông chim đỏ trên mũ giáp, khoác áo chùng đỏ và mang khiên hình mặt trời chiếu sáng."

"Nhà vua!" Bá tước Harken bật đứng dậy, mắt trợn ngược. "Vậy là hắn đã trở lại để mang đến cho ta niềm thỏa mãn chung cuộc. Tất cả cuộc đời ta bấy lâu nay ta luôn sung sướng với ý nghĩ về cuộc chạm trán như thế này."

"Tôi e là không đồng ý với ngài," tiến sĩ Bloor nói, "nhưng chắc chắn đó không phải là đích thân Vua Đỏ – đây là người đã xây dựng thành phố này cách đây chín trăm năm phải không?"

"*Ta* đã ở đây," lão thầy bùa nhắc nhở tiến sĩ, "Vậy thì cớ gì mà hắn không ở đây?"

Manfred, nãy giờ lắng nghe cuộc đối đáp với vẻ nôn nóng càng lúc càng tăng, đột ngột phọt ra. "Vua Đỏ là một cái cây, luôn luôn là cây, chúng tôi đã nghe nói như vậy. Nếu ông ta có thể trở về là người, thì ông ta đã làm điều đó từ cách đây bao nhiêu năm rồi."

Lão thầy bùa bắt đầu lộ vẻ hoang mang. Cuối cùng lão nói, "Nếu hắn không phải là nhà vua thì hắn là kẻ nào đó mặc áo chùng của nhà vua. Dù cho hắn là ai,

hắn phải bị hủy diệt trước khi ta đưa thành phố này vào quá khứ."

"Quá khứ?" lão Ezekiel kêu to. "Nhưng..."

"Ừ, ngươi cứ việc giữ lấy nhà cửa, vườn tược, tài sản của ngươi." Lão thầy bùa phẩy tay khinh miệt. "Nhưng tất cả chúng sẽ bị đưa về quá khứ."

Toàn thể gia đình Bloor trố mắt nhìn lão thầy bùa, xem ra không hiểu những gì bọn họ vừa nghe. Thậm chí cả Titania cũng nhớn nhác.

"Các ngươi sẽ không nhận ra sự khác biệt gì đâu," lão thầy bùa thờ ơ nói. "Thành phố sẽ ở trong thế giới của xứ Badlock, thế thôi. Nào, giờ ai đó có thể tìm cho ta một con ngựa không? Ngựa chiến thì được chuộng hơn. Ta cần cả vài món giáp trụ mà ta đã thấy trưng bày ở tiền sảnh của các ngươi. Ngày hôm sau chúng ta sẽ có một chiến trận."

"Chúng ta?" lão Ezekiel ứ họng.

"Chiến trận?" tiến sĩ Bloor choáng sốc.

Gia đình ở nhà số 9 đường Filbert đang lục tục đi ngủ lại thì có tiếng chuông cửa reng.

"Quả sẽ là một đêm dài," Ông cậu Paton thở dài. Ông đi xuống hành lang và hỏi, "Ai ngoài đó?"

"Tôi. Bà bếp trưởng!" giọng đó đáp.

"Bà bếp trưởng?" Ông cậu Paton lại tháo then cài và mở ổ khóa ra lần nữa. Khi ông mở được cửa thì một bóng người lướt vô. Một tay bà xách chiếc va-li lớn, tay kia xách túi da.

"Ôi chao," bà thở phì phò, đặt mạnh chiếc va-li và túi xách xuống sàn. "Ở đây tối quá, ông Yewbeam."

"Có lý do," Ông cậu Paton nói.

"Ồ, tất nhiên." Bà bếp trưởng nhận thấy có nến đang cháy nơi chiếu nghỉ trên lầu.

"Bà bếp trưởng!" Charlie reo mừng.

Bà bếp trưởng chớp mắt trước ba dáng người trên cầu thang, người nhỏ nhất giờ đang băm bổ chạy xuống với bà.

"Có chuyện gì thế ạ?" Charlie hỏi. Nó rất hiếm khi thấy bà bếp trưởng bên ngoài trường.

"Ta đã rời Học viện Bloor," bà nói. "Thế cân bằng đã mất. Con không được trở lại nơi đó, Charlie. Không ai trong các con được tới đó nữa. Tất cả kết thúc rồi."

"Cái gì kết thúc?" Ông cậu Paton dẫn bà bếp trưởng vô bếp, ở đó ông thắp một ngọn đèn cầy khác. "Ngồi xuống đi và kể mọi sự cho chúng tôi cùng nghe."

Charlie đi theo họ và khi cô Alice vô nhà bếp, bà bếp trưởng reo lên, "Alice Angel! Tôi rất mừng gặp cô ở đây. Ôi, quý báu quá."

Cô Alice mỉm cười và ngồi xuống bên cạnh bà. "Kể đi, bà bếp trưởng!"

"*Hắn* đã trở lại." Bà bếp trưởng không sao kìm nén được cái run rẩy trong giọng nói. "Bá tước Harken. Tất cả đã kết thúc đối với chúng ta. Chúng ta phải rời đi trước khi quá trễ."

"Đã quá trễ rồi." Có vẻ lo âu đượm trong giọng nói

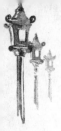

của cô Alice, nhưng không phải là nỗi tuyệt vọng, và Charlie cảm thấy được trấn an khi nghe vậy.

"Sương mù rất dày," bà bếp trưởng đồng ý. "Tôi gần như không nhìn thấy đường đi để tới đây. Đèn đường tắt ngúm cả và tôi nghe nói bọn cướp bóc hoành hành ở đường Đồi Cao. Tôi đã phải đi bằng ngõ sau."

Ngoại Maisie, vừa pha xong một bình trà khác, góp lời, "Rồi tất cả chúng ta sẽ ra sao? Chúng ta có thể làm gì?"

"Rất nhiều," Ông cậu Paton nói đĩnh đạc. "Tôi sẽ không rời bỏ thành phố này, cho dù tôi có thể. Rất đáng cho chúng ta chiến đấu, tôi tin là tất cả mọi người đều đồng ý."

Tất cả nhất trí, nhưng một ý nghĩ bất chợt nảy trong đầu khiến Charlie thở hốc lên, "Ba và mẹ! Nếu chúng ta không thể ra khỏi thành phố thì ba mẹ con cũng không thể đi vô, mà họ đang trên đường về nhà." Nó dừng lời. "Ít nhất là con nghĩ họ đang về."

Cô Alice chạm vô tay nó. "Họ *sẽ* ở đây, Charlie."

Nghe cứ như một lời hứa và mặc dù Charlie cố gạt đi sự hoài nghi khó chịu cứ dằn vặt nó, xem ra mọi việc quá sức chịu đựng khiến nó bất ngờ trút cơn giận dữ, "Sao ba lại bỏ đi, khi mà chúng ta cần ba?"

Không ai nói gì và Charlie nhận ra ngay cả Ông cậu Paton cũng lo lắng vì những mối nghi ngờ đau đớn giống với mối nghi ngờ của nó.

"Rồi chúng ta sẽ mau chóng biết ngay thôi," ngoại Maisie nói, trao cho bà bếp trưởng một tách trà. "Để tôi dọn một cái giường trong phòng khách," bà bảo với bà bếp trưởng. "Ghế sofa rất êm, tôi chắc chắc mọi người sẽ suy nghĩ minh mẫn hơn vào buổi sáng."

"Đúng thế," Ông cậu Paton tán thành. "Tôi đi ngủ đây. Chúc mọi người ngủ ngon."

Charlie theo ông cậu lên lầu. Nó định vô phòng của nó thì chợt trông thấy một bóng người nhỏ xíu đang ngồi trên dãy cầu thang lầu hai.

"Charlie," Billy thì thào. "Hắn ở đây à?"

"Lão thầy bùa?" Charlie lưỡng lự không muốn làm Billy sợ, nhưng trước sau gì thằng bé cũng cần phải biết sự thật. "Đúng vậy," nó thừa nhận. "Nhưng bà bếp trưởng đã ở đây, và chúng ta nghĩ mọi việc sẽ đâu vào đấy cả thôi."

"Ồ, tốt." Billy ngáp một cái tưởng như sái quai hàm. "Chúc ngủ ngon, Charlie."

Ở tiệm sách, bà Kettle được xếp vô phòng của Emma, trong khi Dagbert ngủ ở ghế sofa dưới lầu. Emma ngủ chung giường với dì của mình. Không ai ngủ yên được. Những tiếng rì rầm trên đường Piminy tạo nên một bầu không khí xáo động, hỗn độn: tiếng cười khằng khặc, tiếng hát khàn khàn, tiếng kéo đàn violin hoang dại, cò cưa mãi không thôi, xem ra kẻ chơi đàn không bao giờ biết mệt là gì. Nhưng cuối cùng chính cái mùi cháy khét mới khiến bà Kettle chạy ra cửa sổ xem.

Từ mặt sau tiệm sách người ta có thể thấy những mảnh sân sau của đường Piminy và ngõ Nhà Thờ Lớn, có một

con hẻm chạy ở giữa. Lúc này đây con hẻm vắng tanh, và nếu có ai đi ngang qua thì sẽ không khó bị phát hiện. Khói cuồn cuộn bốc lên khỏi những mái nhà ở đường Piminy, và bà Kettle bất chợt lo sốt vó cho con trăn xanh da trời. Trong lúc vội vàng đi tìm Dagbert và đưa nó tới chỗ an toàn, bà đã quên mất con trăn quý giá.

"Nó không thể ở đó, ôi cưng tội nghiệp." Bà Kettle vội vã thay đồ. Bà định rời phòng thì cánh cửa bật mở và Emma tuôn vô.

"Cưng làm ta sợ hết hồn, cưng à," bà Kettle nói, ôm lấy ngực.

Emma giải thích rằng cô bé để một món đồ trong tủ ngăn kéo phòng mình: tấm áo gi-lê mà cô Alice Angel đã may cho Olivia. "Nó bị khống chế rồi," Emma bảo bà Kettle. "Có kẻ đã cho nó mặc một cái áo gi-lê rồi biến nó thành người của *bọn chúng*. Giờ nó đã thay đổi hoàn toàn, không thèm nói chuyện với con nữa. Rồi đây khó lòng mà nó đứng ngoài những chuyện kinh khủng."

"Vậy cho nên cưng muốn tráo đổi áo chứ gì. Cái gây phiền toái sẽ phải được đổi thành cái mang yên bình cho con bé."

"Đúng thế đấy ạ." Emma mỉm cười. Bà Kettle lập kế hoạch quá chí lý. Olivia đang lâm nguy. Mặc dầu nó có cố đấu tranh để giữ rịt lấy tấm áo gi-lê bị bỏ bùa bên mình, thì dường như chiếc áo đang hút hết sinh lực của con nhỏ. Emma đi tới ngăn kéo và lấy tấm áo gi-lê mà cô Alice Angel đã may ra.

"Đẹp quá." Bà Kettle chạm vô những vòng tròn bạc.

"Hèn chi, thật dễ thấy tại sao Olivia muốn mặc cái thứ bắt mắt loại này."

"Cái này nhẹ như lông chim vậy đó," Emma nói. "Nhưng coi bộ Olivia bị chìm lút dưới sức nặng của chiếc áo kia, như thể nó đính toàn đá."

"Quỷ dữ luôn nặng," bà Kettle tuyên bố, "cái thiện luôn dễ chịu khi mặc."

Bà Kettle trông mạnh mẽ và vững chãi, khiến mọi nỗi băn khoăn e ngại trong Emma lập tức bị cuốn trôi, cô bé thấy mình mô tả việc sẽ tới nhà Olivia vào buổi sáng để tráo áo gi-lê trong khi Olivia đang thay đồ. "Đó là khoảnh khắc duy nhất trong ngày Olivia cởi nó ra," Emma nói.

"Chúc cưng may mắn." Bà Kettle đặt tay lên vai Emma, và Emma cảm thấy sức mạnh của tất cả những thế hệ thầy pháp thợ rèn thời xưa đang truyền cho mình lòng can đảm.

"Cảm ơn, bà Kettle. Chúc bà ngủ ngon!"

"Chúc cưng ngủ ngon, cưng yêu. Giờ ta phải đi về để lấy con trăn yêu quý của ta đây."

Trong khi Emma trở lại giường, bà Kettle lướt xuống cầu thang. Bà bước nhẹ qua phòng khách, nơi Dagbert Endless đang ú ớ ngủ mê, và đi vô nhà bếp. Cửa sau mở ra một cái sân nhỏ. Bà Kettle bước ra ngoài trời mù sương và đóng cửa lại sau lưng. Xong, bà phóng chạy qua con hẻm về hướng sân nhà mình. Trên đường bà phải đi ngang qua sân sau tiệm Tượng Đá, và những gì đập vô mắt khiến bà lạnh cứng cả người.

Trong sân đầy ấp những sinh vật to phành phành bằng đá, những con vật gớm ghiếc có ngà, mũi to bạnh, mắt giấu nhẹm dưới núi đá nhăn nhúm và hàm răng nhọn hoắt chỉa ra khỏi hàm dưới. Trí tưởng tượng méo mó nào có thể làm hiện ra những con thú dữ khủng khiếp nhường ấy? Bà tự hỏi. Một sinh vật trong đám quay đầu qua, bà Kettle bỏ chạy. Eric Shellhorn, bà nghĩ. Chính thằng này đang làm cho đám tượng sống dậy.

Khi vô tới tiệm nhà mình, bà Kettle không dám bật đèn lên. Con trăn xanh da trời cuộn mình bên dưới một cái bàn ở nhà sau. Anh chàng rõ ràng đang cố tránh càng xa cửa sổ càng tốt. Những lưỡi lửa từ các đống lửa ngoài đường tắm đẫm tiệm trong một quầng sáng sôi sục màu cam, và bóng những hình hài nhảy đong đỏng không ngớt băng ngang qua cửa sổ.

"Lại đây, cưng yêu!" bà Kettle cúi xuống vỗ về con rắn từ chỗ nó đang núp. Cậu chàng cuốn lên cánh tay bà và quấn vòng quanh cổ bà. "Tốt nhất chúng ta chuồn nhanh lên," bà thì thầm.

Khi bà bước vô con hẻm, hai bóng người hiện ra trong sân tiệm Tượng Đá: Melmott, thợ đục đá, và một tên lực lưỡng mặc áo lưới. Bà Kettle hy vọng bọn chúng không trông thấy mình, nhưng Melmott đã nghe thấy tiếng sỏi lạo xạo dưới chân bà, và nhìn ra hướng của bà.

"Á! Bọn ta có gì ở đây thế này?" gã cất giọng đùng đục, ác nghiệt.

"Ối trời," bà Kettle thì thầm. "Solomon, làm gì đi!" Bà giật đuôi con trăn, hy vọng chú chàng hiểu.

Solomon làm liền. Trong hai giây, chú ta tuột một mạch từ đầu xuống chân bà Kettle, rồi cả hai cùng biến mất.

"Chết tiệt!" gã Melmott nguyền rủa.

"Chúng đâu rồi?" Tên áo lưới quát tháo.

Bà Kettle cố giữ bình tĩnh. Trong khi bọn đàn ông dáo dác quay đầu nhao nhác tìm kiếm, bà rón rén đi qua bọn chúng.

Một con mèo từ trên tường nhảy phịch xuống ở quãng xa của con hẻm, bọn kia liền chạy về hướng có tiếng động, miệng la hét, "Bắt được rồi! Mày đừng hòng lừa chúng ông!"

Bà Kettle đẩy mạnh con trăn vô hình cho nó quàng trở lên cổ mình và tất tả đi tới tiệm sách. Vừa đâm bổ vô nhà bếp, bà tông ầm vô Dagbert Endless, thằng này đang vô bếp lấy nước uống. Nó định thét ầm lên thì một bàn tay vô hình ụp chặt lấy miệng nó, và một giọng quen thuộc cất lên, "Suỵt, cưng yêu! Là ta đấy mà, bà Kettle. Tích tắc nữa cưng sẽ trông thấy ta ngay."

Dagbert ngó không gian trước mặt nó đang từ từ bị choán giữ bởi thân hình chắc khỏe của bà Kettle. Ở trên vai bà nằm một con rắn lớn màu xanh da trời có lông chim ở trên đầu.

"Đây là Solomon," bà Kettle giới thiệu. "Chú ta đẹp chứ nhỉ?"

Dagbert gật đầu. Thằng này kinh ngạc đến nỗi á khẩu luôn.

TRONG ĐỒNG HOANG

Suốt đêm, sương mù bò vô phủ kín thành phố trong một đám mây xám mù mịt. Lũ người hội hè đình đám ở đường Piminy ngủ vật tại chỗ mà bọn chúng té xuống, trên vỉa hè văng vãi ly bể, và tàn tro bay lơ lửng trong không gian. Đồng hồ Nhà Thờ Lớn ngân bảy tiếng vang đi khắp thành phố đang nơm nớp chờ đợi một ngày nữa đến.

Bên trong tiệm sách cô Ingledew, Dagbert đã lăn ra ngủ say sưa. Tiếng chuông nhà thờ ngân không hề đánh thức nó dậy, cả Emma xách cái túi nhựa màu trắng đựng chiếc áo gi-lê rón rén đi ngang qua cũng không đánh thức được nó. Sau khi đã tự lên dây cót tinh thần cho mình bằng một ly sữa, cô bé kẹp cái túi dưới nách và rời khỏi nhà bằng cửa sau. Ra ngoài trời, cô bé đứng sựng trong sân một lát. Mùi sương mù và mùi rác cháy đâm sâu tận trong cuống họng Emma, khiến cô bé phải đưa tay lên bịt mũi, bịt miệng. Cô bé sẽ phải bay qua bầu không khí độc hại đó, vì vậy cô bé cần một thoáng để trấn tĩnh bản thân.

Cuối cùng, quyết định làm một con quạ gáy xám, cô bé hấp tấp thay hình đổi dạng sau bức tường bao quanh sân, xong rồi dùng mỏ gắp cái túi nhựa lên. Nhà Olivia ở đường Rồng Tinh, chỉ cách nhà Charlie hai dãy phố.

Nếu cô Alice còn không được gia đình Vertigo chào đón thì Emma còn lâu mới có cơ hội, cho nên cô bé phải tìm một biện pháp thay thế cho việc đi vô nhà bằng cửa trước. Cô Vertigo thường than phiền về bọn quạ gáy xám dơ dáy, cẩu thả, hay thả cành cây xuống ống khói nhà cô. Đã hai lần cả nhà trông thấy một con quạ gáy xám dính bồ hóng đen thùi lùi vỗ cánh lọt vô phòng khách nhà mình.

Khi sải cánh phía trên những mái nhà, Emma có thể nghe thấy những tiếng nói xuyên qua màn sương mù: tiếng hậm hực, tiếng cười văng vẳng, và cả tiếng vũ khí khua chan chát. Emma chúi đầu, nghiêng cánh sà xuống đường Rồng Tinh.

Nhà Olivia đấu lưng với nhà cũ của cô Alice, và không ai là không nhận ra vườn cây ăn trái ở giữa hai nhà. Vài cây mận đã nhú ra những búp hoa trắng tinh.

Lao mình xuống ống khói nhà Olivia, Emma hú hồn phát hiện ra một con quạ gáy xám đã cư ngụ ở trong đó rồi. Tuy nàng ta chưa đẻ trứng, nhưng một cái ổ xinh xắn đã đan xong một nửa. Xem ra nàng quạ kinh ngạc hơn là giận dữ khi thấy Emma đậu nơi mép nhà của mình.

"Xin lỗi," Emma lầm bầm rồi bổ nhào xuống, lao đầu qua những nùi cành cây và rơm, sau đó xuyên thẳng xuống ống khói dơ hầy. Cô bé đáp hẳn vô trong lòng lò sưởi phòng khách của gia đình Vertigo, với cái túi nhựa vẫn ngậm chặt trong mỏ. Khúc củi của đêm qua vẫn còn ấm nhưng may mắn là không còn cháy nữa.

Sau hồi thu gọn lông cánh, Emma bước ra khỏi lò sưởi,

một lần nữa là bé gái. Mãi đến lúc bắt đầu nhón gót đi lên cầu thang Emma mới để ý thấy chân mình để lại những dấu bồ hóng trên thảm lót sàn. Không thể khác được, Emma nghĩ. Có lẽ mọi người sẽ đổ thừa đó là do quạ gáy xám!

Có một tủ âm tường được sưởi nóng để đựng chăn, tấm trải giường và khăn tắm ở chiếu nghỉ, Emma vội vã lẻn vô đó, chui xuống gầm cái kệ thấp nhất, và kéo cửa đóng lại. Bây giờ cô bé chỉ còn cách chờ đợi.

Cô chú Vertigo luôn dậy trễ vào sáng Chủ nhật, thành thử Olivia sẽ là người đầu tiên thức dậy. Emma hy vọng trên đường tới nhà tắm Olivia không cần ghé vô tủ này để lấy cái gì.

Thời gian lừ đừ trôi lâu ơi là lâu khi ta phải chờ đợi trong tư thế bất tiện tại một nơi tối tăm. Ngay lúc Emma bắt đầu nghĩ rằng mình không bao giờ chịu đựng thêm được phút nào nữa thì cô bé nghe thấy tiếng một cánh cửa mở ra. Ai đó đi ngang qua tủ để khăn trải giường và đi vô nhà tắm. Emma nghe thấy tiếng cửa nhà tắm đóng lại, nhưng không có tiếng ổ khóa bấm lại. Cô bé hồi hộp bước ra khỏi tủ và lắng nghe. Ai đó đang tắm. Chắc chắn người đó là Olivia.

Emma lom khom chạy tới cửa nhà tắm. Cô bé chầm chậm vặn nắm cửa tới khi nó mở ra, vừa đủ rộng để nhìn thấy một đống quần áo để trên một chiếc ghế thấp. Không thấy chiếc áo gi-lê. Có lẽ nó nằm bên dưới đống đồ kia? Hay nó ở trong phòng ngủ của Olivia? Emma vù lẹ tới phòng ngủ. Chẳng thấy chiếc áo gi-lê ở đâu.

Cô bé cấp tập lật tung vải trải giường và gối lên. Nhìn xuống gầm giường, mở các ngăn kéo, bới tìm trong tủ đứng. Không thấy. Có khi Olivia mặc áo gi-lê ngay cả trong khi tắm?"

Emma chạy trở lại nhà tắm. Giờ Olivia đang vừa ngâm nga một giai điệu rề rề vừa gội đầu. Vớ lấy xấp quần áo, Emma lật úp chúng lại. Và đó, là chiếc áo gi-lê. Khi lôi chiếc áo gi-lê mới ra khỏi túi nhựa, bàn tay Emma bắt đầu run lẩy bẩy. Giờ thì không thể dừng lại được nữa, cho dù cô bé không biết chuyện gì sẽ xảy ra nếu Olivia phát hiện chiếc áo gi-lê lộng lẫy của mình bị đánh tráo. Cầm chặt cái áo bị ếm bùa, cô bé nhét nó vô cái túi nhựa, thay cái mới vô chỗ của nó và đặt mớ quần áo trở lại ghế.

"Ai đó?" Olivia gọi sau tấm rèm che vòi sen. "Mẹ, phải mẹ đó không?"

Emma nằm thụp xuống sàn đằng sau chiếc ghế. Olivia ngó ra khỏi tấm rèm. Mắt con nhỏ dính bọt xà bông kín mít nên nó không thấy cái người đang nằm mẹp sau ghế. Khi con nhỏ thụt đầu lại tắm tiếp, Emma bò ra khỏi nhà tắm và chui vô tủ âm tường để khăn trải giường, ở đó nó nhét cái túi nhựa ra đằng sau nồi hơi. Quá trễ để trở lại đóng cửa nhà tắm, Olivia đã khóa vòi sen.

Emma chờ. Chờ và đợi. Một người phải mất bao lâu để lau khô người và mặc đồ? Bất thình lình một tiếng rú hoảng loạn vang lên, tiếp nữa là một tiếng thịch. Emma chạy bắn trở lại nhà tắm. Olivia, đã mặc đồ xong, đang nằm ngửa dưới sàn. Mắt con bé trợn trừng và tay

nó ôm ghì lấy ngực. Trông bộ như nó bị khó thở. "Á! Áaa! Áaaa!" con nhỏ rên rỉ. Dưới những ngón tay của nó, hết thảy những vòng bạc đính trên chiếc áo gi-lê mới đều đang biến thành những vòng cầu vồng. Chúng bắn tóe ra những tia lửa nổ lép bép, lép bép trong khi Olivia gào thét "Cứu! Ối cứu con! Con sắp chết."

Emma quỳ thụp xuống bên cạnh bạn. "Không phải bồ sắp chết đâu, Liv," cô bé nói. "Bồ đang sống lại đó chứ." Emma cầm tay Olivia và giữ chặt lấy trong hai tay mình. Không dễ gì thoát khỏi vòng kìm kẹp của cái ác, cô bé nhận ra vậy, và không sao tưởng tượng nổi cơn đau mà Olivia có lẽ đang cảm thấy.

Olivia bắt đầu giãy giụa, quơ tay đạp chân, cánh tay trống của nó vung lên đập thình thình xuống sàn nhà trong khi Emma vẫn cố giữ chặt tay kia.

"Gì thế, gì thế?" cô Vertigo lao bổ vô nhà tắm và cúi xuống con gái. "Liv, cái gì vậy con? Có chuyện gì?"

Emma đắn đo không biết làm thế nào để kể sự thật cho cô Vertigo. Cô bé sợ tấm áo gi-lê sẽ bị cởi phắt ra khỏi Olivia trước khi con nhỏ được chữa lành. Nhưng Olivia đột nhiên nằm bất động. Mắt nó nhắm lại, trông cứ như đang yên bình trong một giấc ngủ say.

"Nó xỉu rồi à?" cô Vertigo hỏi Emma. "Ố, nó mỉm cười kìa. Emma, sao vậy?"

"Con không biết, cô Vertigo," Emma nói với chút tội lỗi. "Nhưng con nghĩ giờ thì Liv ổn rồi."

Olivia mở mắt ra. "Chào, Em," nó nói. "Wow! Đây cảm thấy quái quá."

"Con vừa xỉu đó, cưng!" cô Vertigo nói. "Mẹ nghĩ chắc tại con dậy sớm quá đấy."

"Con cũng nghĩ vậy," Olivia nói. Nó ngồi lên. "Sao con ngố thế không biết."

Quá sức cho Emma giả đò cư xử như không có gì xảy ra. Bất thần nó ôm chặt lấy nhỏ bạn, reo to, "Ồ, Liv, mình vui là bồ khỏi rồi."

"Mình cũng vậy," Olivia nói, coi bộ chưa hiểu chuyện cho lắm.

Không ai hỏi làm sao Emma vô nhà được, và những dấu bồ hóng trên thảm được cho là do một con quạ gáy xám nữa chui qua ống khói. Không lâu sau Emma và gia đình Vertigo cùng nhau dùng bữa điểm tâm thân mật. Khi chuông cửa reng, bọn con gái vẫn ríu rít chuyện trò, trong khi cô Vertigo ra cửa trước trong tấm áo choàng tắm màu trắng.

Khi cô Vertigo trở lại, trông nắc nỏm lo âu. "Có ba cậu trai tới," cô bảo bọn con gái, "Bạn của các con."

Trước khi cô nói thêm gì, Tancred Torsson thò đầu vô cửa và nói "Chào, Em. Tìm thấy em tụi anh mừng quá xá. Charlie nói chắc là em ở đây."

Mặt Emma đỏ bừng lên khi cô bé nở với Tancred một nụ cười hân hoan chào đón.

"Cả em cũng ở đây," Olivia lên tiếng. "Thật ra, em sống ở đây."

"Anh thấy như em đã trở lại là em rồi," Tancred nói. "Anh nghe nói dạo gần đây em hành xử kỳ lạ lắm."

Olivia nhăn mặt, "Em bị lừa chứ bộ. Việc đó sẽ không xảy ra nữa đâu."

Đúng lúc này thì Lysander đẩy Tancred vô sâu trong bếp để bước vô, theo sau là Gabriel Silk. Và cũng đúng lúc này chú Vertigo mới chạy ào xuống cầu thang trong quần jeans và cái áo pyjama màu hồng, nhưng đâu phải ai cũng có dịp nói chuyện với chú ấy, bởi vì chú là một đạo diễn điện ảnh lừng danh.

Vậy là lúc này trong nhà bếp tiện nghi của gia đình Vertigo đã hình thành một đám đông chen chúc, nhưng rồi bằng cách nào đó mọi người cũng xoay xở ngồi vô được cái bàn tròn, lại quá hên nữa là vẫn còn đủ nước cam cho ba cậu trai. Lysander chờ cho tới khi chú Vertigo ăn xong quả chuối mới bắt đầu giải thích tại sao mấy cậu lại đến sớm bạch vào một buổi sáng Chủ nhật như vậy.

"Đó là nhờ bác Silk trai," anh nói, liếc nhìn Gabriel một cái. "Cô chú thử tưởng tượng xem ở khu Đồi Cao sương mù dày đặc đến cỡ nào. Chúng cháu không thể nhìn thấy xa hơn hai, ba xăng-ti-mét đằng trước mặt. Bác Silk gọi điện cho ba cháu và ba của Tancred, nói rằng... ờm, bác ấy thông báo một sự kiện rất kỳ quặc, mặc dù nó đều dễ hiểu đối với chúng cháu, với cháu và Tancred."

"Hừm, không gì trong những sự việc gần đây làm chú hiểu được cả." Hai bên chân mày của chú Vertigo nhíu lại, đan vào nhau. "Dường như tất cả mọi người đang rời khỏi thành phố, đó là một việc làm ngớ ngẩn, theo ý chú thì thế."

"Có chuyện đã xảy ra, chú Vertigo ạ," Lysander nhiệt thành nói. "Cháu cho là chú đã từng nghe nói đến bá tước Harken?"

Ba mẹ của Olivia tuy làm trong ngành phim ảnh, nhưng điều đó không có nghĩa là họ tinh tường lịch sử của thành phố. Nhưng không ngờ, cô chú lại rất rành rẽ về lãnh vực này, và tất nhiên họ đã từng nghe về thầy bùa bá tước Harken. Họ cũng biết rằng, một ngày nào đó tài phép độc đáo của con gái cưng của họ sẽ được cần tới cho một sứ mạng quan trọng hơn là hù dọa mấy đứa trẻ bị xúi làm bậy nhiều.

"Chú tưởng tượng là lão ta đã trở lại," chú Vertigo nói, đoạn nhìn màn sương mù đang bò lan vô khu vườn nhà mình.

"Đúng vậy." Lysander nhẹ nhõm khi hiểu ra mình sẽ không phải giải thích một tình huống rối rắm hơn. "Chuyện là, cha của Gabriel khuyên tụi cháu hãy đi tới vùng đồng hoang."

"Tại sao?" ba của Olivia hỏi.

Mẹ của con nhỏ còn quan tâm hơn nhiều, "Ai đi?"

"Chúng cháu ạ." Lysander nhìn Gabriel.

Hiểu ra ngụ ý, Gabriel tiếp lời, "È, gia đình cháu luôn giữ tấm áo chùng của Vua Đỏ nhưng, chỉ mới gần đây thôi, cha cháu đã trao nó cho người khác, à... è... " cậu hắng giọng. "E... hèm... hiệp sĩ. Hiệp sĩ bấy lâu nay luôn bảo vệ tụi cháu, nhưng giờ ba cháu bảo rằng tụi cháu phải tự làm gì đó cho chính mình. Tất cả tụi cháu." Cậu liếc nhìn Emma và Olivia. "Tất cả những hậu duệ của

Vua Đỏ. Hiệp sĩ cần sự giúp sức của tụi cháu để cứu thành phố."

"Hiệp sĩ này là ai?" chú Vertigo chất vấn. "Có thể nào ông ta dụ các cháu đến một cái bẫy."

"Cháu không nghĩ thế, chú ạ," Gabriel nói chắc chắn.

Chú Vertigo đứng lên. "Để chú khoác áo vô cái đã. Cô chú sẽ đi với các cháu. Chú không thể để các cô gái đi một mình."

"Các bạn ấy đi với chúng cháu rồi, chú ạ," Tancred nói, "với lại, chúng cháu nghĩ tốt nhất cô chú nên ở lại đây." Cậu phả một luồng gió nhẹ qua bàn để nhấn mạnh câu nói của mình. "Chúng cháu có tài phép. Chúng cháu có thể tự bảo vệ mình tốt hơn cô chú, nếu cô chú không tự ái khi cháu nói vậy. Ông Yewbeam sẽ tới đó, cả bà Kettle và cô Alice Angel nữa."

"Cô Alice ư?" cô Vertigo nhìn con gái.

"Cô Alice Angel? Sao mẹ không nói cho con biết?" Olivia kêu lên. "Con sẽ an toàn tuyệt đối nếu có cô Alice ở bên con."

"Nếu con nói vậy thì..." cô Vertigo úp mặt vô tay. "Ý con là ba mẹ sẽ phải ngồi nhà và chờ á?"

"Đúng thế đó, cô Vertigo," Tancred hồ hởi. "Cháu nghĩ, tốt hơn giờ chúng cháu nên đi đây, vậy nếu hai bạn nữ..."

"Sẵn sàng trong một giây." Olivia phóng vèo ra khỏi phòng, lên lầu. Vài giây sau nó trở lại trong cái áo phi công màu xám bạc, giày ống đen và mũ trắng có vành che tai lót lông thú giả. "Là-lá-la! Em sẵn sàng!" con nhỏ tuyên bố.

Emma mỉm cười. Thật dễ chịu khi lại nhìn thấy đúng con nhỏ bạn Olivia của mình.

Hôn chào từ biệt ba mẹ thật lẹ xong, Olivia theo cả bọn ra ngoài trời mù sương. Trạm kế tiếp của chúng là nhà số 9 đường Filbert.

Charlie đang chờ bọn chúng ở khung cửa mở toang trước nhà. Ngay khi thấy đám bạn rẽ sương mù hiện ra, nó liền gọi toáng lên cầu thang và ông cậu nó xuất hiện tức thì, với mũ phớt và áo khoác dài như thường lệ. Tay ông cầm một cây ba-toong vững chãi mà Charlie chưa từng trông thấy bao giờ.

Cô Alice Angel từ cầu thang lầu thứ hai đi xuống, theo sát nút cô là Billy. Khi cô xuống tới hành lang, Olivia trông thấy cô thì lao bổ lên cầu thang, hét lớn, "Cô Alice! Cô Alice! Gặp cô con mừng quá!"

Cô Alice ôm chầm lấy con nhỏ. "Cô cũng sung sướng lắm, Olivia, cưng."

Ngoại Maisie và bà bếp trưởng ra khỏi nhà bếp, và ngoại Maisie than thở, "Còn *chúng tôi*, bà bếp trưởng và tôi sẽ phải làm gì đây? Chỉ việc ngồi chờ và đoán già đoán non thôi ư? Thế bà Bone thì sao?"

"Bà ấy chẳng gây phiền hà được cho bà nữa đâu," cô Alice bảo bà. "Chúng tôi sẽ trở về ngay thôi, bà Maisie thân mến à. Đừng lo lắng nhé."

"Tôi sẽ ở bên bà." Bà bếp trưởng khoác cánh tay ngoại Maisie. "Chúng ta sẽ cùng nhau giữ thế cân bằng."

Ngoại Maisie tỏ ra yên lòng lập tức. Tuy vậy bà vẫn phập phồng đứng ở cửa bếp nhìn hai nhóm gặp nhau ở chân cầu thang để rồi cùng nhau tiến ra đường Filbert.

"Chúc may mắn!" ngoại Maisie và bà bếp trưởng cùng nói to.

Bảy đứa trẻ và hai người lớn quay lại, vẫy tay với họ.

Đoàn quân khởi hành trong im lặng, một trạng thái khác thường đối với một số người trong đoàn. Ngay cả Olivia cũng không nói gì, mặc dù nó bóp chặt bàn tay của Emma. Tính trọng đại của sự kiện cuối cùng đã đạt tới đỉnh điểm, và tất cả mọi người ai nấy đều vướng bận với những suy nghĩ của riêng mình.

Đi được nửa quãng đường Đồi Cao, có thêm hai người nữa đâm thủng sương mù hiện ra, một người cao lừng lững và một người thấp hơn. Bà Kettle và Dagbert đang chờ mọi người tại đây. Khi họ tiến tới gặp nhau, vẻ mặt rạng rỡ và dáng người vững chãi của bà Kettle thình lình khuấy động lên tiếng nói cười rộn rã trong nhóm, thế rồi cùng nhau họ dấn bước đi tới.

"Julia mạnh khỏe chứ?" Ông cậu Paton hỏi thăm bà Kettle.

"Khỏe," bà đáp. "Đường Piminy bây giờ hoang vu. Chẳng còn ai ở đó để mà quấy nhiễu cô ấy nữa."

"Vậy có nghĩa là tất cả bọn chúng cũng đi vô vùng đồng hoang," Ông cậu Paton suy luận.

"Quá đúng," bà Kettle đồng ý. "Mà chúng ta có thể đương đầu với bọn chúng được quá đi chứ?" Bà phẩy vạt áo khoác ra sau, vỗ vô đùi mình, và tất cả mọi người liền trông thấy cái cán bằng đồng của một thanh gươm lớn, tra trong vỏ gươm hình tròn, đính vô dây thắt lưng của bà.

Charlie bỗng nhận ra, ngoài bà Kettle, cả đoàn không ai có một tấc khí giới nào trong tay. "Mỗi người chúng ta có nên có một món thế này?" nó hỏi, nhìn chằm chằm vô thanh gươm.

"Mấy cưng có tài phép của mình rồi, cưng yêu," bà Kettle bảo.

"Xem ra như vậy là không nhiều," Charlie lầm bầm. Nó nghĩ về chính nó. Đi vô tranh không hữu dụng để chiến đầu, cả tài thần giao cách cảm của Gabriel cũng chẳng ích chi. Lại còn Billy thì nữa? Liên lạc với thú vật để làm gì khi mà xung quanh chẳng có con thú nào.

"Nghe đây, mấy cưng," bà Kettle nói sang sảng. "Mấy cưng là con cháu của Vua Đỏ. Đó là tất cả những gì mấy cưng cần khi thời cơ tới. Tôi nói vậy có đúng không, Alice?"

Cô Alice mở một nụ cười bí hiểm. "Đương nhiên!"

Và thế là đoàn quân lại đi tiếp, Dagbert nhịp bước đi bên cạnh Charlie. Bọn mình phải xưng hô với nó thế nào bây giờ? Charlie tự hỏi. Bởi vì Dagbert không còn mùi tanh cá như trước kia, khiến người ta phải bịt mũi mỗi khi nó đến gần. Da của nó đã mất đi màu xanh như tàu lá, cho dù vẫn còn tái. Charlie không thể tưởng tượng nổi biến cố mất cha theo cách thức kịch tính như trường hợp của Dagbert là thế nào. "Thằng đại dương," Charlie lầm bầm với Dagbert, "Mày vẫn còn có thể... ờm, mày biết đấy?"

Dagbert gật đầu. "Tao vẫn chưa mất *cái đó!*"

Chợt có tiếng hò hét từ xa. Quay lại, Charlie thấy Hạt Đậu đang lao phầm phập về phía họ. Benjamin và Fidelio chạy gấp rút đằng sau.

"Ông cậu!" Charlie gọi Ông cậu Paton, đang cùng với bà Kettle dẫn đầu cả đoàn. "Chúng ta có thêm hai người nữa... và một con chó."

Ông cậu Paton dừng bước và đoàn quân theo sau ông cũng khựng lại. Tất cả cùng ngoái nhìn hai thằng bé đang phóng như bay tới chỗ họ. Fidelio và Benjamin tới nơi, thở hồng hộc và cười tươi tỉnh, trong khi Hạt Đậu nhảy chồm chồm vòng quanh, tí tởn sủa ẩm ĩ cả lên.

"Mọi người đi mà không gọi bọn cháu!" Benjamin than phiền.

"Ngoại Maisie bảo cho tụi cháu biết mọi người đang đi đâu," Fidelio thêm. "Đáng ra mọi người phải cho tụi cháu biết với chứ."

Lysander bước lên trước và nói, "Xin lỗi hai em. Hai em không thể đi được. Các em không được ban phép thuật."

"Thì sao?" Fidelio phản đối.

"Các em sẽ không an toàn," Tancred tiếp lời. "Các em cần phải được bảo vệ."

"Tụi em có Hạt Đậu," Benjamin nói đầy thách thức, "Và tụi em không thể bị gạt ra ngoài."

"Thế còn ba mẹ các con thì sao?" cô Alice dịu dàng hỏi. "Các con có nói cho ba mẹ biết các con định làm gì không?"

"Tụi cháu đã viết lại mẩu thư nhắn rồi." Fidelio nhìn mọi người đầy tự tin. "Tụi cháu sẽ đi. Thế thôi."

"Rất tiếc các cậu," Ông cậu Paton bắt đầu. "Nhưng các cậu..."

Lời ông bị cắt ngang bởi một tiếng ầm, vang trời từ phía sau. Trụ đèn giao thông vừa mới bị tróc đổ, nằm vắt ngang vỉa hè. Những bóng đèn tín hiệu bể nát và thân cột nằm toài ra tận giữa đường. Có thể thấy những dáng hình lờ mờ của mụ Branko và hai chị em sinh đôi đang đứng bên cạnh đống bóng đèn.

"Giờ tụi cháu không thể rút lui rồi," Fidelio hớn hở la lên. "Tốt nhất ông hãy cho tụi cháu gia nhập mọi người."

Ba người lớn đành chấp nhận tình thế này, thế là Benjamin và Fidelio nối đuôi đi sát gót Charlie. Nó phải thú thật rằng nó vui mừng khôn xiết khi có hai thằng bạn thân nhất đi kèm, vào cái ngày mà nó đoán sẽ là ngày dài nhất trong cuộc đời nó. Quân số của toàn đoàn bây giờ là mười bốn, nếu tính luôn cả con Hạt Đậu.

Đoàn quân đi. Tất cả mọi người một lần nữa lại im lặng, nhưng phía sau họ gia đình Branko đang điên cuồng chống phá, thể hiện đỉnh điểm tài phép của bọn chúng. Những ống khói đổ kềnh, những biển hiệu trên cửa sổ các tiệm bán hàng rớt xuống, những cánh cửa gãy bung. Charlie cố phớt lờ những tiếng động ấy. Tiếp theo, một cây cột đèn đường ngay trước mặt đoàn quân thình lình đổ ầm xuống vỉa hè, bóng thủy tinh nát vụn thành hàng ngàn mảnh. Thế này là quá đủ đối với Ông

cậu Paton. Phóng bật ra giữa đường, ông nhìn xoáy vô mẹ con nhà Branko, rồi ngước mắt lên một cửa sổ sáng đèn trên cao một tòa nhà bên cạnh gia đình siêu năng. Và một tiếng nổ inh tai, kính cửa sổ vỡ toang, trút một trận mưa thủy tinh xuống nhà Branko. Vừa kêu thét vừa nguyền rủa, bọn chúng vội cút thẳng ra khỏi đường phố.

"Chúng ta sẽ có một chút yên bình trong khi bọn chúng liếm vết thương," Ông cậu Paton nói, rồi lại hiên ngang bước lên đường Đồi Cao.

Khi đoàn đi ngang qua quảng trường dẫn vô Học viện Bloor, Charlie thắc thỏm sợ Manfred và mụ Tilpin sẽ xổ ra. Nhưng không ai xuất hiện. Một lát sau nó nhận ra là đã có thêm hai người nữa gia nhập hàng ngũ của mình. Ngoái nhìn ra sau vai, Charlie kinh ngạc khi thấy giáo sư Saltweather và xê-nho Alvaro.

"Giáo sư Saltweather, em không biết..." Charlie há miệng.

Lysander, Gabriel và Tancred quay lại và ngó trân trân hai thầy giáo. Emma và Olivia kêu hốc một tiếng.

Xê-nho Alvaro mỉm cười với Charlie, nói, "Tiến lên, Charlie Bone."

Bọn học trò chạy lên để bắt cho kịp Ông cậu Paton, bà Kettle và cô Alice – tất cả đang thẳng bước rầm rập về trước, mặc dù Billy có dừng lại, một thoáng thôi, để nói chuyện với Hạt Đậu.

Vùng đồng hoang nằm ở phía bên trái họ, ngay bên kia Học viện Bloor. Đó là một khu đất trải dài cả dặm, cỏ mọc um tùm và cây bụi gió lùa nghiêng ngả. Ở đằng xa, có một dải đá tảng nhô lên khỏi mặt đất, trông như những đốt sống của một con rắn biển khổng lồ. Sương mù khiến cho dải đá như đang nổi lềnh bềnh phía trên mặt đất. Toàn bộ nơi đó hoang vu. Không thấy tăm hơi Hiệp sĩ Đỏ. Cả đoàn đứng lại bên vệ đường, ngóng và chờ.

Một tiếng gừ báo động trong cổ họng Hạt Đậu, và rồi họ thấy đàn chó. Hai con chó săn giống Rottweiler đang lao hùng hổ về phía họ từ hướng khu Đồi Cao. Chúng hiển hiện là cặp chó khát máu nhất Charlie từng thấy. Tưởng tượng những hàm răng nhọn hoắt kia bập vô da thịt mình, bập vô da thịt của tất cả mọi người đang đứng đó, nó choáng sốc đến nỗi gần như không nhúc nhích được. Đằng sau cặp chó là Dorcas Loom và hai thằng anh to xác của con này.

"Tiến lên, Cục Súc! Tiến lên, Tê Giác! Bắt chúng!" Hai thằng anh thúc giục lũ chó.

Hạt Đậu gầm gừ một cách dũng cảm, quây lấy người bên phe của chú ta theo hình bán nguyệt để bảo vệ họ; nhưng tất cả ai cũng đều biết chú ta không thể có cơ may địch lại lũ chó săn Rottweiler kia. Trong chớp nhoáng, không ai nghĩ được phải làm gì. Bà Kettle rút gươm ra, Tancred chuẩn bị gọi bão, nhưng đúng lúc mưa lác đác rơi, Billy Raven bất thần bước lên trước, rú rít, sủa và tru tréo về phía hai con chó hung tàn.

Cặp chó giống Rottweiler dừng sựng lại, ngồi thụp xuống và bắt đầu tru rú đáp trả Billy.

"Nó nói gì đó?" Dagbert thì thào.

"Không thể biết được," Charlie đáp. "Nhưng hình như đang hiệu nghiệm."

Bọn nhà Loom điên giận gào thét, thúc hối lũ chó tấn công, nhưng, bất thình lình, lũ chó giống Rottweiler quay ngoắt lại, chồm tới vồ chính chủ nhân của chúng. Những hàm răng mạnh bạo cắm ngập vô xương và cơ bắp. Với tiếng la xói óc, Dorcas đổ sụp xuống đất, kế tiếp đến hai thằng anh gục nhào, thằng này té chồng lên thằng kia. Hai con chó giống Rottweiler chạy vòng quanh ba tấm thân, gừ gầm đầy nguy hiểm. Khi đã hài lòng rằng đám nạn nhân này không còn khả năng đe dọa chủ nhân mới của mình nữa, chúng bước lại gần Billy và liếm hai tay thằng bé.

"Giỏi lắm!" Billy khen, ban đầu bằng tiếng người, sau đó bằng tiếng thú.

"Giỏi lắm, Billy," Ông cậu Paton nói và cả đoàn quân cùng đồng thanh, reo hò, "Giỏi lắm, Billy! Giỏi lắm!"

Billy cười toe toét và vỗ vỗ đầu mấy con chó.

"Ba đã gục, còn hai nữa," Charlie lẩm bẩm một mình.

"Em ngụ ý tới Manfred và Joshua phải không," Tancred nói, "nhưng đừng quên mụ Tilpin."

"Eric nữa. Tụi mình không thể quên nó. Coi kìa!" Lysander chỉ về phía mảng sương mù đang bay dạt ùn ùn phía trên vùng đồng hoang. Và đoàn quân thấy những hình thù mà lúc nãy họ tưởng là đá bây giờ đang chuyển động tới trước. Khi đến gần hơn, những hình thù đó hiện rõ là những sinh vật kềnh càng, lê bước.

"Eric!" Charlie thét. "Giờ chúng ta phải làm gì?"

"Ngăn chúng lại," Tancred bảo.

Tức thời một tiếng sấm long trời cùng một luồng chớp

bắn xuyên qua sương mù, đâm nứt sọ của một trong những con thú bằng đá. Không suy suyển gì. Những sinh vật khác vẫn tiến tới, và giờ mọi người có thể thấy một thân hình bé tẹo nhảy loi choi đằng trước hàng thú vật, hò hét chúng xông tới, làm chúng sống động tới mức không còn lê bước nữa mà là chạy, những bàn chân khổng lồ dậm những cơn sóng chấn động xuống mặt đất.

Tancred cởi áo khoác ra, quay tít trên đầu. Mái tóc vàng của cậu tóe lửa khi một cơn gió giật cấp mạnh xé toạc màn sương mù. Màn sương mỏng vẹt đi, bay cao lên, để lộ cảnh tượng mà lúc nãy họ đã không trông thấy.

Sương mù đã giấu một đội quân quỷ lùn và những sinh vật mà chỉ có thể gọi là nửa người nửa thú. Từng con đều trang bị vũ khí. Thương, đao, rìu sáng loa lóa trong ánh mặt trời yếu ớt. Vài tên vung dùi cui, có nhiều tên xài giằng ná.

"Lính đánh thuê của bá tước Harken," Ông cậu Paton làu bàu, đoạn từ cây ba-toong của mình, ông rút ra một thanh gươm lưỡi mỏng, trông tựa như một thanh trường kiếm. Ngay khi thanh gươm gặp không khí, một luồng điện phóng ra từ tay ông, chạy dọc suốt chiều dài của thanh thép. "Phải thế chứ," ông nói với vẻ mãn nguyện. "Chúng ta đi."

"Ôi chao, Paton Yewbeam, ông cao thêm ba tấc nữa đấy," bà Kettle tán dương và bước tới sát cánh bên ông.

Quả vậy, Ông cậu Paton đã biến thành một người khổng lồ... một người khổng lồ hơi gầy, Charlie nghĩ, nhưng dù sao cũng là một người khổng lồ, với vũ khí bảo đảm bất cứ kẻ nào chạm vô sẽ chết chắc.

Cơn bão của Tancred vần vũ phía trên bọn thú đá và, mặc dù những sinh vật đó vẫn xông tới nhưng chúng đã bị cản bước đáng kể, còn đội quân quỷ lùn thì chật vật lê lết trong làn gió băng giá đánh vỗ mặt chúng.

Đoàn quân dàn thành một hàng xộc xệch phía sau hai thủ lĩnh của mình và Charlie thấy nụ cười quyết đoán nở trên vài gương mặt tươi tắn xung quanh. Mọi người đã bắt đầu tin chắc quân mình sẽ chiến thắng.

Bỗng từ đâu đó đằng sau đoàn quân, một hòn đá phóng vút qua không khí, và rống lên một tiếng đau đớn, Dagbert đổ ập xuống đất. Những người khác hình như không để ý, nhưng khi Charlie quỳ xuống bên cạnh Dagbert, nó thấy một hàng những hình nhân hoang dại đang trên đường tiến vô vùng đồng hoang. Đó là bọn du côn đường Piminy. Một mụ già tóc đỏ đang giương cái giằng ná thiện xạ của mụ, miệng cười lục khục, khoái trá. Bọn khác kẻ cầm dùi cui, đứa cầm dao, cầm búa.

Charlie không biết phải làm gì. Nếu nó báo động cho bạn bè thì tất cả họ sẽ quay lại và đội quân quỷ lùn sẽ bay tới tấn công họ. Nhưng đã quá trễ. Olivia cũng đã trông thấy cái bọn trên đường. "Coi kìa!" con nhỏ la lên. "Chúng ta bị bắt rồi."

Khi đoàn người quay lại, bọn lưu manh trên đường xông tới đón họ. Nhưng trước khi Charlie đứng lên được, nó bị một dùi cui quất ngang người, dúi nó vập mặt xuống cỏ lẫn với đá.

TRẬN QUYẾT TỬ

Khi Charlie mở mắt ra, nó không thể thấy hết chiến trường sôi sục quanh mình. Nó đã đọc sách mô tả những trận chiến ác liệt, nhưng không trận nào giống với trận này. Khắp chốn nó nhìn tới đều đang diễn ra một cuộc quyết đấu sinh tử.

Nó thấy những tổ tiên tâm linh của Lysander bao vây một toán quỷ lùn rống la; nó thấy Olivia làm hiện lên một cánh quân quái vật, chỉ để bị bốc hơi bởi một mụ Tilpin hể hả. Mụ phù thủy này đang phóng mưa đá ra khỏi những ngón tay dài, trắng trợt của mụ. Nó thấy Gabriel đang vờn Joshua, và một con chim khổng lồ đâm bổ xuống, quắp lấy cổ Joshua, tha nó ra khỏi vùng đồng hoang. Ông Torsson đã tới và đang cùng với con trai Tancred dội sấm chớp xuống bọn thú đá.

Charlie lăn lê qua đấu trường gào thét giao chiến. Nó không còn thấy Dagbert đâu, sau đó nó thấy một con báo ngồi canh thân thể của một thằng bé. Phải thằng đó là Dagbert? Nó thấy hai con báo khác đang tấn công bọn thú đá, rồi tới Hạt Đậu và hai con chó săn giống Rottweiler vù chíu qua, cùng với Billy Raven sát sạt đằng sau, sủa lên những mệnh lệnh.

Bà Kettle đang san phẳng tất cả mọi thứ lọt vô bước tiến của bà. Thanh gươm nặng vung chém những cái đầu, những cái cẳng và thân mình. Bên cạnh, Benjamin, Fidelio và Gabriel dùng nắm đấm và cú đá để hạ gục luôn những nạn nhân của bà.

Charlie đứng dậy. Chân cẳng nó run, thấy khó đứng vững được và nó cảm thấy mình vô dụng vì không có vũ khí. Một sinh vật gớm ghiếc chột mắt lù lù xông tới nó, vung cao một cái rìu. Charlie lùi vô đám đông, chờ cái rìu bổ xuống. Nhưng một người đàn ông tóc trắng như mây tóm ngang thắt lưng tên cướp, đẩy hắn ra xa. Tên mắt chột rống lên điên tiết và lại vung rìu lên, chỉ để cho bàn tay bị chặt rời bởi một nhát chém bén ngọt từ thanh gươm bạc mảnh mai của xê-nho Alvaro.

Charlie chớp mắt. "C..." nó há miệng, nhưng hai đấu sĩ đã lùi sâu vô chiến trận. Charlie nhìn quanh tìm bạn bè cầu cứu. Nhưng bạn bè nó đều đã bị cuốn mất hút vào thế giằng co của chiến trường.

Một đòn phang mạnh lên vai nó, nó quay lại và đụng sát ngay bộ mặt của mụ Tilpin. Mà có đúng là mụ Tilpin? Bởi mắt mũi mồm miệng trên mặt của con mụ này tất cả đều xệch xẹo, quái đản đến nỗi nó không dám nhìn vô.

"Đây là kết cục cho mày, Charlie Bone!" mụ phù thủy rít nhức óc. Mụ cắm những móng tay nhọn vô vai nó. Sâu hơn, sâu nữa. Và khi cơn đau ngưng, Charlie nghĩ mình sẽ chết, nhưng chưa chết hẳn để còn thấy cô Alice Angel cúi sát gần mình và xỉa một luồng sáng tinh khiết vô cặp mắt thần chết của mụ Tilpin.

Mụ phù thủy hai tay bưng lấy mặt, quay lùi lại, rú lên thảm thiết. Một giây sau, mụ nằm ngay đơ dưới đất, và cô Alice tiếp tục tiến lên.

"Charlie!" Tiếng gọi đó là từ Ông cậu Paton, đang xông xáo qua trận tiền về phía Charlie. Thanh gươm tóe lửa của ông làm tê liệt mọi kẻ thù chạm vô nó, và trên đường ông đi tới đâu nạn nhân của ông đổ la liệt xuống đất tới đó.

Niềm hy vọng dâng cao, Charlie lao về phía ông cậu, thét lớn. "Chúng ta chiến thắng, Ông cậu Paton! Chúng sắp thắng rồi."

Một mũi tên bay ra không biết từ đâu. Mới thoáng trước nụ cười chiến thắng của ông cậu còn ở trước mặt Charlie, thì thoáng sau nó đã vụt tắt và Ông cậu Paton nằm dài ngay dưới chân Charlie, với mũi tên cắm trên ngực.

Tiếng thét của Charlie át cả những âm thanh chiến trận, và dội âm đi mãi, đi mãi. Tiếng thét vẫn không dừng, ngay cả khi Charlie đã ngậm miệng lại và đổ gục bên cạnh thân thể bất động của ông cậu. Nhưng đến khi tiếng thét ngừng vang thì một bầu im lặng rợn người rơi tòm xuống vùng đồng hoang. Và nó cảm nhận một sự rùng chuyển quái dị, không gây tiếng động ở đâu đó không xa mình. Khi nó ngước nhìn lên, đám quân quỷ lùn và bọn thú đá, tụi du côn đường Piminy và tất cả lũ lính đánh thuê của lão thầy bùa đều đã rút lui. Charlie được vây quanh bởi bạn bè, chính xác là hầu hết bạn bè. Nó không thể thấy Fidelio hay bà Kettle hay Dagbert hay xê-nho Alvaro. Gabriel đâu?

"Chúng ta đã thắng rồi à?" Charlie đau khổ hỏi, bởi vì làm sao gọi là thắng cho được nếu như ông cậu nó đã chết?

"Chưa đâu, Charlie," Lysander đáp.

Và đột nhiên Charlie thấy, ở phía bên kia vùng đồng hoang, một hiệp sĩ cưỡi ngựa mặc giáp sáng ngời. Hắn ta khoác áo chùng xanh lá cây và cái chùm hình lá trang trí trên mũ giáp của hắn xoáy tít trong không khí, trông tựa như chùm lá cây độc cần màu xanh. Ngựa hắn cưỡi là một con ngựa chiến màu đen, con vật khịt ra một hơi thở nóng như lửa và phóng đôi móng guốc sắt dữ tợn màu trắng lên bổ vào không khí.

Lực lượng của lão thầy bùa dàn thành một hàng đằng sau hắn. Nhưng bọn sinh vật đá nằm thành những đống bất động giữa hai phe. Chúng bị đánh gục bởi ai? Charlie tự hỏi. Những luồng chớp cấp tập của cha con nhà Torsson đã bắn chúng thành từng mảnh, hay Eric, kẻ phà hơi tiếp sức cho chúng, cuối cùng đã bị hạ?

"Đi, Charlie!" cô Alice đỡ nó đứng dậy.

"Chuyện gì đang diễn ra vậy?" nó hỏi mà mắt vẫn không rời con ngựa chiến lồng lộn và ky sĩ xanh lá cây từ đầu đến chân.

"Chúng ta tiêu đời, thế thôi," Olivia nói.

Cô Alice bắn vô con bé một ánh nhìn nghiêm khắc. "Không."

Nhưng Olivia nhìn những thân hình lộn xộn nằm vương vất quanh đồng hoang. Lũ báo đang di chuyển con thoi giữa những thi thể, cào và rú lên với họ. "Không còn bà Kettle và ông Yewbeam... và không còn... không còn..." Olivia bị nghẹn lời, và con chim khổng lồ bên cạnh Olivia dúi đầu vô ống tay áo con nhỏ.

"Chúng ta phải chiến đấu đến cùng," cô Alice nói. "Chúng ta không cho phép hắn chiếm thành phố dễ dàng như vậy. Chúng ta không cho phép hắn đưa chúng ta trở về cuộc đời không đáng sống. Không đời nào."

"Không bao giờ," giáo sư Saltweather uy nghiêm cất tiếng.

"Không!" Tancred và Lysander hòa giọng, mặt các anh lộ rõ vẻ quyết chiến.

Nhưng Charlie thấy nước mắt lóng lánh trong mắt cô Alice và nó biết rằng cô không tin chắc hoàn toàn vào kết cục của trận chiến này.

Một tràng cười rợn tóc gáy rền khắp vùng đồng hoang – nghe ầm ầm ngạo nghễ và chết chóc. Giọng lão thầy bùa động mạnh vô tai mọi người như thể lão đang đứng sát bên họ.

"Về nhà đi!" lão rống. "Chấm hết. Thành phố này là của ta."

"Không," cô Alice thì thầm.

"Không," tất cả đồng thanh cùng thì thầm, mặc dù mỗi người đều tự hỏi tại sao mình đứng đây, chờ chết.

Lão thầy bùa đá thúc con ngựa của lão, và con thú to xác lồng lên phi nước đại về phía họ. Họ cố giữ nguyên hàng ngũ, nhưng Hạt Đậu và lũ chó săn Rottweiler bắt đầu tru tréo. Chúng nằm mẹp bụng xuống và ngó ngoáy chuồn đi. Ai có thể trách chúng nào?

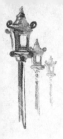

Lão thầy bùa vẫn xông tới, đám quân của lão theo sau. Phe thiện lùi xuống một bước, rồi một bước nữa.

Tại sao? Charlie tự hỏi. Những ánh chớp và những tổ tiên tâm linh đâu cả rồi? Tại sao con chim khổng lồ rúc sát vô người bạn của nó? Tại sao Billy không nói chuyện với lũ chó? Tại sao nước mắt lăn giọt trên má cô Alice?

Tất cả họ đã tê liệt, Charlie nhận thấy vậy. Thế tức là chúng ta đã thua.

Bất thình lình một luồng chớp sáng rực chiếu xuống lối mòn vắt ngang qua vùng đồng hoang. Ba con báo nhảy bật dậy, tai chúng dựng về trước, con ngựa chiến màu đen đột ngột lồng dựng thân trước lên, như thể luồng chớp kia là một luồng điện chết chóc hiện ra trước mặt nó.

Lũ báo bây giờ đang đồng loạt phóng như bay về phía nguồn phát ra ánh chớp và Charlie thấy, trên đồi nơi rìa vùng đồng hoang, ánh chớp sáng loáng của thanh gươm do một hiệp sĩ trên lưng bà ngựa trắng giơ lên. Lũ báo tới được chỗ bà ngựa khi bà bắt đầu phi xuống đồi; tấm áo chùng đỏ của hiệp sĩ tung bay đằng sau ngài và lũ báo hòa nhịp phóng theo sau bà ngựa trắng.

Lão thầy bùa quay ngựa của lão lại. Một lần nữa rú lên tràng cười. "Cuối cùng cũng tới!" lão gầm lên. "Chúng ta sẽ kết thúc thù này."

Ở chân đồi Hiệp sĩ Đỏ ghì cương. Và giờ họ đối mặt nhau – Hiệp sĩ Đỏ và Ky sĩ Xanh Lá Cây – chỉ với một trăm mét ngăn cách giữa họ. Họ tuốt gươm ra và bắt đầu xông tới.

Bất thần Charlie thấy mình đang chạy, bị thúc đẩy bởi nỗi sợ hãi ghê gớm nhất mà nó chưa từng bao giờ cảm thấy. Nó có thể nghe thấy tiếng bạn bè gọi nó trở lại, nhưng nó không thể dừng. Nó cần phải chạy tới giữa hai con ngựa. Bởi vì nó biết rằng Hiệp sĩ Đỏ là một người đàn ông. Có thể ông ấy khoác tấm áo chùng nhiệm màu và mang thanh gươm bất khả chiến bại, nhưng ông không phải là thầy pháp, vì vậy làm sao ông có thể đánh bại cái kẻ mà mỗi ngón tay đều xoắn đầy những thứ ma thuật chết người?

Charlie đã quá trễ. Một tiếng chát của thép va vào nhau, báo hiệu hai hiệp sĩ đã giao đấu và trận chiến bắt đầu. Charlie khụy gối xuống, lũ báo lập tức vây quanh nó, hích vai nó và rù rì vô tai nó. Hay là chúng biết điều gì đấy mà nó không biết?

Cuộc đối đầu diễn ra thần tốc và quyết liệt. Mọi thế lừa, mọi ngón đòn đều được lão thầy bùa đem ra sử dụng chống lại đối thủ. Vũ khí của lão hết nóng đỏ lên lại lạnh băng đi; lão đâm dồn dập lên mũ giáp của Hiệp sĩ Đỏ và chém xối xả vào những mắt xích của bộ giáp, trong khi con ngựa chiến màu đen khạc lửa vô mắt bà ngựa trắng.

Hiệp sĩ Đỏ đang dần đuối sức. Đầu ngài đổ về trước, thân ngài lắc lư trên yên ngựa, thanh gươm hạ thấp. Ky sĩ Xanh Lá Cây chuẩn bị xông tới thực hiện nhát đâm tàn cuộc.

"Không!" Charlie thét to và một lần nữa nó bật chạy. Vận tất cả sức mạnh, nó phóng chộp lấy bộ yên của con ngựa chiến, húc vô đầu con vật. Lão thầy bùa vung khí

giới lên. "Thằng đáng nguyền rủa!" lão gầm. Và, bất thình lình, lão kêu hực một tiếng khi thanh gươm bất khả chiến bại đâm trúng đích, thọc qua tấm giáp che ngực, thẳng vô tim Ky sĩ Xanh Lá Cây.

Con ngựa chiến lồng lên, lão thầy bùa tuột khỏi lưng nó. Lão rơi xuống đất một tiếng *xèng*, hệt như chuỗi hòa âm của những não bạt[1] khổng lồ, thanh gươm vẫn cắm trên ngực lão.

Charlie té bật ngửa ra cỏ. Phía trên nó, màn sương mù bay lên cao và nó có thể thấy bầu trời xanh và mặt trời rực rỡ. Đội quân ma quái hình như đã bốc hơi cùng với sương mù, và lũ ma cà bông đường Piminy đang cà thọt biến đi; đầu gục rũ, trang phục lòe loẹt rách te tua. Trông chúng thảm hại đến nỗi Charlie suýt nữa thì thấy tội nghiệp bọn chúng.

Khi ngồi dậy, nó thấy những người bạn đã ngã xuống của nó không bị thương nghiêm trọng. Cô Alice Angel đang nâng đầu Ông cậu Paton. Fidelio đã đứng lên. Ba con báo đang di chuyển vòng quanh những người bị thương, rừ rừ và hích họ trở về với cuộc sống.

Lysander và Tancred nhào tới bên Charlie. "Hắn tiêu rồi!" Lysander reo vang.

"Không một dấu vết," Tancred phụ họa. "Chết tươi!"

Đúng vậy thật. Không hề có một tàn tích nào về lão thầy bùa, mặc dù thanh gươm bất khả chiến bại đang

---

[1] Não bạt (cymbol) là một nhạc cụ trong bộ trống hoàn chỉnh, phát ra những tiếng "xèng". Lão thầy bùa mặc áo giáp té xuống nên phát ra tiếng động giống như vậy. (ND)

nằm ở chỗ lão vừa ngã xuống và kế bên là con ngựa chiến màu đen đang nhai cỏ rào rạo.

"Nhưng còn Hiệp sĩ Đỏ!" Charlie nói, đứng lên.

Ngài nằm ngửa, chỉ cách nó vài mét. Bà ngựa trắng đứng kề bên ngài. Chốc chốc bà lại hất chiếc mũ giáp méo mó, hít hít động viên ngài. Máu rỉ ra qua những vòng thép trên ngực và hai cánh tay hiệp sĩ. Máu cũng ụa ra bên dưới mũ giáp của ngài. Ngài đã chết trong khi thực hiện cú đòn quyết tử vô tim lão thầy bùa?

Charlie chạy đến bên ngài. "Chúng ta phải làm gì đây?" nó nhìn bạn bè.

"Nên cởi mũ giáp ra!" Lysander đề xuất.

Charlie sợ. Bất giác nó không muốn biết nhân dạng của Hiệp sĩ Đỏ. Phép bùa có thể đã chấm dứt. Nhỡ hiệp sĩ chết rồi? Nhưng mình phải biết, nó nghĩ. Nó quỳ xuống cỏ và nhẹ nhàng tháo mũ giáp ra.

Một gương mặt quen thuộc mỉm cười lên với nó.

Charlie không thốt nên lời. Cơn sửng sốt, cộng với niềm vui của nó quá lớn. Nó cảm thấy bạn bè quây đằng sau nó lẩm bẩm, "Không thể nào!" "Ối, thật ư?" "Sao chúng ta không biết?"

"Ba!" Charlie thở hốc lên.

SÀO HUYỆT CỦA QUỶ

Thành phố vẫn chưa hoang vắng hoàn toàn. Cảnh sát Singh và cảnh sát Wood đến vùng đồng hoang ngay sau khi trận chiến chấm dứt. Thêm nhiều cảnh sát nữa đến. Xe cứu thương đậu ở rìa cỏ và nhân viên cứu hộ chạy ùa đến chỗ những thương binh.

Chú Lyell Bone được khiêng lên một chiếc băng ca và được đưa vô một xe cứu thương. Charlie được phép đi cùng với ba nó. Ngay trước khi cửa xe đóng lại, cảnh sát Singh đến bên Charlie và hỏi thăm tình trạng của nó thế nào. "Trông cậu bầm dập đầy mình đấy, cậu trẻ," ông nói. Rồi ông nhìn xoáy vô Charlie như thể ông thích thú đặc biệt về nó lắm.

"Cháu không sao," Charlie nói. "Cháu chỉ lo cho ba cháu thôi. Và cả mẹ cháu nữa, Mẹ cháu chắc chắn phải biết những chuyện đã xảy ra."

"Biết chứ," cảnh sát Singh nói. "Chú vừa mới gọi điện cho cô ấy xong."

Charlie bối rối. "Chú biết mẹ cháu ở đâu à? Nhưng sao chú biết?"

"À," ông cảnh sát trả lời. "Chính mẹ cháu sẽ phải trả lời câu hỏi này của cháu."

Mẹ Charlie đang đợi nó ở bệnh viện, và sau khi ôm nó đến gần nghẹt thở, cả hai mẹ con tới đợi trong hành lang, trong khi chú Lyell được rửa vết thương.

"Con không hiểu," Charlie lặp đi lặp lại. "Ba mẹ đã ở đâu bấy lâu nay? Mỗi khi nghĩ về ba mẹ con luôn thấy một chiếc thuyền ở tít ngoài biển khơi. Sau đó còn có những tấm bưu ảnh dán tem nước ngoài nữa."

"Charlie, mẹ xin lỗi." Mẹ nó lại ôm nó. "Mẹ rất ghét phải làm như vậy với con, nhưng ba mẹ phải bảo đảm chắc chắn cho gia đình Bloor không bao giờ đoán được Hiệp sĩ Đỏ là ai. Ba mẹ không được để cho bọn chúng biết bằng hình thức thôi miên, bằng thần giao cách cảm hay bằng bất cứ trò lừa nguy hại nào của chúng."

"Thế có làm nên chuyện gì khác biệt không?"

Cô Amy Bone nâng gương mặt bầm tím của con trai và nhìn vô mắt nó. "Bọn chúng có thể đã bắt con đòi tiền chuộc, Charlie. Rất có thể chúng đã bắt cóc con, giam giữ con, thậm chí đe dọa tra tấn con nếu ba Lyell không từ bỏ sứ mạng của mình. Vì vậy chúng cần phải tin rằng ai đó khác mặc áo chùng đỏ và cưỡi ngựa trắng."

"Con đã nghĩ đó là ông Bartholomew Bloor," Charlie nói, "Bởi vì ông ấy hay mặc áo khoác ngắn liền mũ màu xanh da trời, và Gabriel đã thấy cha anh ấy trao tấm áo chùng cho một người mặc áo khoác liền mũ."

Mẹ nó mỉm cười. "À, bác Silk biết rất rõ sự thật. Bác ấy là người duy nhất biết, ngoài ông Bartholomew."

"Sao *ông ấy* cần phải biết?"

"Bởi vì chính ông ấy đã ở trên con thuyền đó, Charlie. Đúng thật là có một con thuyền tên là *Cánh Xám*, và nó đang dong buồm ngoài biển khơi nước Úc. Ông Bartholomew đã chẳng luôn muốn đi xem cá voi là gì. Ông là một thủy thủ tài ba và hoàn toàn tin mình sẽ sống sót qua khỏi bão tố của gã Lord Grimwald. Lúc này ông ấy và gia đình đang trên đường trở lại thành phố, con à."

"Phù!" Charlie vẫn chưa hiểu thông tỏ mọi việc. "Bất cứ khi nào con nghĩ đến ba mẹ là con đều thấy một chiếc thuyền. Nhưng tại sao lại thế, nếu ba mẹ không ở trên thuyền?"

Cô Amy lắc đầu. "Mẹ xin lỗi, Charlie. Ba mẹ cần phải làm cho con tin chắc là ba mẹ ở ngoài biển, để phòng con bị thôi miên và Manfred moi được sự thật."

"Con *đã bị* thôi miên," Charlie nhíu mày. "Vậy là phải có ai đó đi vô đầu con để làm cho con tin rằng ba mẹ đang ở trên thuyền. Hừm. Con ước gì mình biết người đó là ai."

Mẹ nó đắn đo. Hình như là một tình thế khó xử, vì vậy Charlie nhìn sát gương mặt của mẹ nó, nhất quyết đòi phải có câu trả lời.

"Đó là xê-nho Alvaro," cuối cùng mẹ nó nói. "Thầy rất giỏi về phương diện này."

"Ra vậy." Charlie gần như không tin nổi.

Một bác sĩ tiến đến chỗ hai mẹ con. Nụ cười hân hoan của ông cho họ biết rằng chú Lyell không hề bị nguy hiểm đến tính mạng. Họ được dẫn vô một phòng nhỏ, nơi chú Lyell đang ngồi trên giường. Đầu chú quấn băng trắng toát, và một cánh tay quàng trong băng đeo. Charlie muốn ôm chầm lấy ba nhưng nó không biết cách nào, bèn hôn lên má và nắm chặt bàn tay không bị thương của ba.

"Tha lỗi cho ba, Charlie." Đôi mắt đen của chú Lyell long lanh. "Ba không xứng với con."

"Mẹ đã kể cho con nghe hết mọi việc rồi," Charlie bèn lên. Nó cảm thấy mắc cỡ vì đã nghi ngờ ba nó, trong khi chính ba là một anh hùng.

Chú Lyell bóp chặt tay con. "Hẳn là con tức giận ba mẹ lắm nhỉ."

Charlie lắc đầu nguầy nguậy. "Lão thầy bùa thì cần phải bị giết chứ? Để lão không bao giờ, không bao giờ còn bén mảng hiện về lại thành phố nữa."

"Suýt nữa là ba không xong rồi. Con đã cứu ba đó, Charlie."

"Vậy ạ?" Đến giờ Charlie vẫn không nghĩ như vậy.

"Còn nhiều việc phải làm nữa trước khi toàn thành phố được thanh lọc hoàn toàn," ba nó nói, nhăn mặt.

"Học viện Bloor?" Charlie hỏi.

Chú Lyell mỉm cười nghiêm nghị. "Vài ngày nữa ba sẽ bình phục, và chúng ta, hai ba con mình sẽ sắp xếp mọi việc, được không?"

"Chắc chắn rồi," Charlie nói.

Charlie và mẹ nó ở lại với bệnh nhân thêm một tiếng đồng hồ nữa, và Charlie được biết về chỗ mẹ nó đã ở trong khi ba nó đi khắp thành phố trong vai trò của Hiệp sĩ Đỏ.

"Con có nhớ dạ tiệc một trăm hiệu trưởng không?" cô Amy hỏi.

Làm sao Charlie quên được. "Đó là khi con phát hiện ra mụ Tilpin và lão thầy bùa."

"Có một người đàn ông đội khăn màu xanh da trời."

"Đúng rồi. Ông ấy đã trông thấy con và Billy trốn dưới gầm bàn nhưng ông ấy không chỉ điểm tụi con."

"Tên ông ấy là ông Singh," cô Amy nói. "Ông ấy chính là cha của cảnh sát Singh, và ông ấy để cho mẹ sống ở nhà của ông ở miền Nam. Mẹ rất muốn ở nhà với con, Charlie, nhưng sẽ rất dễ sinh nghi ngờ nếu ba và mẹ lại xa nhau trong khi cả hai vừa mới đoàn tụ. Ông Singh tất nhiên là một hậu duệ của Vua Đỏ."

"Vậy là cả cảnh sát Singh nữa!"

Một cô y tá đẩy xe mang thuốc tới, Charlie và mẹ chào tạm biệt ba Lyell, hứa sẽ trở lại vào ngày hôm sau. Trên đường ra khỏi bệnh viện họ bắt gặp cô Ingledew đang rời khỏi một phòng khác. Trông cô hơi đỏ mặt. Charlie chạy đến bên cô, la lớn, "Ông cậu của con ở đâu? Cô có gặp ông chưa?". Bỗng sực nhớ ra là họ đang giận nhau, nó ngập ngừng, "Hay là cô đi thăm người khác?"

Cô Ingledew mỉm cười, "Cô đi thăm ông Paton. Ông ấy không bị nặng ghê gớm đâu. Ông ấy nói về sự trợ giúp của những con báo, cô nghe mà chẳng hiểu gì cả. Nhưng có một chút phiền toái với bóng đèn. Họ phải chuyển chỗ cho ông ấy hai lần rồi, nhưng lần nào cũng lại có chuyện."

Charlie bụm tay lên miệng che nụ cười. "Có ai bị thương không?"

"Hên là không," cô Ingledew bảo. "Nhưng vụ việc gây bừa bãi kinh khủng. Thủy tinh vương vãi khắp nơi. Ông ấy được đưa vô một phòng riêng rồi, ở ngay sát cửa. Ngày mai ông ấy ra viện, cô tưởng tượng mọi người nhẹ nhõm phải biết."

Charlie không đợi để nghe thêm nữa. Bươn qua cánh cửa đang còn đu đưa, nó thấy phòng của ông cậu và quàng tay ôm người đàn ông cao gầy, đang gãi vô mảng băng lòi ra chiếc áo pyjama của mình.

"Chết tiệt, ngứa như điên," Ông cậu Paton phàn nàn khi Charlie buông tay ra. "Chào, Charlie. Tất cả giỏi hết xẩy luôn. Quả là một ngày hay ho nhỉ? Cuối cùng chúng ta cũng biết được vài bí mật. Trời ơi, ba của con là chú ngựa được biết đến ít nhất trong cuộc đua."

Charlie gật đầu lia lịa. Khi nó nghĩ ông cậu đã nói tất tật những gì ông muốn nói, nó hỏi, "Ông và cô Ingledew...?"

"Vẽ ra trận cãi cọ ngớ ngẩn à? Phải đấy. Cô ấy rất tốt bụng. Cứ tự trách mình, mặc dù tất cả là do lỗi tại ta, không nghi ngờ gì – chạy rông khắp đất nước, chõ mũi vô chuyện gia đình người ta." Ông giả bộ ho một tiếng rồi tiếp, "Bị thương làm nên những phép màu, khi nó đến... è, những mối quan hệ, con biết đấy. Người ta sẽ là kẻ tồi tệ hơn khi tự làm mình suy kiệt, Charlie." Ông cậu Paton lại ho một tiếng kỳ kỳ nữa. "À, cô y tá sắp đến rồi. Khách khứa ra đi, Charlie. Nhưng trước khi con đi," ông nắm lấy bàn tay Charlie, "ta muốn con là người đầu tiên biết..."

Má ông bất chợt đỏ nhừ lên.

"Biết gì ạ?" Charlie hỏi.

"Cô... è... Julia... e hèm..." Ông cậu Paton dường như hôm nay có vấn đề với cái cổ họng, mặc dù ông bị thương ở ngực. Charlie kiên nhẫn chờ cơn co thắt trôi qua. "Ừ. Cô ấy... è... đã đồng ý lấy ta."

"WOW!" Charlie hét lên. "Một sự kiện bất ngờ."

Một cô y tá chạy vội về phía nó và mắng, "Đi ra, cậu kia!"

Đến lúc Charlie và mẹ nó về nhà, có bao nhiêu chuyện xảy ra ở nhà số 9. Trước hết là nội Bone đã ra đi.

"Bà ta đến sống với các bà em rồi," ngoại Maisie bảo họ. "Mặc dù ta không biết việc này sẽ kéo dài bao lâu."

Cô Alice Angel chuẩn bị về lại ngôi nhà cũ của mình. Cô quyết định sẽ bán cửa hàng hoa ở Đá Kê Chân và trở về sống trong ngôi nhà xưa.

Vào tối Chủ nhật, mọi người bắt đầu trở lại thành phố. Họ hành xử cứ như họ vừa đi nghỉ cuối tuần mà thôi. Màn sương mù tai họa đã bao phủ nhà họ chỉ đơn thuần được coi như là một sự trùng hợp ngẫu nhiên. Không ai bóng gió gì tới trận chiến trong vùng đồng hoang. Đó là sự kiện mà hầu hết cư dân đều không can dự. Tất cả mọi người đồng ý rằng sắp tới sẽ là một ngày lễ Phục sinh tuyệt vời. Hoa thủy tiên và hoa diên vĩ đã nở trong những bồn hoa trên đường và các đại lộ tràn ngập hoa anh đào thơm ngát. Bầu không khí lạc quan đầy tính chất huyền bí tràn ngập mọi nẻo đường.

Đám khách lạ man rợ từng xâm nhập đường Piminy dường như đã biến mất một cách bí hiểm hệt như khi bọn họ xuất hiện. Bà Kettle giờ là cư dân duy nhất ở đó. Bà tin chắc những hàng xóm dễ chịu chẳng mấy chốc sẽ quay trở lại. Thanh gươm vĩ đại của bà bây giờ treo trở về chỗ của nó trên tường lò rèn và con trăn xanh da trời một lần nữa lại bò thanh nhàn khắp các hàng ấm – có lúc người ta trông thấy nó, có lúc không. Bà Kettle đã đề nghị Dagbert Endless một mái ấm và nó sung sướng nhận lời. Nó suy ngẫm đến một cuộc đời hạnh phúc, ngày dài tháng rộng rèn nên những đồ dùng bằng sắt đẹp mắt. "Không nhất thiết phải rèn vũ khí," nó bảo bà Kettle, "mà rèn những thanh gươm ngày lễ, những cánh cổng hoành tráng và những thứ đại loại như thế."

"Còn ấm thì sao?" bà Kettle hỏi.

"Đương nhiên," Dagbert nói.

Không đứa học trò nào muốn trở lại Học viện Bloor vào ngày thứ Hai. Có tin đồn lan rộng rằng hiện thời nơi đó không phải là nơi an lành.

Đến chiều thứ Hai, chú Lyell Bone và Ông cậu Paton về nhà ở đường Filbert. Bà bếp trưởng tạm thời ngủ ở phòng của nội Bone. Có rất nhiều việc phải làm, bởi vì chú Lyell và cô Amy muốn dọn về Góc Kim Cương, nhà của mình, càng sớm càng tốt. Nhưng trước khi dọn nhà, có một bí mật cần giải tỏa: bản di chúc của bà Maybelle.

Tối hôm sau, chú Lyell đưa Charlie và ông cậu tới Nhà Thờ Lớn, nơi chú hiện vẫn là tay chơi organ chính thức. Họ bước dọc theo lối đi rộng, vòng qua các ngăn của ca

đoàn tới chiếc đàn organ lớn, những ống khung của nó chĩa thẳng lên mái trần hình vòm. Charlie tự hỏi không biết ba nó có thể giấu chiếc hộp khảm xà cừ ở đâu. Chú Lyell cười ranh mãnh và nhấc bề mặt bọc nệm của chiếc ghế dành cho nhạc công organ lên. Trong một cái ô vuông vức bên dưới là chiếc hộp.

"Ối, tôi không bao giờ ngờ!" Ông cậu Paton kinh ngạc. "Giấu vậy mới là giấu chứ. Ai mà đoán cho được?" ông nhấc nó ra. "Nhưng không có chìa khóa, làm sao mở hả?"

"Chúng ta có thể phá khóa," chú Lyell đề nghị, "nhưng làm vậy thì hoa văn của nó có thể bị phá hỏng."

Charlie cầm lấy chiếc hộp từ tay ông cậu. Nó lật úp chiếc hộp xuống và nghiên cứu những hình khảm xà cừ tinh xảo: những ngôi sao tí xíu, chim chóc, lá và hoa trang trí quanh đáy và thân hộp. Nó ngó đăm đăm những vì sao và thấy mình chu du rất chậm, rất êm, vô một căn phòng thắp nến, ở đó có một người thợ thủ công đang tỉ mẩn ghép những mảnh xà cừ tí hon vô mặt đáy của chiếc hộp. Người đàn ông này quay qua nhìn Charlie, và giơ một ngón tay lên. Charlie sửng sốt, bởi vì đó chính là bạn cũ của nó, Skarpo, thầy pháp, trên ngón tay giơ lên của ông ta có một con mèo nhỏ xíu bằng ngọc trai đang ngồi.

"Charlie!" ba nó lay cánh tay nó. "Cái gì vậy? Con đang ở đâu thế?"

Charlie chớp mắt. Skarpo đã đi rồi. "Ngón tay của ông ta," Charlie thở hổn hển. "Ngón tay."

Ông cậu Paton và ba nó hoảng hồn trố mắt nhìn Charlie.

"Nó là một con mèo!" Charlie nhìn mặt sau của chiếc hộp. Nó nhìn thấy lá và hoa, chim và ngôi sao, nhưng không có mèo. Nó đưa chiếc hộp lên sát mặt. Và thế là nó trông thấy. Có một con mèo. Tai của nó thò ra từ đằng sau một ngôi sao, đuôi nó để bên dưới một bông hoa. Charlie nhẹ nhàng ấn cái đuôi mỏng mảnh đó. Và nắp hộp bật mở ra.

"Charlie! Phi thường làm sao!" Ông cậu Paton trầm trồ.

"Thông minh quá!" chú Lyell khen.

Charlie giữ bí mật chu du cho riêng nó.

Bên trong hộp không chỉ có một bản di chúc mà có rất nhiều, bắt đầu từ bản di chúc của ông Septimus Bloor. Ông đã để lại tất cả mọi thứ cho bà Maybelle. Có cả một bản di chúc do bà Maybelle lập khi bà lo sợ mình đang bị đe dọa đến tính mạng. Bà để lại toàn bộ bất động sản cho con trai, Daniel Raven. Sau đó tới bản di chúc của Daniel, để lại toàn bộ của cải cho...

"Con gái ông ấy, Ita?" chú Lyell nói. "Bà ấy là ai trên đời này cơ chứ? Cháu đã từng nghĩ là ông Daniel để lại tất cả cho con trai, là Hugh, người đã trao chiếc hộp này cho cha của Billy, để chứng minh rằng anh ấy sẽ thừa kế tài sản của dòng họ Bloor, nếu bản di chúc thật của ông Septimus được tìm thấy."

"Đúng là tôi cũng đã tưởng như vậy," Ông cậu Paton tán thành. "Tôi muốn hai người xem cái này." Ông dẫn cha con Charlie ra ngồi xuống băng ghế đằng trước, họ ngồi hai bên ông trong khi ông lôi từ trong túi áo ra một

tờ giấy gấp lại. "Đây là những gì tôi đã khám phá trong những chuyến nghiên cứu dài ngày của mình," ông nói, trải rộng tờ giấy lên đùi.

Charlie và ba nó chụm đầu vô tờ giấy. Không có gì để xem ngoài một đường thẳng theo hàng dọc những cái tên, bắt đầu từ người con cả của ông Daniel Raven, Ita, bà này vào năm 1899 đã cưới một người tên là Simon Bone.

"Bone!" Charlie và ba nó cùng ồ lên.

Và đó, bên dưới Ita và Simon, là tên con trai của họ, Eamon, ông này cưới một bà tên là Clara Lyell. Rồi bên dưới Clara và Eamon là tên con trai của hai người, Montague Bone, người đã cưới Grizelda Yewbeam vào năm 1961, và chết vài năm sau đó.

"Cha của cháu," chú Lyell nói chậm rãi.

"Ông ấy đã để lại tất cả mọi thứ ông sở hữu cho anh," Ông cậu Paton bảo.

Họ ngồi thật lâu trong ngôi thánh đường yên ắng, cố hiểu cái tin tức trọng đại này.

"Vậy là Học viện Bloor là của ba, ba à," cuối cùng Charlie nói.

Ba nó nhăn mặt. "Ba nghĩ là vậy. Nhưng chúng ta sẽ chứng minh điều đó bằng cách nào?"

"Đơn giản thôi, tôi hy vọng vậy," Ông cậu Paton nói. "Tôi đã có hẹn gặp thẩm phán Sage vào sáng mai."

Ngày hôm sau, chú Lyell Bone và Ông cậu Paton đem chiếc hộp đựng giấy tờ tới gặp cha của Lysander, thẩm phán Sage. Ông nổi danh là một trong những thành viên uyên thâm và không có thành kiến nhất trong hệ thống tòa án, và ông không cần mất nhiều thời gian đã tuyên bố rằng chú Lyell Bone là người thừa kế không thể chối cãi khối tài sản của ông Septimus Bloor. Dĩ nhiên ông sẽ phải đưa vụ việc này ra tòa, nhưng thẩm phán nghĩ rằng chú Lyell sẽ có cơ hội tuyệt vời để thắng kiện hoàn toàn.

"Chúng ta buộc phải báo cho những người chủ hiện tại của Học viện Bloor rồi," Ông cậu Paton nhận xét một cách hài hước.

Charlie muốn hộ tống cha và ông cậu trong chuyến đi tới Học viện Bloor, nhưng chú Lyell e ngại không muốn cho nó đi theo. "Tất cả những nỗi thống khổ gần đây thành phố phải gánh chịu đều bắt nguồn từ gia đình đó," chú Lyell nói, đặt tay lên vai con trai. "Đó là sào huyệt của quỷ, Charlie à, ba không biết bọn chúng sẽ còn giở trò gì khi chúng vỡ lẽ ra bản di chúc của ông Septimus đã được tìm thấy."

"Cho con đi mà!" Charlie năn nỉ. "Con muốn tới đó. Dù sao con cũng là người mở chiếc hộp chứ bộ."

Chú Lyell bật cười. "Thôi được. Con đã thắng ba, Charlie, nhưng hãy nhớ là chỉ được làm những gì ba bảo thôi đấy."

Charlie long trọng hứa. Thế là đến xế chiều, trước khi đèn đường bật sáng, Ông cậu Paton, Charlie và ba nó đi tới Học viện Bloor. Họ vừa đi tới quảng trường thì một chiếc xe hơi màu đen xổ ra. Nó khựng lại một thoáng để rẽ vô đường Đồi Cao và Charlie thấy gã Weedon ở

đằng sau tay lái. Bên cạnh gã là bà vợ, và trong hàng ghế sau là thân hình không thể lầm lẫn được của Norton Cross trong áo jacket vẽ voi. Bên cạnh gã này nữa là một người ngồi tùm hụp, che mạng bằng vải đen kín mít. Cho tới khi chiếc xe lái xa khỏi họ Charlie mới thấy hành khách thứ tư. Một gương mặt trắng bợt, nhỏ quắt ngó ra đằng sau cửa sổ và rồi vụt biến khỏi tầm nhìn.

"Joshua," Charlie lầm bầm.

"Và hình như là mẹ nó," Ông cậu Paton nói. "Tất cả bọn chúng đang tẩu thoát."

"Chuột và tàu chìm đi với nhau," chú Lyell nói hờ hững.

Gã Weedon đã không thèm đóng cửa Học viện Bloor sau khi đi ra. Ba vị khách bước vô tiền sảnh tối tăm mà không mất công gõ cửa. Và lần cuối cùng trong đời, Charlie rùng mình trước âm khí dường như bao trùm toàn bộ tòa nhà. Quả đúng đây là sào huyệt của quỷ, và chủ mưu của tất cả mọi trò hiểm độc đang ngồi trong xe lăn của lão, đang trừng mắt ngó xuống họ từ chiếu nghỉ trên đỉnh dãy cầu thang. Cứ như là lão đang chủ ý đợi họ.

"Tao nghĩ chúng mày đến để khoe khoang," lão quát. "Nhưng chúng mày chưa thắng đâu. Chúng mày đã kết liễu bá tước Harken, nhưng vẫn còn tao ở đây, mà tao thì đừng hòng lay chuyển."

"Chúng tôi có bản di chúc, ông Ezekiel," chú Lyell nói. "Bản di chúc thật. Tất cả đã kết thúc cho ông rồi."

"Không bao giờ!" lão già rú gào.

"Tôi e rằng, ông Ezekiel," Ông cậu Paton nói, "ông sẽ phải sống những ngày cuối đời trong nhà dưỡng lão."

"Không đời nào. Tao quyết ở lại!" lão Ezekiel bắt đầu cười khùng khục, không sao kìm chế được. "Manfred sẽ bảo đảm cho điều đó. Nếu bọn bay nhích thêm một bước nào nữa, nó sẽ thiêu rụi nơi này, tụi mày nào có muốn thế, phải không?"

Những lời của lão vừa dứt, Manfred bước ra khỏi bóng tối dưới gầm cầu thang. Hai tay hắn giơ lên không, mỗi ngón tay đều có lửa đang cháy rực như một ngọn đuốc. "Không được lại gần," hắn cảnh báo. Tài phép kinh khủng của tổ tiên hắn, Borlath, con trai cả của Vua Đỏ, cuối cùng đã hiển linh ở Manfred.

Chú Lyell dũng cảm tiến một bước về phía Manfred.

"Ba, không!" Charlie thét, ngó chòng chòng những ngọn lửa đang nhảy nhót trên những ngón tay của Manfred.

"Húuu!" Manfred rít lên nhức óc, và những ngọn lửa cháy cao hơn nữa. "Đám mèo chết nhát!"

Sự việc xảy ra tiếp theo quá kinh hoàng, đến nỗi Charlie không thể tin vô mắt mình. Vì bỗng nhiên lão Ezekiel bắn vèo xuống cầu thang. Những bánh xe lăn đáp thịch, thịch, xuống từng bậc thang, một bậc, hai bậc rồi lão bật tưng lên không. Choáng sốc đến nỗi không né được, Manfred chỉ biết khiếp đảm tại chỗ, nhìn sững cái khối đang bay trên không. Khi bị cái khối đó đáp trúng người, hắn phọt ra một tiếng thét lộng óc mà mãi về sau này vẫn còn âm vang trong đầu Charlie.

Lão Ezekiel lăn ra khỏi ghế ngồi của lão, hự lên một tiếng dài, sau đó nín bặt. Những ngọn lửa đang cháy èo uột trên một bàn tay thò ra từ cái đống lộn xộn ấy kêu xèo một cái rồi tắt ngúm.

Ba vị khách tức thời cũng bàng hoàng đến không thể nói được, sau đó Ông cậu Paton lắp bắp. "Cái quái gì thế?"

Charlie đã nhìn thấy thủ phạm, hay đúng hơn, vị cứu tinh của họ, tùy theo người ta nhìn nhận nó thế nào. Một con chó ú ị, lùn chủn đứng ở bậc cầu thang trên cùng, ngúc ngoắc cái đuôi ốm tong teo. "May Phúc!" Charlie thét to. "Chú chó trong ngày!"

Ông cậu Paton rút điện thoại di động ra và bấm số gọi xe cứu thương. Trong khi ông gọi điện, Charlie để ý thấy một dáng người đậm chắc đứng bên cánh cửa dẫn vô chái phía Tây. Tiến sĩ Bloor tiến về phía cái đống gỗ và xương lùng nhùng. Thật khó mà đọc được biểu cảm của ông ta, nhưng ông ta không chạm vô cái nào trong hai cái xác.

"Ấy là con chó," chú Lyell nói. "Chắc nó đã đẩy chiếc xe."

"Từ lâu tôi đã biết rằng một ngày nào đó nó sẽ làm điều này," tiến sĩ Bloor nói với vẻ chán nản. Ông ta ngước lên nhìn May Phúc, vẫn đang khoái chí ngoáy đuôi. "Tôi phỏng đoán là các người đã tìm thấy bản di chúc."

"Đúng thế," chú Lyell đáp.

Tiến sĩ Bloor thở dài đánh thượt. "Tôi sẽ không gây

bất kỳ phiền toái nào cho anh. Giờ chỉ vô ích thôi. Tôi sẽ đi đóng gói hành lý."

"Cảm ơn ông," chú Lyell nói.

Vào ngày nghỉ lễ Phục sinh, ông Paton Yewbeam và cô Ingledew cưới nhau tại một nhà thờ nhỏ ở ngoại ô thành phố. Người tham dự đông đến nỗi phải đứng ra tới tận cửa; bên ngoài nhiều người hát hò dưới những bóng cây anh đào nở rộ. Sau lễ cưới, đôi vợ chồng về sống hòa thuận trong một gian phòng thắp nến ở trên lầu của tiệm sách Ingledew. Emma vô cùng sung sướng với sự sắp đặt mới này.

Billy Raven không hề hay biết gì về việc nó là người thừa kế hụt khối tài sản của gia đình Bloor. Trong khi Charlie và ba mẹ đang thu dọn đồ đạc ở nhà số 9, Billy sống với Benjamin. Nhưng sau vài ngày bị Hạt Đậu rượt đuổi khắp nhà, Rembrandt bảo với Billy rằng chú ta không thể chịu đựng nổi thêm một ngày nào nữa ở ngôi nhà ấy. Vì vậy Billy chuyển tới tiểu trang trại của gia đình Silk ở khu Đồi Cao. Nó mê mải nói chuyện với rất nhiều thú nuôi của gia đình Silk, nhưng các chị của Gabriel không ngừng than vãn rằng họ cần chỗ rộng hơn, cho dù ông và bà Onimous đã dọn về lại quán cà phê Thú Kiểng. Nhà của Fidelio Gunn là mái ấm tạm thời tiếp theo của Billy, gia đình Gunn là một gia đình đông đúc, họ kết luận rằng thêm một đứa trẻ nữa cũng chẳng khác gì, sau đó họ đề nghị những dịch vụ xã hội xúc tiến các thủ tục nhận con nuôi.

Billy có hạnh phúc với những sự dàn xếp này? Thật khó nói. Nó mỉm cười vào những thời điểm thích hợp, và gật đầu khi nó được hỏi ý kiến. Nhưng liệu nó có hạnh phúc?

Nó hay đi tới nhà thờ khi chú Lyell Bone đang dợt đàn organ. Nó rúc vô ngồi trong một chiếc ghế khuất đằng sau một trong những cây cột lớn, nhắm mắt lại và lắng nghe. Nhưng sự hiện diện của nó không phải là không bị phát hiện. Một ngày nọ chú Lyell gọi Billy và hỏi nó có thích học chơi đàn organ không.

Billy bèn lèn chui ra khỏi chỗ núp và tiến tới chỗ cây đàn organ lớn. Chú Lyell chỉ cho nó đặt những ngón tay lên các phím đàn thích hợp, và Billy sướng mê tơi trước âm thanh phát ra từ khối đàn đồ sộ đó. Sau bài học đàn, hai chú cháu dắt nhau bước ra khỏi nhà thờ. Trời bất chợt đổ mưa. Đó chỉ là một cơn mưa rào mùa xuân, nhưng cũng đủ để hai người phải trú lại một lát trong mái hiên.

Khi họ nhìn những hạt mưa nảy trên những viên sỏi bóng loáng, chú Lyell đặt tay lên vai Billy và nói, "Billy, con có muốn đến sống với gia đình chú không?"

Billy nhướng mày. Nó tháo đôi mắt kính mới của nó ra và dùng ngón cái lau lau mặt kính. "Trong bao lâu ạ?" nó hỏi.

Chú Lyell mỉm cười. "Mãi mãi."

Billy đeo kính trở lại và nhìn đăm đăm ra trước. Nó hầu như không thể tin được những lời nó vừa nghe. Nó cảm thấy hụt thở, cổ họng nó co thít và nó tự hỏi có phải mình sắp chết không.

Lo lắng trước sự im lặng của Billy, chú Lyell nói. "Chú sẽ cố hết sức để là một người cha tốt."

Bằng giọng lí nhí, nghẹn ngào, Billy hỏi. "Thế còn Charlie?"

"Đây là ý kiến của nó," chú Lyell nói. "Cô Amy và chú nghĩ, ờm, cô chú nghĩ cô chú thật sự muốn có thêm một đứa con trai nữa." Chú Lyell ngó xuống gương mặt nghiêm trang của Billy. "Con thấy thế nào?"

Billy không thể tin nổi. Người đàn ông dũng cảm nhất, tốt bụng nhất trên thế giới đã đề nghị nó đến sống với một gia đình mà nó yêu mến. Không lời, nó vung tay ôm choàng lấy thắt lưng chú Lyell mà ghì chặt.

"Chú coi như đó là lời đồng ý," chú Lyell bảo.

"Chỉ có một điều," Billy thầm thì, và nó thò tay vô túi quần. Nó cảm thấy cuộc đời nó phụ thuộc vào câu trả lời của chú Lyell. "Thế còn con chuột của cháu?"

Chú Lyell cầm lấy con vật đen bóng được trao vô tay mình. "Đương nhiên chú rất thích chuột," chú nói. "Chào mừng Rembrandt."

"Cảm ơn nhiều," Rembrandt đáp.

Một tuần sau ngày lễ Phục sinh, Học viện Bloor mở cửa lại dưới sự quản lý mới. Nó cũng có một cái tên mới – Học viện Bone. Việc chỉ định giáo sư Saltweather làm hiệu trưởng dường như rất được mọi người ủng hộ, xê-nho Alvaro thay vị trí trưởng khoa Nhạc của thầy. Một số giáo viên cũ ra đi, trọng đó có thầy Paltry già và thầy

Pope. Họ được coi là những tổn thất không đáng kể. Bà bếp trưởng trở lại căn phòng cũ của bà bên dưới nhà bếp, có điều lần này bà tuyên bố rằng cánh cửa âm tường dẫn tới nơi ở của bà sẽ luôn mở rộng cho bọn trẻ cần uống ca-cao và cần sự an ủi. May Phúc trải qua hầu hết ngày của nó nằm bên cạnh lò sưởi của bà, và giáo sư Saltweather thường xuyên đến thăm bà.

Bà bếp trưởng mời bà bạn cũ của bà, ngoại Maisie Jones, trở lại học viện cùng với mình. Và ngoại Maisie bây giờ trở thành Nữ hoàng căn-tin xanh lá cây, thay cho mụ Bertha Weedon hay gắt gỏng. Chỉ sau vài ngày học hành trong điều kiện mới này mà mọi học sinh đều tuyên bố rằng Học viện Bone là ngôi trường tốt nhất và hạnh phúc nhất trong nhiều dặm.

Hiện thời thành phố là một nơi khác hẳn. Nó mang bầu không khí mùa xuân vĩnh cửu. Ba ngôi nhà số 13 ở Ngách Tối đã trống trơn. Không ai biết bốn chị em và Eric đã đi đâu. Gia đình Loom cũng rời thành phố, cửa hàng và tiệm cà phê của nhà Branco vắng tanh. Nhưng quán cà phê Thú Kiểng thì không vậy. Quán đã mở cửa lại bằng một bữa tiệc linh đình. Nhiều thú vật tham dự đến nỗi hầu như không có chỗ cho chủ nhân của chúng. Gabriel đến, mang theo đủ chuột cảnh cho tất cả bọn bạn, kể cả cho Dagbert. Lysander đi với con vẹt của anh, Homer, còn chị Lauren, bạn gái của anh thì mang theo con vẹt Cassandra của chị.

Ba con mèo lửa theo dõi sự kiện này từ trên quầy. Không ai dám đề nghị chúng nên đi chỗ khác.

Charlie và bạn bè xoay xở xí được chỗ ưa thích của chúng ở bên cửa sổ. Tất cả có mười hai con thú cưng và mười một đứa trẻ. Bà Onimous đã vượt lên chính bà – làm bánh ngon hơn hẳn trước đây – và sáu cái đĩa cao tú hụ đựng đủ loại món ăn mê ly dành cho thú và bánh nướng đặt chễm chệ ở giữa bàn.

Sau khi ních căng bánh trái, Rembrandt lăn ra ngủ và tuột khỏi đùi Billy. Billy lật đật cúi xuống gầm bàn để kịp thời giải cứu nó khỏi Hạt Đậu. Khi Billy chui lên khỏi gầm bàn, đôi mắt nó mở tròn xoe và một nụ cười rộng tướng ngự ở trên mặt nó. Cúi sát vô Charlie, nó thì thầm, "Tancred và Emma đang nắm tay nhau đó."

xxxxxx

HẾT

MỤC LỤC

CHARLIE BONE VÀ HIỆP SĨ ĐỎ

Jenny Nimmo

Hương Lan dịch

Chịu trách nhiệm xuất bản: NGUYỄN MINH NHỰT
Biên tập: TRƯƠNG QUÝ
Bìa: BÙI NAM
Sửa bản in: VIỆT TRUNG
Kỹ thuật vi tính: VŨ PHƯỢNG

NHÀ XUẤT BẢN TRẺ
Địa chỉ: 161B Lý Chính Thắng, Phường 7,
Quận 3, Thành phố Hồ Chí Minh
Điện thoại: (08) 39316289 - 39316211 - 39317849 - 38465596
Fax: (08) 38437450
E-mail: nxbtre@hcm.vnn.vn
Website: www.nxbtre.com.vn

CHI NHÁNH NHÀ XUẤT BẢN TRẺ TẠI HÀ NỘI
Địa chỉ: Phòng 602, số 209 Giảng Võ, Phường Cát Linh,
Quận Đống Đa, Thành phố Hà Nội
Điện thoại: (04) 37734544
Fax: (04) 35123395
E-mail: chinhanh@nxbtre.com.vn

Khổ: 13,2 cm x 21 cm, số: 92-2010/CXB/58-280/Tre
Quyết định xuất bản số 372A/QĐ-Tre, ngày 18 tháng 5 năm 2010
In 3.000 cuốn, tại Xí nghiệp In Nguyễn Minh Hoàng
In xong và nộp lưu chiểu tháng 5 năm 2010